மாஸ்கோவின் மணியோசை

கட்டுரைத் தொகுப்பு

எஸ். ராமகிருஷ்ணன்

தேசாந்திரி பதிப்பகம்

தேசாந்திரி பதிப்பக வெளியீடு: 119

மாஸ்கோவின் மணியோசை: கட்டுரைகள்
எஸ். ராமகிருஷ்ணன்

முதல் பதிப்பு: டிசம்பர் 2023

தேசாந்திரி பதிப்பகம்,
டி-1, கங்கை அப்பார்ட்மெண்ட்,
110, 80 அடி ரோடு, சத்யா கார்டன்,
சாலிக்கிராமம், சென்னை 600 093.
தொலைபேசி: 044 23644947.
விலை: ரூ.270

Moscovin Maniyosai -Essays
S.Ramakrishnan ©

First Edition: Dec 2023, Pages: 224
Size: Demy 1x8, Paper: 18.6 kg maplitho

Published by :
Desanthiri Pathippagam
D-1, Gangai Apartments,
110, 80-Feet Road, Satya Garden, Saligramam,
Chennai - 600 093, Ph: 044 2364 4947
Email : desanthiripathippagam@gmail.com
www.desanthiri.com

ISBN: 978-93-93099-42-6
Wrapper Design: Manikandan
Book Design: Hariprasad R
Printed by: Ramani Print Solution, Chennai.

Price: Rs. 270

எஸ். ராமகிருஷ்ணன்

எஸ். ராமகிருஷ்ணன், விருதுநகர் மாவட்டம் மல்லாங்கிணறு கிராமத்தில் 1966இல் பிறந்தார். முழுநேர எழுத்தாளரான இவர் தற்போது சென்னையில் வசிக்கிறார்.

சிறுகதைத் தொகுப்புகள்: எஸ். ராமகிருஷ்ணன் கதைகள், நடந்து செல்லும் நீரூற்று, பேயர்பாக் கண்டறிந்த மழைக்கோவில், தனிமையின் வீட்டிற்கு நூறு ஜன்னல்கள், அவளது வீடு, பதினெட்டாம் நூற்றாண்டின் மழை, அப்போதும் கடல் பார்த்துக்கொண்டிருந்தது, நகுலன் வீட்டில் யாருமில்லை, புத்தனாவது சுலபம், வெளியில் ஒருவன், காட்டின் உருவம், தாவரங்களின் உரையாடல், வெயிலைக் கொண்டு வாருங்கள், பால்ய நதி, மழைமான், குதிரைகள் பேச மறுக்கின்றன. காந்தியோடு பேசுவேன், சைக்கிள் கமலத்தின் தங்கை, சிவப்பு மச்சம், கர்னலின் நாற்காலி, என்ன சொல்கிறாய் சுடரே, ஐந்து வருட மௌனம்.

நாவல்: உப பாண்டவம், நெடுங்குருதி, உறுபசி, யாமம், துயில், நிமித்தம், சஞ்சாரம், இடக்கை, , பதின், ஒரு சிறிய விடுமுறைக்கால காதல் கதை, மண்டியிடுங்கள் தந்தையே.

கட்டுரைத் தொகுப்புகள்: விழித்திருப்பவனின் இரவு, இலைகளை வியக்கும் மரம், என்றார் போர்ஹே, கதாவிலாசம், தேசாந்திரி, கேள்விக்குறி, துணையெழுத்து, ஆதலினால், சித்திரங்களின் விசித்திரங்கள், காற்றில் யாரோ நடக்கிறார்கள், கோடுகள் இல்லாத வரைபடம், மலைகள் சப்தமிடுவதில்லை, வாசகபர்வம், சிறிது வெளிச்சம், காண் என்றது இயற்கை, குறத்தி முடுக்கின் கனவுகள், என்றும் சுஜாதா, சாப்ளினுடன் பேசுங்கள், கூழாங்கற்கள் பாடுகின்றன, ரயிலேறிய கிராமம், பிகாசோவின் கோடுகள், இலக்கற்ற பயணி, ஆயிரம் வண்ணங்கள்.

திரைப்பட நூல்கள்: பதேர் பாஞ்சாலி — நிதர்சனத்தின் பதிவுகள், அயல் சினிமா, அரூபத்தின் நடனம், இன்னொரு பறத்தல், நான்காவது சினிமா, வெண்ணிற நினைவுகள், காட்சிகளுக்கு அப்பால், உலக சினிமா, பேசத்தெரிந்த

நிழல்கள், இருள் இனிது ஒளி இனிது, குற்றத்தின் கண்கள், பறவைக் கோணம், சாமுராய்கள் காத்திருக்கிறார்கள்.

குழந்தைகள் நூல்கள்: கால் முளைத்த கதைகள், ஏழு தலைநகரம், கிறுகிறு வானம், எலியின் பாஸ்வேர்டு, முட்டாளின் மூன்று தலைகள், அபாய வீரன், அண்டசராசரம், சாக்ரட்டீஸின் சிவப்பு நூலகம், நீலச்சக்கரம் கொண்ட மஞ்சள் பேருந்து, பறந்து திரியும் ஆடு, டான் டூனின் கேமிரா, விலங்குகள் பொய் சொல்வதில்லை, சிரிக்கும் வகுப்பறை, அக்கடா, கடலோடு சண்டையிடும் மீன்.

உலக இலக்கியப் பேருரைகள்: ஆயிரத்தொரு அரேபிய இரவுகள், ஹோமரின் இலியட், செகாவ் வாழ்கிறார், செகாவின் மீது பனி பெய்கிறது, எனதருமை டால்ஸ்டாய், காஃப்கா எழுதாத கடிதம், ஷேக்ஸ்பியரின் மெக்பத், ஹெமிங்வேயின் கடலும் கிழவனும், தஸ்தாயெவ்ஸ்கியின் குற்றமும் தண்டனையும், லியோ டால்ஸ்டாயின் அன்னா கரீனினா, பாஷோவின் ஜென் கவிதைகள்.

வரலாறு: எனது இந்தியா. மறைக்கப்பட்ட இந்தியா.

நாடகத் தொகுப்பு: அரவான், சிந்துபாத்தின் மனைவி, சூரியனைச் சுற்றும் பூமி.

நேர்காணல் தொகுப்பு: எப்போதுமிருக்கும் கதை, பேசிக்கடந்த தூரம்.

மொழிபெயர்ப்புகள்: நம்பிக்கையின் பரிமாணங்கள், ஆலீஸின் அற்புத உலகம், பயணப்படாத பாதைகள்.

தொகை நூல்: அதே இரவு அதே வரிகள் (அட்சரம் இதழ்களின் தொகுப்பு), வானெங்கும் பறவைகள்.

ஆங்கிலத்தில் வெளிவந்துள்ள நூல்கள்: Nothing but water, Whirling swirling sky.

இணையதளம்: www.sramakrishnan.com

மின்னஞ்சல்: writerramki@gmail.com

முன்னுரை

முப்பது ஆண்டுகளுக்கும் மேலாக ரஷ்ய இலக்கியங்களைப் படித்து வருகிறேன். ரஷ்ய இலக்கியத்தின் நிகரற்ற எழுத்தாளர்கள், அவர்களின் படைப்புகள் குறித்து நிறையப் பேசவும் எழுதவும் செய்திருக்கிறேன். இதன் வழியே ரஷ்ய இலக்கியம் குறித்த கவனம் தமிழில் உருவாகி வளர்ந்துள்ளது மகிழ்ச்சி தருகிறது.

நாம் ஏன் ரஷ்ய எழுத்தாளர்களைப் படிக்க வேண்டும்?

உலகின் சிறந்த் எழுத்தாளர்களைப் பற்றி யார் பட்டியலிட்டாலும் முதல் ஐந்து இடத்திற்குள் ரஷ்ய எழுத்தாளர்களே இடம்பெறுகிறார்கள். இதற்குக் காரணம் அவர்கள் வாழ்வின் ஆதாரங்கள் குறித்துப் பேசியவர்கள். வறுமை, பசி, காமம், பிரிவு, காதல், மரணம் போன்ற என்றும் மாறாத விசயங்களைப் பற்றி ஆழ்ந்து விவாதித்தவர்கள், புதிய பார்வையை வெளிப்படுத்தியவர்கள்.

குற்றம், வெறுப்பு, துரோகம், பேராசை போன்ற மனித இருண்மைகளை ஊடுருவி ஆராய்ச்சி செய்கிறார்கள், அரசு, அதிகாரம், மதம், சமூக வேறுபாடுகள் குறித்து உரத்த கேள்விகளை எழுப்புகிறார்கள். எளிய மனிதர்களின் துயரங்களை, சந்தோஷங்களைப் புரிந்து கொண்டு எழுத்தில் வெளிப்படுத்துகிறார்கள். அன்பின் வெளிச்சத்தை உயர்த்திப்பிடிக்கிறார்கள். இந்தச் சிறப்புகளால் தேசத்தின் ஆன்மாவாக ரஷ்ய எழுத்தாளர்கள் விளங்குகிறார்கள். இந்தப் புரிதல் தான் என்னை மீண்டும் மீண்டும் ரஷ்ய இலக்கியங்களைப் பற்றிப் பேசவும் எழுதவும் வைக்கிறது.

இந்த நூலை வெளியிடும் தேசாந்திரி பதிப்பகத்திற்கும், என்றும் நன்றிக்குரிய வழிகாட்டிகளாக விளங்கும் கவிஞர் தேவதச்சன். ஆசான் எஸ்.ஏ.பெருமாள் இருவருக்கும், என்னையும் எழுத்தையும் அரவணைத்துச் செல்லும் மனைவி சந்திரபிரபா பிள்ளைகள் ஹரி பிரசாத் மற்றும் ஆகாஷ், நூலாக்கம் செய்த மணிகண்டன், உதவி புரிந்த குரு, அன்புகரன் உள்ளிட்ட அனைவருக்கும் அன்பும் நன்றியும்.

மிக்க அன்புடன்
எஸ்.ராமகிருஷ்ணன்
சென்னை. நவம்பர் 4.2023

உள்ளே...

1.	செகாவின் சகோதரி	9
2.	பாஸ்டர்நாக்கின் ஜன்னல்	19
3.	இவான் துர்கனேவின் மகள்	32
4.	ஆறு சித்திரங்கள்	45
5.	ரஷ்ய நாவலின் உதயம்	51
6.	வேட்டைக்காரனின் மனைவி	60
7.	ரஷ்யக் கவிதையின் புதுக்குரல்	66
8.	அவமானத்தின் முன் மண்டியிடல்	70
9.	அறியப்படாத கார்க்கி	87
10.	காதலின் சின்னம்	92
11.	சோம்பல் நாயகன்	97
12.	தஸ்தாயெவ்ஸ்கி எனும் சூதாடி	107
13.	நடனத்திற்குப் பிறகு	114
14.	இரவிலும் ஒளிரும் சூரியன்	124
15.	தஸ்தாயெவ்ஸ்கியின் குதிரை	135
16.	கார்க்கியின் இசெர்கீல்	141
17.	பனித்துளிகளைச் சேகரிப்பவள்	150
18.	இதயத்திலிருந்து எழும் குரல்	155
19.	தஸ்தாயெவ்ஸ்கியின் ஐரோப்பியப் பயணம்	160
20.	ரஸ்கோல்நிகோவின் ட்வீட்	166

21.	லேர்மன்தேவின் காதல்	173
22.	டால்ஸ்டாய் கேட்கிறார்	177
23.	கண் தெரியாத இசைஞன்	180
24.	தஸ்தாயெவ்ஸ்கியின் தந்தை	184
25.	இரண்டு நகரங்கள்	188
26.	டால்ஸ்டாயின் கேமிரா	193
27.	கோகோலின் மனைவி	196
28.	கவிதையின் புதிய தேவதை	199
29.	கவிதை எனும் வெளிச்சம்	209
30.	ஐசக் பேபலின் மாப்பசான்	216

1
செகாவின் சகோதரி

விடிகாலையின்போது எல்லா ஊர்களும் தனது பெயர்களை இழந்து விடுகின்றன. இயக்கம் தான் ஊர்களின் பெயர்களை, அடையாளத்தை உருவாக்குகிறது. பனிமூட்டம் கலையாத விடிகாலையில் யால்டா வசீகரமான கனவுவெளியைப் போலிருக்கிறது என்று ஆன்டன் செகாவ் ஒரு குறிப்பை எழுதியிருக்கிறார்.

ஊரும் அதன் நினைவுகளும் அதற்குக் காரணமாக மனிதர்களுமே அவரது எழுத்தின் ஆதாரங்கள். ஆன்டன் செகாவ் தன்னை ஒருபோதும் மாநகரத்தின் மனிதராகக் கருதவில்லை. மாஸ்கோவின் தொலைவிலுள்ள சின்னஞ் சிறிய கிராமத்திலே தான் வாழ்ந்திருக்கிறார். தனது வீட்டிலே இலவச மருத்துவமனையும் சிறிய பள்ளிக்கூடம் ஒன்றையும் நடத்தியிருக்கிறார். அவரது உதவியால் அருகிலுள்ள ஊர்களில் இரண்டு பள்ளிகள் நடத்தப்பட்டிருக்கின்றன.

காலரா காலத்தில் கிராமம் கிராமமாகப் பயணம் செய்து இலவச மருத்துவச் சிகிச்சை அளித்திருக்கிறார். சைபீரியாவில் தண்டனை பெற்று வரும் கைதிகள் குறித்து ஆய்வு செய்வதற்காக ஆயிரக்கணக்கான மைல் பயணம் மேற்கொண்டிருக்கிறார்.

செகாவின் அறையில் ஒரு எழுதும் மேஜையும் சுவரில் டால்ஸ்டாயின் படமும் காணப்படுகிறது. மாப்பசானை விரும்பிப் படித்திருக்கிறார்.

செகாவின் கதையுலகில் மறக்கமுடியாத பெண் கதாபாத்திரங்கள் நிறையவே இருக்கிறார்கள். இரண்டு பக்கக் கதைக்குள் அவரால் பெண்ணின் மனதைத் துல்லியமாகச் சித்தரித்துவிட முடிந்திருக்கிறது.

செகாவின் நிழலாக இருந்தவர் என அவரது சகோதரி மரியாவைக் குறிப்பிடுகிறார்கள். காசநோயாளியாகப்

செகாவ் அவதிப்பட்ட நாட்களில் தாயைப் போல அவரைக் கவனித்துக் கொண்டிருக்கிறார். பல நேரங்களில் செகாவின் கதைகளை அவர் சொல்லச் சொல்ல எழுதியிருக்கிறார். தனது கதைகள் மற்றும் கதாபாத்திரங்கள் குறித்துத் தங்கையிடம் நிறைய விவாதித்துள்ளதாக செகாவே குறிப்பிடுகிறார்.

ஆன்டன் செகாவின் மறைவிற்குப் பிறகு அவரது எழுத்துக்களைப் பாதுகாத்து அவருக்கான அருங்காட்சியகத்தை உருவாக்கியவர் மரியா. அவரது அயராத முயற்சியின் காரணமாகவே யால்டாவில் செகாவ் அருங்காட்சியகம் சிறப்பாக உருவானது.

Chekhov's Sister என்றொரு நாவலை W.D.வெதெரெல் எழுதியிருக்கிறார். இந்த நாவல் செகாவின் வாழ்க்கையினையும் செகாவ் நினைவகத்தைக் காப்பாற்றுவதற்கு மரியா எடுத்த முயற்சிகளையும் விரிவாகப் பதிவு செய்துள்ளது.

செகாவ் தனது தங்கையின்மீது மிகுந்த அன்பு கொண்டிருந்தார். அதை அவரது குறிப்புகளிலும், கடிதங்களிலும் காணமுடிகிறது. செகாவின் புகைப்படங்கள், கடிதங்கள், கையெழுத்துப் பிரதிகளைத் தேடிச் சேகரித்து முறையாக ஆவணப்படுத்தியிருக்கிறார் மரியா.

தனது சகோதரனின் மகத்தான ஆளுமைக்குப் பின்னால் நிழல்போலத் தன்னை மறைத்துக் கொண்டிருக்கிறார் மரியா. இந்த நாவல் மரியாவின் மீது தனித்த வெளிச்சத்தைப் பரவவிடுகிறது.

செகாவைவிட மூன்று வயது இளையவர் மரியா. ஆறு குழந்தைகள் கொண்ட செகாவ் குடும்பத்தின் ஒரே பெண். பத்து வயதில் மரியா தாகன்ரோக் மரின்ஸ்கி மகளிர் பள்ளியில் கல்வி கற்றார். தந்தையின் கடன் காரணமாகக் குடும்பம் மோசமான சூழலைச் சந்தித்தது. ஆகவே இரண்டு ஆண்டுகளில் அவரது படிப்பு நின்று போனது.

பின்பு மாஸ்கோவிற்கு இடம் மாறியபின்பு அங்கே தனியார் பள்ளி ஒன்றில் பயின்றார். 1882இல் பட்டம் பெற்றார். பின்னர் பெண்களுக்கான தனியார் பள்ளிக்கூடம் ஒன்றில் ஆசிரியராகப் பணியாற்றினார். இசையிலும் ஓவியத்திலும் தனித்திறமை இருந்தது. மாஷா வரைந்த ஓவியங்கள் இன்றும் செகாவ் மியூசியத்தில் காணக்கிடைக்கின்றன.

ரஷ்யக் கிராமங்களில் கல்வி எவ்வளவு மோசமானது என்று தெரியுமா? இப்போதைய உடனடி தேவை படித்த திறமையான, நல்ல உள்ளம் கொண்ட ஆசிரியர்களே என்று கார்க்கிக்கு எழுதிய கடிதம் ஒன்றில் செகாவ் குறிப்பிடுகிறார். இந்த எண்ணம்தான் மாஷாவைப் பள்ளி ஆசிரியராக்கியது

மெலிகோவோவில் செகாவ் பண்ணைத்தோட்டம் வாங்கிய பிறகு மாஷா வீட்டைச் சுற்றிப் பெரிய பூந்தோட்டம் அமைத்தார். செகாவைக் காண வரும் நோயாளிகளுக்கு உதவி செய்வது, செகாவின் எழுத்துப்பணிக்கு உதவி செய்வது, குடும்ப நிர்வாகம், பதிப்பாளர்களுடன் கடித உறவு என அனைத்திலும் ஆர்வமாகத் தன்னை ஈடுபடுத்திக் கொண்டார்.

மாஷாவைத் தவிர வேறு எவராலும் செகாவிற்கு அறிவுரை சொல்ல இயலாது. ஆகவே செகாவின் காதல் விவகாரங்களில் அவரைக் கடிந்து கொண்டதோடு ஓல்காவைத் திருமணம் செய்ய வேண்டாம் என்றும் அறிவுரை சொன்னவர் மரியா.

ஹிட்லரின் துருப்புக்கள் யால்டா நகரத்தைக் கைப்பற்றிய போது, அங்குள்ள செகாவ் அருங்காட்சியகத்தை நாஜி முகாமாக மாற்ற முயன்றார்கள். மாஷா அதைத் தடுத்து நிறுத்தியதோடு அதை அழிவிலிருந்து பாதுகாத்திருக்கிறார்.

தனது வாழ்நாள் முழுவதையும் செகாவின் எழுத்துகளையும் நினைவுகளையும் முன்னெடுப்பதிலே மாஷா கழித்திருக்கிறார். திருமணமே செய்து கொள்ளாத அவர் தனது 94 வயதில் இறந்து போனார்

மாஷா இல்லையென்றால் இன்று செகாவ் மறக்கப்பட்டிருப்பார். செகாவின் நாடகங்களை அனுமதியின்றி மேடை ஏற்றுவதைத் தடுத்த மாஷா அதில் எந்தத் திருத்தமும் செய்யக்கூடாது என்பதற்கு நீதிமன்ற தடையும் வாங்கியிருக்கிறார். அது போலவே செகாவின் படைப்புகளை முறையாகத் தொகுத்து செம்பதிப்பாக 30 தொகுதிகளைக் கொண்டு வந்தவர் மாஷா. அத்தோடு செகாவின் வெளியிடப்படாத படைப்புகள், கடிதங்களையும் தொகுத்து ஆவணப்படுத்தியிருக்கிறார். மாஷாவின் முயற்சிகளுக்கு உடனிருந்து உதவியவர் வர்கா என்ற போலந்து பணிப்பெண்.

1900 கோடையில் செகாவ் The Three Sisters நாடகத்தை எழுதத் தீர்மானித்தபோது ரஷ்ய நாடக உலகில் நட்சத்திரமாக விளங்கும் ஓல்கா நிப்பரைத் திருமணம் செய்து கொள்ள முடிவு செய்தார். ஆனால் அதைத் தனது வீட்டார் அறியாமல் ரகசியமாக வைத்திருந்தார். இந்தத் திருமணத்தில் ஓல்காவின் தாய்க்கு இஷ்டமில்லை.

மாஷாவிற்கு அண்ணனின் திருமணம் பற்றித் தாமதமாகவே தெரிய வந்தது. அவரால் அதை ஏற்க முடியவில்லை. செகாவை மாஸ்கோ செல்லவிடாமல் தடுப்பதில் கவனம் செலுத்தினார். இந்த நாட்களில் அண்ணன் தங்கைக்கு நடுவே ஏற்பட்ட கருத்துவேறுபாடுகளை மையமாகக் கொண்டு Chekhov and Maria என்றொரு திரைப்படம் 2007இல் வெளியாகியுள்ளது.

மருத்துவரான செகாவின் வருவாயில்தான் அவரது குடும்பம் நடந்து வந்தது. செகாவின் இரண்டு சகோதரர்களுக்கும் பெரிய வருவாய் கிடையாது. ஆகவே அவர்களும் மனைவி குழந்தைகளுடன் செகாவோடு ஒன்றாகவே வாழ்ந்து வந்தார்கள். இவ்வளவு பெரிய குடும்பத்தை மாஷா நிர்வாகம் செய்து வந்தார். ஆகவே ஓல்காவைத் திருமணம் செய்து கொண்டதும் குடும்ப வருவாய் நின்று விடுமோ என்ற பயம் அவருக்குள்ளிருந்தது. ஆனால் செகாவ் தனது வருவாய் தனது குடும்பத்திற்கானது மட்டுமே என்று உறுதியளித்தார்.

செகாவின் மைத்துனர் கான்ஸ்டான்டின் நிப்பர் ரயில்வே துறையில் இன்ஜினீயராகப் பணியாற்றினார். அந்த நாட்களில் ரயில் பாதை விரிவாக்கம் முழு வேகத்தில் நடைபெற்றுவந்தது. ஆகவே அவருக்கு நிறைய வருவாய் கிடைத்தது. முக்கியப் பிரமுகராக வலம் வந்தார். அத்துடன் ஓல்கா புகழ்பெற்ற நடிகையாக இருந்தார் என்பதால் அவர்கள் குடும்பம் மிகவும் வசதியாக விளங்கியது.

அவரது கதைகளில் வருவது போலவே செகாவின் திருமண வாழ்க்கையும் ஏமாற்றத்திலே முடிந்தது. ஓல்காவின் மேல்தட்டு வாழ்க்கை செகாவிற்குப் பொருந்தவில்லை. ஓல்கா மாஸ்கோவில் வசித்தார். மாதத்தில் சில நாட்கள் தான் இருவரும் ஒன்றாக இருந்தார்கள். புகழ் இருவரையும் ஒன்று சேர்ந்தது. ஆனால் மனம் பிரித்து வைத்தது.

காசநோயால் அவதிப்பட்ட ஆன்டன் செகாவின் உடல்நிலை மோசமானதற்கு ஒல்கா முக்கியக் காரணம் என மாஷா நினைத்தார். அந்தக் கோபத்தை அண்ணனிடம் காட்டினார். ஆனால் செகாவ் ஒருபோதும் ஒல்காவைக் குற்றம் சொல்லவில்லை.

ஆன்டன் செகாவ் மூன்று சகோதரிகள் என்றொரு நாடகம் எழுதியிருக்கிறார். அந்த நாடகத்தில் வரும் ஒல்கா கதாபாத்திரம் மரியாவின் சாயலைக் கொண்டிருக்கிறது. அவள் ஒரு பள்ளி ஆசிரியை. திருமணம் செய்து கொள்ளாதவள்.

நாடகத்தில் வரும் மற்ற இரண்டு சகோதரிகளிடம் காணப்படும் குணங்களும்கூட மரியாவையே நினைவுபடுத்துகின்றன. இந்த நாடகத்தில் அன்றைய ரஷ்யக் குடும்பத்தின் நிலையை, உறவிற்குள் நடைபெறும் அபத்தமான நிகழ்வுகளை, குடும்பச் சொத்திற்கான சண்டையை செகாவ் கடுமையாக விமர்சனம் செய்திருக்கிறார்.

குறிப்பாக நாடகத்தின் ஒரு காட்சியில் இன்றுள்ள வாழ்க்கை முறை எவ்வளவு முட்டாள்தனமானது. போலியானது. அருவருப்பானது என்பதை நூறு இருநூறு வருஷங்களுக்குப் பின்பு தான் உணர்வார்கள். அன்று இவற்றை நினைத்துப் பார்க்கும் போது எவ்வளவு இழிவான வாழ்க்கையை மேற்கொண்டிருந்தோம் என்று தோன்றும் என்கிறார்.

இந்த நாடகத்தில் வரும் மூன்று பெண்களும் திருமணம் என்ற ஒற்றைப் புள்ளியால் இணைக்கப்படுகிறார்கள். மூத்தவள் திருமணத்திற்காக ஏங்குகிறாள். ஆனால் திருமணம் நடைபெறவில்லை. நடுவில் உள்ளவள் திருமணம் செய்து கொண்டிருக்கிறாள். ஆனால் அது சந்தோஷமாக இல்லை. மூன்றாவது சகோதரி மாஸ்கோ சென்று நல்ல மணமகனைத் தேடி மணக்க கனவு காணுகிறாள். செகாவின் குடும்பத்திற்குள் நடைபெற்ற சண்டைகள், பிரச்சனைகள் நாடகத்தில் வேறு வடிவில் வெளிப்படுகின்றன. அன்னை, மனைவி, சகோதரி என மூன்று பெண்கள் அவர் வாழ்விலும் எழுத்திலும் தொடர்ந்து இடம்பெறுகிறார்கள்.

எமிலி பிராண்டே சகோதரிகளின் வாழ்க்கை வரலாற்றை மையமாகக் கொண்டு இந்த நாடகத்தை எழுதியிருக்கக் கூடும் என்றும் விமர்சகர்கள் சொல்கிறார்கள்.

செகாவின் நண்பரும் ஓவியருமான ஐசக் லெவிடன் மரியாவைக் காதலித்தார். 1886ஆம் ஆண்டின் கோடைகாலத்தில் ஒரு நாள் மரியா எஸ்டேட்டிலிருந்து காட்டினை நோக்கி நடந்து கொண்டிருந்தபோது எதிர்பாராதவிதமாக ஓவியர் லெவிடனைச் சந்தித்தார். இருவரும் உரையாடியபடியே நடந்தனர்.

லெவிடன் திடீரென்று ஒரு இடத்தில் அவளது முன்னால் மண்டியிட்டுத் தனது காதலைத் தெரிவித்தார். இதனால் வெட்கமடைந்த மரியா, எதுவும் பேசாமல், முகத்தைக் கைகளால் மூடிக்கொண்டு, வீட்டிற்குத் திரும்பி ஓடினாள். அன்று நாள் முழுவதும் தன் அறையில் அழுதுகொண்டே இருந்தாள்.

வழக்கம் போல் லெவிடன் இரவு உணவிற்கு அவர்களின் வீட்டிற்கு வந்தார். ஆனால் மரியா தனது அறையை விட்டு வெளியே வரவில்லை. மரியா ஏன் சாப்பிட வரவில்லை என்று செகாவ் கேட்டபோது, அவரது சகோதரர் மைக்கேல் அவள் நாள் முழுவதும் அறையை மூடிக்கொண்டு அழுது கொண்டிருப்பதாகச் சொன்னார்.

ஏன் என்று புரியாத செகாவ் அவளது அறைக்கதவைத் தட்டினார். கண்ணீரை மறைத்துக் கொண்டு கதவைத் திறந்த மரியாவிடம் என்ன நடந்தது என்று கேட்டார். தன்னை லெவிடன் காதலிப்பதைப் பற்றிச் சொல்லிய மரியா தனக்கு என்ன பதில் சொல்வது எனத் தெரியவில்லை என்று வெளிப்படையாகப் பேசினார்

லெவிடனின் காதல் லீலைகளை அறிந்த செகாவ் அந்தக் காதலை ஏற்க மனமின்றி, உனக்கு லெவிடனைப் பற்றித் தெரியாது. அவனால் எந்தப் பெண்ணுடனும் கொஞ்ச காலத்திற்கு மேல் நெருக்கமாக இருக்க முடியாது. உதறிச் சென்றுவிடுவான். அத்தோடு அவனுக்கு வேசைகளுடன் பழக்கம் அதிகம் என உண்மையைச் சொல்லியிருக்கிறார்.

மரியா அதைப் புரிந்துகொண்டு லெவிடனை விட்டு விலகியிருக்கிறாள். செகாவ் போலவே லெவிடனும் இளவயதிலே நோயுற்றவர். இதயச் சிகிச்சைக்காக ஐரோப்பாவிற்குச் சென்று திரும்பிய லெவிடன் தனது இறுதி நாட்களில் மரியாவிடம் மனம் திறந்து பேசியிருக்கிறார்

ஒருவேளை நான் திருமணம் செய்து கொள்வது என்று முடிவு செய்திருந்தால் உன்னைத்தான் மணந்து கொண்டிருப்பேன் என்று கூறியிருக்கிறார்.

ஆன்டன் செக்காவின் புகழ்பெற்ற உருவப்படம் ஓசிப் பிரால் வரையப்பட்டதே. அந்த ஓவியம் வரைவதற்குச் செகாவை சம்மதித்து அமரச் செய்தவர் லெவிடனே. இருவரும் இணைபிரியாத நண்பர்களாக இருந்தார்கள்.

செகாவ் வாழ்ந்த நாட்களில் ரஷ்ய சமூகம் மாறிக் கொண்டிருந்தது. குறிப்பாக, பிரெஞ்சு பண்பாட்டின் தாக்கம் மிக அதிகமாக இருந்தது. உயர்குடி மக்களின் விருந்து, நடனம், ரசனை என யாவும் மாறியிருந்தன. இன்னொரு பக்கம் மிகவும் மோசமான ஏழ்மை, வறுமை. வரிச்சுமை எனத் தேசம் தடுமாறிக் கொண்டிருந்தது.

அரசாங்க ஊழியர்களின் அதிகார துஷ்பிரயோகம். ஊழல் மற்றும் போலித்தனங்களைக் கண்டு மக்கள் கோபம் அடைந்தார்கள். அதைத்தான் செகாவ் தனது கதைகளில் வெளிப்படுத்தினார். குறிப்பாக தோல்வியுற்ற திருமணங்களே செகாவ் கதையின் முக்கிய கருப்பொருள்.

செகாவின் The man in the case கதையில் வரும் பைலிகோவ் மாற்றங்களை விரும்பாத மனிதர். அவர் பள்ளியில் கிரேக்க ஆசிரியராகப் பணியாற்றுகிறார், அவர் விதிகள் மீறப்படுவதை ஏற்காதவர். தன்னைச் சுற்றி நடைபெறும் அனைத்து மாற்றங்களிலும் ஆழ்ந்த சந்தேகம் கொண்டவர். கடந்த காலத்தைப் பொற்காலம் என்று கொண்டாடக் கூடியவர். எந்த மாற்றமும் தன்னைப் பற்றிக் கொள்ளக்கூடாது என்பதில் கவனமாக இருப்பவர். இதற்காகத் தன்னைச் சுற்றி பாதுகாப்பு வளையம் போல உருவாக்கிக் கொண்டு அதற்குள் வாழ்ந்து வருகிறார். ஊரில் உள்ள அனைவரும் அவரை வெறுக்கிறார்கள். அந்தப் பள்ளியில் வேலை செய்யும் இளம்பெண் வரிங்கா மீதான ஈர்ப்பு அவரைக் குழப்பத்திற்குள்ளாக்குகிறது. அவர் காதலிப்பதாக வதந்தி பரவுகிறது. மற்றவர்கள் கேலி செய்கிறார்கள். அதில் நிலைகுலைந்து போகிறார். பள்ளிச் சுற்றுலாவின்போது அவரும் வரிங்காவும் சைக்கிளில் செல்கிறார்கள். அந்தப் பயணம் உள்நோக்கமுடையது என்று வதந்தி பரவுகிறது.

இதனால் வேதனை அடைகிறார் பைலிகோவ். இலை உதிர்வது போல அவரது மரணம் எளிதாக நடந்தேறுகிறது.

தன்னைச் சுற்றிய உலகம் பைலிகோவ் போன்ற மனிதர்களால் நிரம்பியிருக்கிறது என்பதை செகாவ் நன்றாக உணர்ந்திருந்தார். இவர்கள் செகாவையும் போலித்தனமான வாழ்க்கையினுள் இழுத்தார்கள். இந்த நெருக்கடிகளால் அவர் மனச்சோர்வடையும்போது தனது இசை மற்றும் உரையாடல்களால் அவரை மீட்டவர் மரியா.

செகாவின் மறைவிற்குப் பிறகு அவரது வாழ்க்கை வரலாற்றை யாரை வைத்து எழுதுவது என்ற கேள்வி எழுந்தது. அப்போது மரியா அது இவான் புனினால் மட்டுமே முடியும். அவர் ஒருவரே ஆன்டன் செகாவை நன்கு அறிந்தவர் என்று பதில் அளித்தார். அத்தோடு இவான் புனினிற்கே ஒரு கடிதமும் எழுதினார். இவான் புனின் அதை ஏற்றுக் கொண்டு About Chekhov: The Unfinished Symphony என்ற நூலை எழுதியிருக்கிறார். அதை முழுமையாக முடிப்பதற்குள் புனின் இறந்துவிட்டார். என்றாலும் செகாவின் ஆளுமையைச் சிறப்பாக வெளிப்படுத்தும் விதமாக இதனை புனின் எழுதியிருக்கிறார்.

ஆன்டன் செகாவின் கதைகளைத் தேடி சேகரித்து ஆவணப்படுத்துவது எளிதான பணியில்லை. தனது கதைகளின் கையெழுத்துப் பிரதிகளை அவர் பாதுகாத்து வைக்கவில்லை. அவற்றைப் பதிப்பாளர்களிடம் கேட்டு வாங்கி வெளியான கதைகளுக்கும் அதற்குமான வேறுபாடுகளை ஆராய்ந்து தொகுத்திருக்கிறார் மரியா. அது போலவே செகாவ் தனது காதலிகளுக்கு எழுதிய கடிதங்களையும் கூடச் சேகரித்திருக்கிறார். ஆனாலும் நிறையக் கடிதங்கள் மற்றும் கையெழுத்துப் பிரதிகள் தொலைந்து போயிருக்கின்றன ஓல்கா நிப்பரிடமிருந்து செகாவிற்கு எழுதப்பட்ட காதல் கடிதங்கள், தந்திகளை அவர் மரியாவிடம் கொடுக்க விரும்பவில்லை. தணிக்கை செய்து அதைத் தானே வெளியிட்டிருக்கிறார்.

ஆன்டன் செகாவின் புகழை விற்பனைப் பொருளாக மாற்ற முயன்ற சில பதிப்பாளர்கள் அவரது மறைவிற்குப் பின்பு செகாவ் பெயரில் வெளிவராத புதிய கதைகளை வெளியிட்டார்கள். அவர் எழுதாத கடிதங்களைத்

தாங்களே உருவாக்கிப் பதிப்பித்தார்கள். சைபீரிய சிறை அதிகாரியிடமிருந்து கைப்பற்றப்பட்டதாக ஒரு குறுநாவல் ஆங்கிலத்தில் வெளியானது. இவை யாவும் போலி என்பதை மரியா நிரூபித்தார்.

இது போலவே செகாவ் தனது காதலிகளுக்கு எழுதிய கடிதங்களில் பல போலியானவை என்பதையும் அவர் சுட்டிக்காட்டியிருக்கிறார் செகாவின் சொந்தக் கடிதங்களில் 4,500 மட்டுமே எஞ்சியிருக்கிறது. 10,000 க்கும் மேற்பட்டோர் அவருக்கும் அவரது குடும்பத்தினருக்கும் கடிதம் எழுதியிருக்கலாம் என்கிறார்கள்.

செகாவின் மரணத்திற்குப் பிறகு அவரது உயிலின்படி அனைத்துச் சொத்துகளும் மரியாவிடம் ஒப்படைக்கப்பட்டன. இதை ஓல்கா முழுமனதோடு ஏற்றுக் கொண்டார். செகாவிற்கு உரிமையான எந்தச் சொத்திற்கும் அவர் உரிமை கோரவில்லை.

செகாவின் சகோதரர்கள் மற்றும் ஓல்கா இணைந்து செகாவின் படைப்புகள், வங்கிச்சேமிப்பு, வீடு, நிலம் உள்ளிட்ட அனைத்து உரிமைகளையும் மாஷாவிற்குச் சட்டப்பூர்வமாக எழுதிக் கொடுத்தார்கள். இதனால் 80,000 ரூபிள் மாஷாவிற்குக் கிடைத்தது. அந்தப் பணம் அவளைப் பணக்காரப் பெண்ணாக்கியது. மாஷா ஆசிரியர் வேலையைக் கைவிட்டு முழுமையாக செகாவ் நினைவகத்தை உருவாக்கும் பணியில் ஈடுபடத் துவங்கினார்

செகாவ் நினைவகத்தை நிர்வகிப்பது பெரும் சவாலாக இருந்தது. புரட்சி, உள்நாட்டுப் போர், ஸ்டாலினின் பயங்கரவாதம் மற்றும் ஜெர்மன் ஆக்கிரமிப்பு என அத்தனையையும் சமாளித்து மரியா, நினைவகத்தைச் சிறப்பாகப் பாதுகாத்து வந்திருக்கிறார்.

இன்று அந்த நினைவகம் ரஷ்யாவின் புகழ்பெற்ற பண்பாட்டு மையங்களில் ஒன்றாக விளங்குகிறது. அங்கே செகாவின் கதைகளைக் கூடி வாசிப்பது, நாடகங்கள் நிகழ்த்துவது, இலக்கிய வெளியிடுகள், கருத்தரங்குகள் என ஆண்டுமுழுவதும் தொடர்நிகழ்வுகள் நடைபெறுகின்றன. அந்த நினைவகத்தில் மரியா வரைந்த ஓவியங்களும் அவள் இசைத்த பியானோவும் காட்சிக்கு வைக்கப்பட்டிருக்கின்றன.

டால்ஸ்டாய் இறந்தபிறகு அவரது இல்லத்தை நினைவகமாக மாற்றும் முயற்சியில் அலெக்சாண்ட்ரா (சாஷா) என்ற டால்ஸ்டாயின் மகள் ஈடுபட்டார். 1921இல் அவர் செகாவின் தங்கை மரியாவை மாஸ்கோவில் சந்தித்து ஆலோசனை கேட்டிருக்கிறார். அந்தச் சந்திப்பின்போது எப்படி நினைவகத்தை நிர்வகிப்பது என்பது குறித்து உரையாடியிருக்கிறார்கள். அரசின் தலையீடு அதிகமிருப்பது குறித்து அலெக்சாண்ட்ரா வருத்தம் தெரிவித்தபோது மரியா அதைக் கண்டுகொள்ளாமல் நாம் பணியாற்ற வேண்டும் என்று ஆலோசனை தெரிவித்திருக்கிறார்.

டால்ஸ்டாயின் மகள் சாஷா, தஸ்தாயெவ்ஸ்கியின் மனைவி அன்னா, செகாவின் தங்கை மரியா ஆகிய மூவரும் மகத்தான படைப்பாளிகளின் புகழையும் நினைவுகளையும் உயர்த்திப் பிடித்திருக்கிறார்கள். அவர்களுக்கான நினைவகத்தை உருவாக்கி நடத்தியிருக்கிறார்கள். இன்று ரஷ்ய இலக்கிய மேதைகளை நாம் நினைவு கொள்கிறோம், கொண்டாடுகிறோம். ஆனால் அந்தச் சுடரை ஏற்றிய, தாங்கிப்பிடித்த பெண்களை மறந்துவிட்டோம்.

இந்த மூவரையும் இலக்கியத்தின் மூன்று தேவதைகள் என்று விமர்சகர் எம். துரோவ்ஸ்கயா குறிப்பிடுகிறார். உண்மையான வாசகமது. செகாவின் நினைவுகளுக்குள் ஒரு வானவில் போல மரியா என்றும் ஒளிர்ந்து கொண்டிருக்கிறார்.

2
பாஸ்டர்நாக்கின் ஜன்னல்

1958ஆம் ஆண்டுத் தனக்கு நோபல் பரிசு வழங்கப்பட்டிருக்கும் செய்தியைக் கேள்விப்பட்டபோது போரிஸ் பாஸ்டர்நாக் மாஸ்கோவிற்கு அருகிலிருந்த எழுத்தாளர்களுக்கான கிராமமான பெரெடெல்கினோவில் இருந்தார். அங்கே அவருக்கு ஒரு வீடு ஒதுக்கப்பட்டிருந்தது.

மாக்சிம் கார்க்கியின் ஆலோசனைப்படி ஸ்டாலின் எழுத்தாளர்களுக்கான கிராமத்தினை உருவாக்கியிருந்தார். இயற்கையான சூழலில் நதிக்கரை ஓரமாக 250 ஏக்கர் பரப்பளவில் அந்தக் கிராமம் உருவாக்கப்பட்டு அதில் ஐம்பது எழுத்தாளர்களுக்குத் தனிவீடு ஒதுக்கப்பட்டிருந்தது. அந்தக் குடியிருப்பின் பின்புறமாக எளிய மரவீடுகளில் விவசாயிகள் குடியிருந்தார்கள். அங்கே விவசாயப் பணிகள் நடைபெற்றன.

நோபல் பரிசு பெற்ற செய்தி அறிந்த நண்பர்கள் அவருக்கு வாழ்த்து சொல்ல அவரது வீட்டில் ஒன்றுகூடினார்கள். அந்தக் குடியிருப்பின் நிர்வாகியும் கட்சியின் முக்கியப் பொறுப்பில் இருப்பவருமான கான்ஸ்டான்டின் ஃபெடின் அவரைச் சந்தித்து நோபல் பரிசை அவர் ஏற்றுக் கொள்ளக்கூடாது என்று கட்சி முடிவு செய்திருக்கிறது. சோவியத் பண்பாட்டு அமைச்சர் மிகைலோவ் அதனை அறிவித்துள்ளார். ஆகவே அவர் தனது தரப்பை உடனடியாக அறிவிக்க வேண்டும் என்று தெரிவித்தார்.

தனது நீண்டகாலக் கனவை அடைந்தது போல மகிழ்ச்சியில் திளைத்த பாஸ்டர்நாக்கிற்கு இந்த எச்சரிக்கை பயத்தை உருவாக்கியது. அதற்குக் காரணம், அவரது அண்டை வீட்டில் வசித்த எழுத்தாளர் பில்னியாக் கைது செய்யப்பட்டு முறையான விசாரணையின்றிக் கொல்லப்பட்டதாகும். ஆகவே பாஸ்டர்நாக் தான் விருதைப் பெறப்போவதில்லை என்று ஃபெடினிடம் தெரிவித்தார்.

நோபல் பரிசிற்குக் காரணமாக இருந்த டாக்டர் ஷிவாகோ நாவல் அப்போது வரை ரஷ்யாவில் வெளியாகவில்லை. அதன் முதற்பதிப்பு இத்தாலியில் வெளியானது

இரண்டு நாட்களின் பின்பு நோபல் கமிட்டி அவருக்கு அனுப்பிய தந்தி தாமதமாகவே அவரை வந்து சேர்ந்தது. விருது கொடுத்ததற்கு நன்றி என்று தனது மகிழ்ச்சியை இன்னொரு தந்தி மூலம் பாஸ்டர்நாக் தெரிவித்தார். ஆனால் தன்னால் நிச்சயமாக நோபல் பரிசைப் பெற நேரில் செல்ல முடியாது என்பதை உணர்ந்திருந்தார். அத்தோடு நோபல் பரிசை ஏற்றுக் கொள்வதன் வழியே அரசின் எதிர்ப்பை சந்திக்க வேண்டியது வரும். அது சிறைவாசமோ, மரணதண்டனையிலோ முடியும் என்பதையும்.

டாக்டர் ஷிவாகோ நாவலை பாஸ்டர்நாக் பத்து ஆண்டுகள் எழுதியிருக்கிறார். அது அவரது உண்மைக்கதை. சொந்த வாழ்வில் நடந்தவற்றையும் சமகால அரசியல் நெருக்கடிகளையும் கலந்து இதனை எழுதினார். அந்தக் கால ரஷ்யாவில் எழுத்தாளர்கள் தங்களின் படைப்புகளைத் தணிக்கை அலுவலகத்திற்கு அனுப்பி அவர்களின் அனுமதி பெற்ற பின்பே வெளியிட வேண்டும். ஆகவே தணிக்கை த்துறை தனது நாவலை வெளியிட அனுமதிக்காது என்று பாஸ்டர்நாக் நன்றாக உணர்ந்திருந்தார்.

இந்தச் சூழலில் ஒரு நாள் இத்தாலியிலிருந்து டி.ஏஞ்சலோ என்ற ரேடியோ நிருபர் அவரைச் சந்திக்க வந்திருந்தார். இத்தாலிய கம்யூனிஸ்ட் கட்சி ரோமில் ஒரு புத்தகக் கடை நடத்தி வந்தது. கட்சி விசுவாசியான ஃபெல்ட்ரினெல்லி தனியே பதிப்பகம் ஒன்றையும் நடத்தி வந்தார். அந்தப் பதிப்பகம் மூலம் புதிய நூல்களை வெளியிட்டார்கள். அந்த வரிசையில் பாஸ்டர்நாக்கின் புதிய புத்தகம் ஏதாவது வெளியிட முடியுமா எனக் கேட்பதற்காகவே ஏஞ்சலோ வந்திருந்தார்.

அவருடனான உரையாடலின்போது டாக்டர் ஷிவாகோ நாவலைப் பற்றித் தெரிவித்தார் பாஸ்டர்நாக். டி ஏஞ்சலோ தன்னால் இத்தாலியில் அந்த நாவலை வெளியிட முடியும் என்று சொல்லி கையெழுத்துப் பிரதியைப் பெற்றுக் கொண்டார். அப்படித்தான் இந்த நாவல் இத்தாலியில் வெளியானது.

நோபல் பரிசு கிடைத்தவுடன் பாஸ்டர்நாக் பெரிய சதித்திட்டத்தோடு தனது நாவலை வெளிநாட்டிற்கு அனுப்பி வெளியிடச் செய்துள்ளார். அவர் ஒரு தேசத்துரோகி என்ற பிரச்சாரம் முன்னெடுக்கப்பட்டது.

பாஸ்டர்நாக்கைப் பாராட்டியதோடு அவர் நோபல் பரிசு பெற ஸ்வீடன் செல்ல ரஷ்ய அரசு அனுமதிக்க வேண்டும் என்று இந்தியாவிலிருந்து பிரதமர் நேரு கடிதம் அனுப்பினார். அவரைப் போலவே ஹெமிங்வே பாஸ்டர்நாக் விருது பெற ரஷ்யா அனுமதிக்க வேண்டும் என்று எழுதினார். உலகெங்கும் பாஸ்டர்நாக்கிற்கு ஆதரவாகக் குரல்கள் எழுந்தன. ஆனால் ரஷ்ய அரசு பிடிவாதமாக அவர் விருது பெறுவதைத் தடை செய்தது. நோபல் பரிசு பெற பாஸ்டர்நாக் ஸ்வீடன் செல்லவில்லை. அவர் தொடர்ந்து அரசின் கண்காணிப்பு வலையில் இருந்து வந்தார். அவரது காதலி ஓல்கா கைது செய்யப்பட்டுச் சிறையில் கடுமையான தண்டனைகளை அனுபவித்தார். ஓல்காவைத் தான் டாக்டர் ஷிவாகோ நாவலில் லாரா என்ற கதாபாத்திரமாக உருவாக்கியிருக்கிறார் பாஸ்டர்நாக்.

பாஸ்டர்நாக்கின் வெளிநாட்டுத் தொடர்புகள் மற்றும் கையெழுத்துப்பிரதி கடத்தப்பட்ட சம்பவம் குறித்து ஓல்காவிடம் தொடர்விசாரணைகள் மேற்கொள்ளப்பட்டன. அவர் கடுமையான சித்ரவதைகளை அனுபவித்தார். தன்னை நேரடியாக விசாரணை செய்யாமல் ஓல்காவை இப்படிச் சித்ரவதை செய்கிறார்களே என்ற குற்றவுணர்வில் பாஸ்டர்நாக் மிகவும் மனவேதனை அடைந்தார்.

1958இல், பிரஸ்ஸல்ஸில் நடந்த உலகப் புத்தகக் கண்காட்சியில், டாக்டர் ஷிவாகோ நாவலின் ரஷ்ய மொழி பதிப்பு அமெரிக்காவின் சிஐஏ ஆதரவில் வெளியிடப்பட்டது. பாஸ்டர்நாக்கைப் பயன்படுத்தி சோவியத் எதிர்ப்பினை உருவாக்க முயன்றது அமெரிக்கா. இரு நாடுகளின் அரசியல் போட்டியின் நடுவே பாஸ்டர்நாக் பகடையாகச் சிக்கிக் கொண்டார்.

••

பாஸ்டர்நாக்கின் தந்தை லியோனிட் புகழ்பெற்ற ஓவியர். அவர் டால்ஸ்டாயின் நெருக்கமான நண்பராக இருந்தார். டால்ஸ்டாயின் புத்துயிர்ப்பு நாவல் தொடராக வந்தபோது

அதற்குச் சித்திரங்கள் வரைந்திருக்கிறார். தன்னைவிடவும் டால்ஸ்டாய் சிறந்த யூதராக விளங்கினார் என்கிறார் லியோனிட்.

ஒடெசாவில் உள்ள யூத குடும்பத்தில் பிறந்தவர் லியோனிட். சிறுவயது முதலே ஓவியம் வரைவதில் ஆர்வம் கொண்டிருந்தார்.. மாஸ்கோ பல்கலைக்கழகத்தில் மருத்துவம் பயின்ற லியோனிட் பின்பு மியூனிச்சிலுள்ள ராயல் அகாடமி ஆஃப் ஃபைன் ஆர்ட்ஸில் கல்வி பயின்று பட்டம் பெற்றார். ரஷ்ய இராணுவத்தில் இரண்டு ஆண்டுகள் கட்டாயப் பணியாற்றிய பின்பு முழுநேர ஓவியராக வாழத்துவங்கினார்.

1889ஆம் ஆண்டில், பியானோ இசைக்கலைஞரான ரோசா இசிடோரோவ்னாவை மணந்தார், இவர்களின் முதல் பிள்ளைதான் போரிஸ் பாஸ்டர்நாக்.

புத்துயிர்ப்பு நாவலின் களமாக நீதிமன்றம் இருப்பதால் லியோனிட் தானே நேரில் நீதிமன்றத்திற்குச் சென்று நீதிமன்ற அறைகள், சிறைச்சாலைக் காட்சிகளை மாதிரியாக வரைந்து கொண்டு வருவது வழக்கம். அவரது ஓவியங்களை டால்ஸ்டாய் பார்த்து ஏற்றுக் கொண்ட பின்பே பத்திரிகைக்கு அனுப்பி வைப்பார்கள்.

பாஸ்டர்நாக்கின் வீடு மாஸ்கோவின் கலாச்சார மையங்களில் ஒன்றாக மாறியது, அங்கு கலைஞர்களும் இசைக்கலைஞர்களும் ஒன்றுகூடினார்கள்.

லியோனிட் தனது குடும்பத்துடன் பல வாரங்கள் டால்ஸ்டாயின் யஸ்னயா பாலியானா பண்ணையில் தங்கியிருக்கிறார். ஆகவே டால்ஸ்டாய் குடும்பத்தில் அவருக்குத் தனியிடம் இருந்தது. ரோசாவின் இசையைப் பாராட்டி டால்ஸ்டாய் கடிதம் எழுதியிருக்கிறார். மாஸ்கோவில் இருந்த பாஸ்டர்நாக் வீட்டிற்கு டால்ஸ்டாய் வருகை தந்திருக்கிறார். அவர்கள் வீட்டின் ஹாலில் டால்ஸ்டாயின் சித்திரம் ஒன்று மாட்டப்பட்டிருந்தது. தங்களின் ஆன்மீக வழிகாட்டி டால்ஸ்டாய் என்று லியோனிட் கூறிவந்தார்.

தனது இறுதி நாட்களில் வீட்டைவிட்டு வெளியேறிய டால்ஸ்டாய் அஸ்தபோவ் ரயில்நிலையத்தில்

மரணப்படுக்கையில் இருந்தபோது லியோனிட்டிற்குத் தந்தி கொடுத்து வரவழைத்தார்கள். அப்போது சிறுவனான பாஸ்டர்நாக் உடன் சென்றிருந்தார். டால்ஸ்டாயின் கடைசி நிமிஷத்தை லியோனிட் ஓவியமாக வரைந்திருக்கிறார். பாஸ்டர்நாக் தனது நினைவுக்குறிப்பில் டால்ஸ்டாயின் இறுதி ஊர்வலம் எவ்வளவு பிரம்மாண்டமாக நடந்தேறியது என்பதைப் பற்றி எழுதியிருக்கிறார்.

கலைக்குடும்பத்திலிருந்து வந்தவர் என்பதால் ஆரம்பம் முதலே பாஸ்டர்நாக் இசையிலும் கவிதையிலும் மிகுந்த ஆர்வம் கொண்டிருந்தார். இசைக்கலைஞராகவே கனவு கண்டார். ஆனால் அதற்கான தொடர் பயிற்சிகளைப் பெற முடியவில்லை. அவரது இலக்கிய ஈடுபாடு அன்று எழுதிக் கொண்டிருந்த இளம்படைப்பாளிகள் பலருடன் நட்பாக உருவானது. அன்னா அக்மதேவா, ஒசிப் மாண்டெல்சம், பிளாக், குலியேவ், மரினா என இளம் பட்டாளமே கவிஞர்களின் குழுவாகச் செயல்பட்டது.

இரண்டாம் உலகப் போர் முடிந்ததும், பாஸ்டர்நாக் ஜினைடாவைத் திருமணம் செய்து கொண்டார். ஜினைடாவிற்கு இலக்கிய ஆர்வம் கிடையாது. ஆனால் வீட்டையும் அவரையும் நன்றாகக் கவனித்துக் கொண்டார். நிறையக் காதல் அனுபவங்கள் கொண்ட பாஸ்டர்நாக் கலையை நேசிக்கும் பெண்ணிற்காக ஏங்கினார். அந்தத் தருணத்தில்தான் ஓல்காவின் அறிமுகம் கிடைத்தது. நோவி மிர் பத்திரிகையில் வேலை செய்த ஒல்கா அவரது வாசகியாக இருந்தார். அவர் இரண்டு முறை திருமணமானவர். பெண் குழந்தையின் அம்மாவாக இருந்தார். பாஸ்டர்நாக்கிற்கு அவளது தோழமை பிடித்திருந்தது. இருவரும் நெருக்கமாகப் பழகினார்கள். அப்போது பாஸ்டர்நாக்கின் வயது 56.

இது ஜினைடாவிற்குத் தெரியவந்தபோது அவர்களுக்குள் பிரச்சனை உருவானது. ஓல்காவை நேரில் சந்தித்து பாஸ்டர்நாக்கைத் தன்னை விட்டுப் பிரித்துவிட வேண்டாம் என்று மன்றாடினார். இதன் காரணமாக ஓல்கா பாஸ்டர்நாக்கை விட்டு விலகிப் போக ஆரம்பித்தாள். ஆனால் பாஸ்டர்நாக்கிற்காக அவள் சிறைப்பட்டு வேதனைகளை அனுபவித்த நிகழ்வுகளை அறிந்த பின்பு ஜினைடாவே அவளை பாஸ்டர்நாக்கின் உதவியாளராகச் செயல்பட அனுமதித்தாள்.

ஒல்காவின் மூலம் வெளியுலகத் தொடர்புகளை மேற்கொண்டு வந்தார் பாஸ்டர்நாக். குறிப்பாக நோபல் பரிசு மூலம் அவருக்குக் கிடைத்த பணத்தைப் பெறுவதற்காகக் கடிதங்கள் எழுதினார். அந்தப் பணத்தை லண்டனில் வசித்த சகோதரி மூலம் பெற்றுக் கொண்டார். யார் யாருக்கு எவ்வளவு பணம் பிரித்துத் தர வேண்டும் என்று விரிவாகக் கடிதம் எழுதியிருக்கிறார். அதில் அவரது மொழிபெயர்ப்பாளர்கள் அனைவருக்கும் பணம் தந்த விபரம் உள்ளது. இந்தப் பணவிவகாரம் பற்றி அறிந்த ரஷ்ய அரசு ஒல்காவை மீண்டும் கைது செய்து சிறையில் அடைத்தது.

முதன்முறையாக ஒல்கா கைது செய்யப்பட்டபோது கர்ப்பிணியாக இருந்தார் என்றும் சிறையிலே அவரது கர்ப்பம் கலைந்து போனது என்றும் பாஸ்டர்நாக் கேள்விப்பட்டபோது தாளமுடியாத வேதனை அடைந்தார். 1958 ஆம் ஆண்டு. ஜனவரியில் பாஸ்டர்நாக் சிறுநீர்ப்பையில் அடைப்பு காரணமாக மருத்துவமனையில் அனுமதிக்கப்பட்டார். ஆனால் அவர் தேசத்துரோகியாகக் கருதப்பட்டதால் போதுமான மருத்துவ உதவிகளைச் செய்ய மறுத்தார்கள்.

எழுத்தாளர் சுகோவ்ஸ்கி அவருக்காக மன்றாட மாஸ்கோவிற்குச் சென்றார், அரசிடம் மன்றாடினார். பின்பு அவரை மாஸ்கோ மருத்துவமனையில் அனுமதித்தார்கள். அறுவை சிகிச்சை நடந்தது. அவர் முழுமையாகக் குணமடைய இரண்டு மாதங்கள் ஆனது.

1946 இல் தனது கவிதைத் தொகுப்பிற்காக பாஸ்டர்நாக் நோபல் பரிசிற்குப் பரிந்துரைக்கப்பட்டார். அப்போது நோபல் கமிட்டி அவர் குறித்து அன்டன் கார்ல்கிரென் என்ற விமர்சகரிடம் அபிப்ராயம் கேட்டது. ரஷ்யாவின் முதல்தரமான கவிஞர் மிக முக்கியமானவர் என்று கார்ல்கிரென் தெரிவித்தார். ஆனால் அந்த ஆண்டு அவருக்கு நோபல் பரிசு வழங்கப்படவில்லை. முன்னதாக ரஷ்ய எழுத்தாளர் இவான் புனின் 1933 இல் நோபல் பரிசை வென்றார், அவர் தாயகம் திரும்பி கம்யூனிஸ்ட் அரசை ஏற்றுக் கொள்ள இயலாது என வாழ்நாள் முழுவதும் வெளிநாட்டிலே வசித்து வந்தார்.

1950 மற்றும் 1954 இல் பாஸ்டர்நாக் மீண்டும் நோபல் பரிசிற்குப் பரிந்துரைக்கப்பட்டார் 1957ஆம் ஆண்டில் ஆல்பர்ட் காம்யூ நோபல் விருது பெற்றபோது அதன் இறுதிப் பட்டியலில் இருந்தவர் பாஸ்டர்நாக். இது பற்றி ஆல்ட்பர் காம்யூவே வெளிப்படையாக எழுதியிருக்கிறார்.

1958ல் ஹார்வர்ட் பல்கலைக்கழகப் பேராசிரியர்கள் எர்னஸ்ட் ரெனாடோ மற்றும் ஹாரி லெவின், கொலம்பியா பல்கலைக்கழகத்தின் சிம்மன்ஸ். மூவரும் டாக்டர் ஷிவாகோவிற்காகப் பாஸ்டர்நாக்கிற்கு நோபல் பரிசு வழங்கப்பட வேண்டும் என்று பரிந்துரை செய்தார்கள். அந்த ஆண்டு அவருக்கு நோபல் பரிசு அறிவிக்கப்பட்டது.

டாக்டர் ஷிவாகோவின் பிரெஞ்சு பதிப்பு 1958 ஜூனில் வெளியிடப்பட்டது. அந்த நூலைப் பெற்றுக் கொண்ட பாஸ்டர்நாக் கண்ணீர் விட்டு அழுதார். பிரெஞ்சில் தனது நாவல் வெளியாக வேண்டும் என்பது நீண்டநாள் கனவு என்று தெரிவித்தார்.

அமெரிக்காவில் டாக்டர் ஷிவாகோ பெரும் அலையை உருவாக்கியது. பல வாரங்கள் நாவல் விற்பனைப் பட்டியலில் முதலிடம் பெற்றுவந்தது. குறுகிய காலத்தில் நாவல் எட்டு லட்சம் பிரதிகள் விற்பனையாகி சாதனைபடைத்தது. நாவல் அடைந்த வெற்றியை உடனடியாகப் பயன்படுத்திக் கொள்ள நினைத்த ஹாலிவுட் அதனைப் படமாக்கும் உரிமையைப் பெற்றது. டேவிட் லீன் இயக்குநராக நியமிக்கப்பட்டார். பிரபல திரைக்கதையாசிரியர் ராபர்ட் போல்ட் இதற்கான திரைக்கதையை எழுதினார்.

டாக்டர் ஷிவாகோ நாவலை விடவும் திரைக்கதை அபாரமாக எழுதப்பட்டிருக்கிறது. குறிப்பாக படத்தின் துவக்ககாட்சிகள் நாவலின் கடைசியில் இடம்பெறுபவை. அது போலவே லாராவின் சந்திப்பு, யூரல் நோக்கிய பயணம், அங்கு ஷிவாகோவின் வாழ்க்கை, பனிப்புயலின் நடுவே தனியே பயணம் செய்வது, லாராவின் மகளைத் தேடும் முயற்சி எனத் திரைக்கதை மிக அழகாகக் கண்ணிகளைக் கொண்டு உருவாக்கப்பட்டுள்ளது. டேவிட் லீன் இதனைக் காவியமாக எடுத்திருக்கிறார். பனியில் ரயில் செல்லும் காட்சியும் ஆள் அற்ற வீட்டிற்கு ஷிவாகோ திரும்பி செல்வதும் அவனது இறுதிக்காட்சியும் மறக்க முடியாதவை.

டாக்டர் ஷிவாகோவின் துவக்கக் காட்சியில் அம்மாவின் இசைக்கருவியை யூரியிடம் ஒப்படைக்கிறார்கள். அவன் தனக்கு இசைக்கருவியை வாசிக்கத் தெரியாது என்கிறான். படத்தின் முடிவில் லாராவின் மகள் அதே இசைக்கருவியை வாசித்தபடியே செல்கிறாள். திரைக்கதை எழுதுவதில் ராபர்ட் போல்ட் எவ்வளவு திறமைசாலி என்பதற்கு இந்த இணைப்பு ஒரு உதாரணம்.

அந்தக் காலத்தில் ரஷ்யாவில் கவிஞர்கள் மிகவும் புகழ்பெற்றிருந்தார்கள். கவிதை நூல்கள் வெளியான சில தினங்களிலே ஆயிரக்கணக்கான பிரதிகள் விற்றுத் தீர்ந்தன. கவிதை வாசிப்பு நிகழ்ச்சிகளுக்குப் பெரிய விளம்பரப் பதாகைகள் வைக்கப்பட்டன. கவிஞர்களைச் சந்தித்து உரையாடும் நிகழ்விற்கு வாசகர்கள் கூட்டம் அலைமோதின.. இசைநட்சத்திரங்களைப் போலக் கவிஞர்கள் கொண்டாடப்பட்டார்கள். அவ்வளவு புகழ் கொண்ட கவிஞராகவே போரிஸ் பாஸ்டர்நாக் இருந்தார். அவரது கவிதைகளை இளைஞர்கள் ஒன்றுகூடி வாசித்துக் கொண்டாடினார்கள்.

1934ஆம் ஆண்டுப் பாஸ்டர்நாக் தனது தந்தையிடம் தான் ஒரு நாவல் எழுதப்போவதாகத் தெரிவித்தார். எனக்குக் கவிதை போதுமானதாகயில்லை. டிக்கன்ஸ் நாவல்களைப் போல விரிவாக, உண்மையாக ஒரு நாவலை எழுத வேண்டும் என்ற ஆசையிருக்கிறது. அந்த ஆசையின் வடிவமாகவே டாக்டர் ஷிவாகோவை எழுதினார்.

டாக்டர் ஷிவாகோ அடிப்படையில் ஒரு காதல்கதை. மருத்துவரான யூரி ஷிவாகோ லாரா என்ற நர்ஸைக் காதலிக்கிறார். அந்தக் காதலின் தீவிரத்தையும் பிரிவின் வலியினையும் நாவல் விரிவாகப் பதிவு செய்திருக்கிறது.

தாய் தந்தையில்லாத டாக்டர் ஷிவாகோ அம்மாவின் உறவினர் நிகோலாய் நிகோலாவிச் வேடென்யாபின் குடும்பத்தால் வளர்க்கப்படுகிறார். மருத்துவம் படிக்கிறார். சிறந்த மருத்துவராகிறார். அதே மாஸ்கோவில் தந்தை இல்லாத இளம்பெண் லாரா கோம்ரோவ்ஸ்கி என்ற வணிகரின் கட்டுப்பாட்டில் இருக்கிறாள். அவள் புரட்சிகர எண்ணம் கொண்ட பாஷாவை காதலிக்கிறாள்.

ஆனால் கோம்ரோவ்ஸ்கி லாராவைக் கட்டாயப்படுத்தி ஆசைநாயகியாக வைத்திருக்கிறார். அவரது பிடியிலிருந்து

விடுபட முடியவில்லை. பாஷா அரசு எதிர்ப்பு பிரச்சார ஊர்வலத்தில் ஏற்பட்ட மோதலில் காயம்படுகிறான். அவனைக் கோம்ரோவ்ஸ்கிக்குப் பிடிக்கவில்லை. ஆகவே அவர்களின் காதலை நிராகரிக்கிறார். இந்தச் சூழ்நிலையில் கிறிஸ்துமஸ் விருந்திற்கு வரும் லாரா துப்பாக்கியால் கோம்ரோவ்ஸ்கியைச் சுட்டுவிடுகிறாள். அந்த நடனமண்டபத்திலிருந்த ஷிவாகோ அவளைக் காணுகிறார். அதற்கு முன்பு உடல்நலமற்ற அவளது அம்மாவிற்குச் சிகிச்சை தர வந்த ஷிவாகோ அவளைக் கண்டிருக்கிறார், லாராவின் அழகு மற்றும் துணிச்சல் அவரைக் கவருகிறது. அதன்பிறகு ஷிவாகோ தான்யாவைத் திருமணம் செய்து கொள்கிறார். அவர்களுக்கு ஒரு மகன் பிறக்கிறான்.

இந்த நிலையில் ராணுவ மருத்துவராகப் பணியாற்றும் ஷிவாகோ மெலியுசீவோ நகரில் உள்ள மருத்துவ முகாமிற்கு அனுப்பப்படுகிறார். அங்கு லாரா நர்ஸாகப் பணியாற்றுகிறாள். அங்கே அவர்களுக்குள் நட்பு உருவாகிறது. நாளடைவில் அது வளர்ந்து காதலாகிறது.

யுத்த பணிகள் முடிவுறவே அவள் யூரியாட்டினுக்கும் ஷிவாகோ மாஸ்கோவிற்கும் பிரிந்து செல்கிறார்கள். லாராவை மறந்து வாழுகிறார்.

அக்டோபர் புரட்சி மற்றும் அடுத்தடுத்த ரஷ்ய உள்நாட்டுப் போரைத் தொடர்ந்து, ஷிவாகோவும் அவரது குடும்பத்தினரும் ரயிலில் யூரல் மலைகளில் உள்ள யூரியாடின் நகருக்கு அருகில் அமைந்துள்ள டோனியா குடும்பத்திற்குச் சொந்தமான தோட்டத்திற்குத் தப்பிச் செல்ல முடிவு செய்கிறார்கள். கடுங்குளிரில் மோசமான ரயில் பெட்டியில் பயணம் செய்கிறார்கள். பயணத்தின்போது ராணுவ தளபதி ஸ்ட்ரெல்னிகோவைதற்செயலாகச் சந்திக்கிறார் ஷிவாகோ. அவர் கைப்பற்றப்பட்ட வெண்படையினர் மற்றும் கிராமத்தினர்களைத் தூக்கிலிட்டுக் கொன்றதை அறிந்து கொள்கிறார்.

ஷிவாகோவும் அவரது குடும்பத்தினரும் கைவிடப்பட்ட வீடு ஒன்றில் குடியேறுகிறார்கள். குளிர்காலம் மிக மோசமாக இருக்கிறது. தாங்க முடியாத குளிர். ஷிவாகோ வீட்டில் புத்தகம் படித்தபடி நாட்களைக் கடத்துகிறார். வசந்த காலம் வருகிறது, குடும்பம் விவசாய வேலைக்குத் தயாராகிறது.

ஷிவாகோ புத்தகங்கள் வாங்குவதற்காக யூரியாட்டின் பொது நூலகத்திற்குச் செல்கிறார். அங்கே மீண்டும், லாராவைச் சந்திக்கிறார். அவரது காதல் துளிர்விடுகிறது. தனது மகளுடன் வசிக்கும் லாராவின் வீட்டினைத் தேடிப் போகிறார். அவளுடன் நெருக்கமாகிறார். மனைவிக்குத் தெரியாமல் அவளைத் தேடி வந்து இரவைக் கழிக்கிறார்.

பின்பு ஒரு நாள் எதிர்பாராத விதமாக ஷிவாகோ போல்ஷ்விக் படைத் தளபதி லைபீரியஸ் ஆட்களால் கடத்தப்படுகிறார். அவர்களுடன் இரண்டு வருடங்களுக்கும் மேலாகச் செலவிடுகிறார், பின்னர் இறுதியாகத் தப்பித்துச் செல்கிறார். பனியில் நடந்தே யூரியாட்டினுக்குத் திரும்புகிறார். அங்கே அவரது குடும்பத்தினரைக் காண முடியவில்லை. கைவிடப்பட்ட நிலையிலுள்ள வீட்டினைக் காணுகிறார்.

லாராவைத் தேடிச் சென்று காணுகிறார். குளிர்காலத்தில், லாராவும் யூரியும் வாரிகினோவில் உள்ள தோட்டத்திற்குத் திரும்பிச் செல்கிறார்கள். அங்கு ஒவ்வொரு இரவும் வாசலில் ஓநாய்கள் ஊளையிடுகின்றன. அந்த நாட்களில் லாராவைப் பற்றிக் கவிதைகள் எழுதுகிறார். லாராவால் சுடப்பட்ட கோம்ரோவ்ஸ்கியை மீண்டும் சந்திக்கிறார்கள். அவர் பொய் சொல்லி லாராவை நாட்டினை விட்டு அவசரமாக வெளியேறும்படி செய்கிறார். அவரது பொய்யை நம்பிய ஷிவாகோ லாராவை கோம்ரோவ்ஸ்கியுடன் அனுப்பி வைக்கிறார்.

மாஸ்கோவிற்குத் திரும்பிய பிறகு, ஷிவாகோவின் உடல்நலம் குறைகிறது; தனது குடும்பத்தைத் தேடி அலையும் ஷிவாகோ அவர்கள் பாரீஸிற்குத் தப்பிச் சென்றுவிட்டதையும் தனக்கு ஒரு மகள் பிறந்திருப்பதையும் அறிந்து கொள்கிறார். காலம் ஓடுகிறது. மீண்டும் அவர் மருத்துவராகப் பணியாற்றத் துவங்குகிறார். ஒரு நாள் டிராமில் பயணம் செய்யும்போது தற்செயலாக லாரா சாலையில் செல்வதைக் காணுகிறார். அவளைச் சந்திக்க அவசரமாக இறங்கி ஓடுகிறார். பாதி வழியிலே மாரடைப்பு ஏற்பட்டு இறந்து விடுகிறார்.

அவரது இறுதிச்சடங்கில் லாரா கலந்து கொள்கிறாள். ஷிவாகோவின் ஒன்றுவிட்ட சகோதரன், ஜெனரல்

யெவ்கிராஃப் மூலம் தன்னால் கைவிடப்பட்ட மகளைத் தேடுகிறாள். யெவ்கிராஃப் தனது ஆட்களின் மூலம் நாடு முழுவதும் லாராவின் மகளைத் தேடுகிறார். முடிவில் லாரா என்ன ஆனாள் என்று தெரியாமல் மறைந்துவிடுகிறாள். ஒரு வேளை அவள் கைது செய்யப்பட்டுக் குலாக்கில் இறந்துபோயிருக்கக்கூடும் என்று நம்புகிறார்கள்.

இரண்டாம் உலகப் போரின்போது, ஷிவாகோவின் பழைய நண்பர்களான நிகா டுடோரோவ் மற்றும் மிஷா கார்டன் ஒரு பெண்ணை அடையாளம் காணுகிறார்கள். அது லாராவின் மகளாக இருக்கக்கூடும் எனச் சந்தேகம் கொண்டு விசாரிக்கிறார்கள். தான்யா என்ற அந்தப் பெண் லாராவின் மகள்தான் என அறிந்து கொள்கிறார்கள். வெகு காலத்திற்குப் பிறகு யூரி ஷிவாகோவின் கவிதைத் தொகுப்பு லாரா வெளியாகிறது. அது லாராவின் அழியாத நினைவுகளின் பாடலாக ஒலிக்கிறது.

டாக்டர் ஷிவாகோவின் வாழ்க்கையும் பாஸ்டர்நாக்கின் வாழ்க்கையும் வேறுவேறில்லை. ஓல்காவோடு அவர் கொண்டிருந்த காதலே இந்த நாவலில் வெளிப்படுகிறது. பாஸ்டர்நாக்கும் இது போல யூரல் மலை பகுதிக்குச் சென்று பணியாற்றியிருக்கிறார்.

டாக்டர் ஷிவாகோ நாவலில் விமர்சிக்கப்படும் அரசியல் கருத்துகள் குறைவே. அவர் போல்ஷ்விக் படை யூரல் மலைப்பகுதி மக்களை மிக மோசமாக நடத்தியது, கொடுமைப்படுத்தியது என்பதையே முதன்மையான குற்றச்சாட்டாக முன்வைக்கிறார். நாவலில் இருந்து படம் நிறைய இடங்களில் வேறுபட்டிருக்கிறது. டாக்டர் ஷிவாகோவைச் சுற்றியே எல்லா நிகழ்வுகளும் படத்தில் நடந்தேறுகின்றன. நாவலில் அப்படியில்லை. அது போலவே இத்தனை நாடகப்பூர்வமாக ஷிவாகோ மரணம் நாவலில் நடப்பதில்லை. திரைக்கு ஏற்ப அந்தக் காட்சிகளை அழகாக உருவாக்கியிருக்கிறார்கள். அந்த வகையில் நாவலை விடவும் சில காட்சிகள் திரையில் அழுத்தமாக உருவாக்கப்பட்டிருக்கின்றன.

நோபல் பரிசு ஒரு அலையைப் போலப் பாஸ்டர்நாக்கை சுருட்டிக் கொண்டது. அவரால் அந்த மகிழ்ச்சியை முழுமையாக அனுபவிக்க முடியவில்லை. டால்ஸ்டாயின் போரும் அமைதியும் நாவலின் பாதிப்பில்தான் டாக்டர்

ஷிவாகோ எழுதப்பட்டிருக்கிறது என்று விமர்சகர்கள் சொல்கிறார்கள். ஆனால் ஒரு கூட்டத்தில் நிவா என்ற இளம்பெண் அந்த நாவல் ஆன்டன் செகாவின் பாதிப்பில் உருவாக்கப்பட்டிருக்கிறது என்று சொன்னதை பாஸ்டர்நாக் ஏற்றுக் கொண்டதோடு ஷிவாகோவிற்குள் ஆன்டன் செகாவ் இருக்கிறார் என்றும் கூறியிருக்கிறார்.

ஆழ்ந்து வாசிக்கையில் அதை நாமே உணர முடிகிறது. ஆன்டன் செகாவைப் போலவே ஷிவாகோவும் மருத்துவர். எளிதாகக் காதல் வசப்படுகிறவர். பொதுச்சேவையில் நாட்டம் கொண்டவர். சைபீரியாவிற்குப் பயணம் செய்து கைதிகளின் வாழ்க்கையை ஆராய்ந்திருக்கிறார். டாக்டர் ஷிவாகோவின் முடிவு லியோ டால்ஸ்டாய் வாழ்க்கையின் இறுதி நாட்களை நினைவுபடுத்துகிறது

டேவிட்லீன் படத்தில் அதை மிக அழகாகச் சித்தரித்திருப்பார். சாலையில் லாராவைத் திரும்பக் காணும் ஷிவாகோ டிராமிலிருந்து இறங்கி அவளை நோக்கி ஒடி சாலையிலே விழுந்து இறந்து போகிறார். அவர்களுக்கு இடையேயான அந்த இடைவெளி நிரந்தரமாகிவிடுகிறது.

நோபல் பரிசு காரணமாக ஏற்பட்ட பிரச்சனைகள் பாஸ்டர்நாக்கினை வீட்டிலே முடக்கியது. ஆழ்ந்த கவலையும் வேதனையும் கொண்ட பாஸ்டர்நாக் நோயுற்றார். இரண்டு நுரையீரல்களிலும் புற்றுநோய் இருப்பது கண்டறியப்பட்டது. மருத்துவமனையில் வைத்து சிகிச்சை பெற்ற போதும் உடல்நலம் தேறவில்லை. முடிவில் அவரது வீட்டிற்கே மருத்துவ உபகரணங்கள் கொண்டுவரப்பட்டுச் சிகிச்சை அளிக்கப்பட்டது. அவர் தனது சகோதரி லிடியாவைப் பார்க்க விரும்பினார். லிடியாவிற்குத் தந்தி அனுப்பி வைக்கப்பட்டது.

ஆனால் அவளுக்கு சோவியத் அரசு விசா வழங்க மறுத்தது. நீண்ட போராட்டத்தின் பின்பு அவளுக்கு விசா வழங்கப்பட்டது. ஆனால் லிடியா வருவதற்கு முன்பாக மே 30 இரவு 11:20 மணிக்கு பாஸ்டர்நாக் மரணமடைந்தார். நாளை ஜன்னலைத் திறக்க மறக்காதீர், என்பதுதான் அவர் பேசிய கடைசி வார்த்தைகள். என்ன ஜன்னலது. ஏன் இத்தனை நாள் சாத்திவைக்கபட்டிருந்தது என்பது அவரது வாழ்க்கையை அறிந்தவர்களுக்கு நன்றாகப் புரியும்.

பாஸ்டர்நாக் இறந்த துயரச்செய்தி உலகம் முழுவதும் பரவியது. எழுத்தாளர்கள் பல்வேறு நாட்டின் பிரதமர்கள் பத்திரிகைகள் மற்றும் வாசகர்கள் தங்கள் இரங்கல் செய்தியை அனுப்பினார்கள். ஆனால் சோவியத் பத்திரிகைகள் எதிலும் அவரது மரணம் பற்றிய செய்தி வெளியிடப்படவில்லை இறுதியாக, ஜூன் 1 அன்று, ஒரு சிறிய அறிவிப்பு ஒன்றை அரசு வெளியிட்டது. அதில் பாஸ்டர்நாக்கின் மரணத்திற்கு வருத்தம் தெரிவிப்பதாக ஒரு வரி கூட இடம்பெறவில்லை.

1989 இல் ஸ்வீடிஷ் அகாதமி போரிஸ் பாஸ்டர்நாக்கின் மகன் யெவ்ஜெனி பாஸ்டர்நாக்கை அழைத்தது, தனது மனைவி யெலினாவுடன் சென்ற யெவ்ஜெனி தந்தையின் சார்பில் நோபல் பரிசை ஏற்றுக் கொண்டார்.

ஒருவேளை பாஸ்டர்நாக்கிற்கு நோபல் பரிசு வழங்கப்படாமல் போயிருந்தால் நிச்சயம் இவ்வளவு துன்பங்களை அனுபவித்திருக்க மாட்டார் என்று சொல்கிறார் கவிஞர் சுகோவ். அது உண்மையே. மகிழ்ச்சி கூட தண்டனையாகிவிடும் என்பது விசித்திரமாகயிருக்கிறது.

உங்கள் வாழ்க்கையை வாழ்வது என்பது ஒரு வயலைக் கடப்பது போல் எளிதானது அல்ல என்று பாஸ்டர்நாக் ஒரு கவிதையில் குறிப்பிடுகிறார். அவரது வாழ்க்கையே அதற்கான சாட்சியமாக மாறிவிட்டதுதான் துயரம்.

3

இவான் துர்கனேவின் மகள்

ரஷ்ய எழுத்தாளர் இவான் துர்கனேவ் தனது வாழ்நாளில் திருமணம் செய்து கொள்ளவில்லை. ஆனால் மூன்று குழந்தைகளின் தந்தையாக இருந்தார். இவர்கள் அவரது திருமணமற்ற காதல் உறவில் பிறந்தவர்கள். இதில் பெலகோயா எனப்படும் பாலினெட் அவரால் மகளாக ஏற்றுக் கொள்ளப்பட்டு அங்கீகரிக்கப்பட்டாள். மற்ற இரண்டு பிள்ளைகளையும் தனது வாரிசுகள் என்று டயரியில் குறிப்பிட்டிருக்கிறார். ஆனால் வெளிப்படையாக அறிவிக்கப்படவில்லை.

இவான் துர்கனேவ் அதிகம் காதலையும் சாகசங்களையும் எழுதியவர். வேட்டையில் கொண்டிருந்த ஆர்வத்திற்கு இணையாகக் காதலில் ஈடுபட்டவர். அவரை விட வயதில் அதிகமுள்ள பெண்களைக் காதலித்திருக்கிறார். விரும்பிய பெண்ணை அடைய முடியாது என்று அறிந்த போதும் அவளுக்காகவே கடைசிவரை வாழ்ந்திருக்கிறார். உண்மையில் அவரது அம்மாவிடமிருந்து பெறமுடியாத அன்பை வேறு பெண்களிடம் தேடியிருக்கிறார். கடைசி வரை அந்த அன்பு கிடைக்கவேயில்லை.

துர்கனேவின் கதைகள் துல்லியமான கோட்டுச்சித்திரங்கள் போன்றவை. குறிப்பாகக் கதாபாத்திரங்களின் மனவோட்டத்தை, புறச்சூழலை மிகத்துல்லியமாகச் சித்தரிக்கக்கூடியவர். படித்த, சுதந்திர எண்ணம் கொண்ட அன்றைய ரஷ்ய இளைஞர்களை அவரே தனது கதைகளில் சித்தரித்தார்.

முதற்காதல் அவரது மிகச்சிறந்த குறுநாவல். இதில் விவரிக்கப்படுவது அவரது சொந்த வாழ்வில் நடந்த நிகழ்வுகளே. கதையை மிகவும் அழகாக எழுதியிருக்கிறார்.

நாற்பது வயதான விளாதிமிர் பெட்ரோவிச் தனது முதற்காதலின் நினைவுகளை விவரிப்பதாகக் கதை துவங்குகிறது.

என்னால் கதைசொல்ல முடியாது. அதில் நான் தேர்ந்தவனில்லை. ஆனால் சுருக்கமாக, என் நினைவில் உள்ள அனைத்தையும் எழுதி வந்து உங்களுக்குப் படிக்கிறேன் என்று விளாதிமிர் பெட்ரோவிச் சொல்கிறார்.

தனது காதல் நினைவுகளை நேரில் சொல்வதை விடவும் எழுதுவதையே துர்கனேவ் விரும்புகிறார். கதையில் வரும் விளாதிமிர் பெட்ரோவிச் அவரது புனைவு வடிவமே.

நினைவுகளைச் சொல்வதற்கும் எழுதுவதற்கும் நிறைய வேறுபாடு இருக்கிறது. சொல்லும்போது நினைவின் பின்னுள்ள உணர்ச்சிகளை முழுமையாக வெளிப்படுத்த இயலாது. குறிப்பாகத் தவிப்பை, நிராகரிப்பின் வலியைப் பேச்சால் முழுமையாக விவரித்துவிட முடியாது. எழுதும்போது அதே நினைவுகள் துல்லியமடைவதோடு அந்த நினைவின் மகிழ்ச்சியும் துயரும் அசலாக வெளிப்படுகின்றன. அதிலும் குறிப்பாகக் காதல் நினைவுகள் எழுத்தில்தான் வலிமையடைகின்றன.

எழுத்தாளர்களுக்குத் தனது சொந்தவாழ்க்கையும் அதன் சுகதுக்கங்களும் ஆதாரமான கச்சாப்பொருளாகின்றன. சிலர் அதை மட்டுமே வாழ்நாள் முழுவதும் எழுதுகிறார்கள். பலர் தனது கற்பனையோடு சொந்த அனுபவத்தைச் சிறிது சேர்த்துப் படைக்கிறார்கள். துர்கனேவிடம் இந்த இரண்டு போக்குகளையும் காண முடிகிறது. அவரது புகழ்பெற்ற கதாநாயகன் பஸரோவ் இதற்குச் சிறந்த உதாரணம்.

டால்ஸ்டாய் தஸ்தாயெவ்ஸ்கியை விடவும் இவான் துர்கனேவ் தனது காலத்தில் மிகவும் புகழ்பெற்றிருந்தார். விருந்தில் அவரைச் சுற்றியே இளம்பெண்கள் வட்டமிட்டார்கள். இணைந்து நடனமாடினார்கள். தஸ்தாயெவ்ஸ்கி அப்படி ஒரு விருந்தினைப் பற்றி எழுதியிருக்கிறார். பத்திரிகைகள் துர்கனேவைக் கொண்டாடின. அவரது கதைகளுக்கு அதிகமான சன்மானம் வழங்கப்பட்டிருக்கிறது. டால்ஸ்டாயின் மனைவி சோபியாவிற்கு ஒருவகையில் துர்கனேவ் உறவினர். மருத்துவரான சோபியாவின் தந்தையும் துர்கனேவின் தாயும் குடும்ப நண்பர்கள்.

உலகின் சிறந்த காதல்கதைகளில் ஒன்றாகக் கருதப்படும் முதற்காதல் இப்படித்தான் துவங்குகிறது.

அப்போது எனக்கு வயது பதினாறு. இது 1833 கோடையில் நடந்தது. நான் என் பெற்றோருடன் மாஸ்கோவில் இருந்தேன்.

தன்னைக் கவனிக்காத அம்மாவைப் பற்றியும் தனது தந்தையின் தோற்றம் மற்றும் செயல்களைப் பற்றியும் விளாதிமிர் பெட்ரோவிச் கதையில் குறிப்பிடுகிறார். துர்கனேவின் புனைவுலகில் இரண்டு வகையான பெண்கள் சித்தரிக்கப்படுகிறார்கள். ஒருவகை அவரது அம்மாவைப் போல வசதியான, அதிகாரத்திமிர் கொண்ட. அகம்பாவமான பெண்கள். ஆண்களை அடக்கி ஆள நினைப்பவர்கள். மற்றவர்கள் அவர் காதலித்த அழகிகளைப் போல வசீகரமானவர்கள். புரிந்துகொள்ள முடியாதவர்கள். வயதில் மூத்தவர்கள். காதலை ஏற்கவும் நிராகரிக்கவும் முடியாதவர்கள்.

முதற்காதல் கதையில் வரும் பதினாறு வயதுப் பையன் புத்தக உலகில் சஞ்சரிக்கிறான். புத்தக வசனங்களை உரக்கச் சொல்கிறான். காதல்கனவுகள் கொண்டிருக்கிறான். தன்னைச் சுற்றிய உலகை ஆச்சரியத்துடன், கற்பனையுடன் எதிர்கொள்கிறான் காரணமில்லாத சோகத்தால் பீடிக்கப்பட்டிருக்கிறான். குதிரை சவாரியிலும் வேட்டையிலும் நாட்டம் கொண்டிருக்கிறான். இதுதான் இளம் துர்கனேவின் உலகம்.

ஒரு நாள் அவனது பக்கத்துவீட்டு ஜன்னலில் புதிதாக ஒரு இளம்பெண்ணின் முகம் தோன்றுகிறது. அந்தப் பெண்ணால் வசீகரிக்கப்படுகிறான். அங்கே ஒரு இளவரசியின் குடும்பம் தங்கியிருப்பதை அறிந்து கொள்கிறான். அந்த இளவரசி ஜாசிகின் வசதி இழந்தவள். அதிகாரத்தை எப்படியாவது பெற வேண்டும் என்று துடிப்பவள். இதற்கான வழிதெரியாதவள். அவளது கணவர் இளவரசர் ஜாசிகின் நீண்டகாலம் பாரிஸில் வசித்தவர். அங்கே பெரும் பணக்காரராக இருந்தார். ஆனால் அவரது சொத்துக்கள் அனைத்தையும் சூதாடி இழந்து போனார். ஆகவே ஜாசிகின் குடும்பம் வறுமையில் வாடியது.

ஒரு நாள் தோட்டத்தில் உலவிக் கொண்டிருக்கும் போது புதிய குரல் கேட்டு விளாதிமிர் பெட்ரோவிச் திரும்புகிறான். அங்கே கோடு போட்ட இளஞ்சிவப்பு

நிற உடையில், தலையில் வெள்ளை நிற கர்ச்சீஃப் அணிந்த உயரமான, மெலிந்த உடல்கொண்ட இளம் பெண் நிற்பதைக் காணுகிறான். அவளுடன், நான்கு இளைஞர்கள் சுற்றி நெருக்கமாக இருக்கிறார்கள், அவள் சிறிய சாம்பல் பூக்களால் அவர்களின் நெற்றியில் அடித்து விளையாடுகிறாள். அந்த நேர்த்தியான விரல்கள் தனது நெற்றியில் பட்டால் போதும், உலகில் உள்ள அனைத்தையும் அந்த இடத்திலேயே அவளுக்குக் கொடுத்துவிடுவேன் என்று மனதிற்குள் நினைத்துக் கொள்கிறான். அந்தப் பெண் ஒரு கணம் அவனைப் பார்த்துச் சிரிக்கிறாள். அவனது ரத்தம் சூடாகிறது.

அவளிடம் எப்படி அறிமுகமாவது என்பதைப் பற்றியே இரவெல்லாம் யோசித்துக் கொண்டிருக்கிறான். காலையில் மீண்டும் ஜன்னல் வழியே பக்கத்து வீட்டினைப் பார்க்கிறான். அவளைக் காணமுடியவில்லை. இதற்கிடையில். இளவரசி ஜாசிகின் அவனது அம்மாவிற்கு ஒரு கடிதம் எழுதுகிறாள். அதில் விளாதிமிர் பெட்ரோவிச் தனது வீட்டிற்கு வரும்படி அழைப்பு விடுக்கிறாள். அம்மாவின் அனுமதியோடு அந்த வீட்டிற்குச் செல்கிறான் விளாதிமிர்.

முதல்நாள் தான் பார்த்த பெண் இளவரசியின் மகள் என்பதை அறிந்து கொள்கிறான். விளையாட்டுத்தனமிக்க அவளால் வசீகரிக்கப்படுகிறான். அவள் மீதான காதலை வெளிப்படுத்த முடியவில்லை. அவளை விட்டு விலகிப் போகவும் முடியவில்லை. முதற்காதலின் இன்பத்தை, அவஸ்தைகளைத் துல்லியமான சித்தரிப்புடன் துர்கனேவ் எழுதியிருக்கிறார்.

அவள் தன்னுடைய கையில் ஒரு புத்தகம் வைத்திருந்தாள். அவள் என்னைத் திரும்பிப் பார்த்தாள். தனது வட்டமான வைக்கோல் தொப்பியின் அகலமான நீல நிற ரிப்பனைப் பின்னால் தள்ளி, என்னைப் பார்த்து, மெதுவாகச் சிரித்தாள். மீண்டும் புத்தகத்தின் மீது கண்களைத் திருப்பினாள். அவளுடன் என்னால் பேச இயலவில்லை. மாலை மற்றும் மறுநாள் முழுவதும் நான் ஒருவித மனச்சோர்வடைந்து தனிமையில் கழித்தேன். என்னால் எதையும் வாசிக்க முடியவில்லை. பாடப்புத்தகத்தின் வரிகளும் பக்கங்களும் வெறுமனே என் கண்களுக்கு முன்னால் புரண்டு சென்றன. ஆத்திரத்துடன் புத்தகத்தை வீசி எறிந்தேன்.

இதை வாசிக்கும்போது காட்சிகள் திரையில் காணுவது போல நம் கண்முன்னே தோன்றிமறைகின்றன. இந்த நுட்பமான விவரிப்பும் உணர்ச்சி வெளிப்பாடும்தான் துர்கனேவினை இன்றும் நிகரற்ற படைப்பாளியாகக் கொண்டாடச் செய்கிறது

இக் கதையில் வரும் தந்தை இளம்பெண்ணால் ஈர்க்கப்படுகிறார். காதலிப்பதில் மகனுடன் போட்டியிடுகிறார். அந்தத் தந்தையின் தோற்றம் இயல்புகளை விளாதிமிர் வெறுக்கிறான். இந்தக் காட்சிகள் துர்கனேவ் வாழ்வில் உண்மையாக நடந்தேறியவை.

மத்திய ரஷ்ய மாகாணமான ஓரியோலில் ஸ்பாஸ்கோய் லுடோவினோவோ என்ற மிகப்பெரிய பண்ணையைக் கொண்ட பிரபுவின் குடும்பத்தில் பிறந்தவர் இவான் துர்கனேவ். அவரது அம்மா வர்வாரா பெட்ரோவ்னா ஆடம்பரமான வாழ்க்கையை விரும்பியவள். அவளது உடைகள் மற்றும் அலங்காரத்திற்காக நிறையச் செலவு செய்தவள். அடிக்கடி உடைகள் வாங்குவதற்காகவே மாஸ்கோ சென்றுவரக் கூடியவள்.

அவர்களுக்குச் சொந்தமாக முப்பதாயிரம் ஏக்கர் நிலமும் 11 கிராமங்களும் இருந்தன. அந்தக் கிராமத்திலுள்ள வயல்கள் மட்டுமின்றி அங்கே பாடும் பறவைகளும்கூடத் தனக்குச் சொந்தமானவை என்று வர்வாரா குறிப்பிடுகிறாள்.

தன்னைவிட வயதில் குறைந்த உறவினரான குதிரைப்படை அதிகாரி செர்ஜி நிகோலாவிச்சை மணந்து கொண்டாள். அவர்களிடம் 5000 பண்ணை அடிமைகள் வேலை செய்தார்கள். ஆறு குதிரைகள் கொண்ட கோச் வண்டிகள் இருந்தன. தனக்கெனச் சொந்தமாக ஒரு இசைக்குழுவை வைத்திருந்தாள். அதில் சிறந்த இசைக்கலைஞர்கள் இருந்தார்கள். இது போலவே மருத்துவர் , நாடக நடிகர்கள் மற்றும் தனி ஆசிரியர்களையும் வேலைக்கு வைத்திருந்தாள். அவளது தாத்தா காலத்தில் கட்டப்பட்ட சிறிய தேவாலயம் ஒன்றும் அந்தப் பண்ணையினுள் இருந்தது.

வர்வாரா பெட்ரோவ்னாவின் இரண்டாவது மகனாகப் பிறந்தவர் துர்கனேவ். வர்வாராவை விடவும் அவளது கணவன் செர்ஜி துர்கனேவ் வசதி குறைந்தவர். ஆகவே

அவளது அதிகாரத்தை மீறித் தனித்துச் செயல்பட முடியவில்லை.

துர்கனேவ் என்ன படிக்க வேண்டும், எங்கே படிக்க வேண்டும் என்பதில் வர்வாரா மிகவும் கண்டிப்புடன் இருந்தார். ஆரம்பக் கல்விக்காக மாஸ்கோ தனியார் உறைவிடப் பள்ளிக்கு அனுப்பி வைக்கப்பட்டார். அவர்களது வீட்டில் பிரெஞ்சு மற்றும் ஜெர்மன் மொழியில் பேசுவது மட்டுமே அனுமதிக்கப்பட்டிருந்தது. ஜெர்மன் சென்று உயர்படிப்பு படித்த இவான் துர்கனேவ் தன்னை ஒரு ஐரோப்பியக் கனவான் போலவே உணர்ந்தார். வாழ்நாள் முழுவதும் அப்படியே நடந்து கொண்டார்.

அம்மாவின் கட்டுப்பாட்டில், ஆதிக்கத்தில் வளர்ந்தவர் என்பதால் அவரது கதையில் வரும் கதாநாயகிகளும் ஆதிக்கம் செலுத்துபவர்களாகவே சித்தரிக்கப்பட்டார்கள்.

ஐரோப்பாவிற்குச் சென்று கல்வி பெற்றவர் என்பதால் அவரது கண்ணோட்டத்திலும் செயல்களிலும் மேற்குலகின் பாதிப்பு அதிகமிருந்தது. பைரனின் கவிதைகளால் வசீகரிக்கப்பட்டு கவிதை நாடகம் எழுதுவதில் ஆசை கொண்டிருந்தார். பெலின்ஸ்கி மற்றும் லெர்மன்தேவ் படைப்புகள்மீது கொண்ட ஈடுபாடு அவரைப் புனைவெழுத்தை நோக்கித் திருப்பியது.

1841 ஆம் ஆண்டில் தனது பண்ணைக்குத் திரும்பிய போது துர்கனேவின் வயது 20. அந்தப் பண்ணையில் தையல்காரியாக இருந்த இளம்பெண் துன்யாஷா எனும் அவ்தோயாமீது காதல் கொண்டார். அவளுடன் நெருங்கிப் பழகினார். இதனால் துன்யாஷா கர்ப்பமானாள். அவளையே திருமணம் செய்துகொள்ள விரும்பினார். ஆனால் அவரது அம்மா வர்வாரா பெட்ரோவ்னா இதனை ஏற்கவில்லை.

துர்கனேவைப் பண்ணையிலிருந்து பீட்டர்ஸ்பெர்க்கிற்கு அனுப்பி வைத்ததோடு துன்யாஷாவை உடனடியாகத் தனது ஸ்பாஸ்கோய் பண்ணையிலிருந்து வெளியேற்றி மாஸ்கோவிற்கு அனுப்பி வைத்தார். அங்கே துன்யாஷாவின் மகள் பெலகோயா ஏப்ரல் 26, 1842இல் பிறந்தார். அதன்பிறகு துன்யாஷாவுக்கு வேறு ஒருவருடன் திருமணம் செய்து வைக்கப்பட்டது.

மாஸ்கோவின் மணியோசை ✦ 37

வர்வாரா பெட்ரோவ்னா அனுமதியின்றி அவளது பண்ணை அடிமைகள் யாரும் திருமணம் செய்துகொள்ள முடியாது: பலரும் அவளது அனுமதி பெற்றே திருமணம் செய்து கொண்டார்கள். பிள்ளை பெற்றுக் கொள்வதற்கும் அவளது அனுமதி அவசியம். அப்படி அனுமதி கேட்காமல் பெற்ற பெண்களைத் தனது பண்ணையிலிருந்து துரத்திவிடுவதே அவளது வழக்கம்.

அம்மாவை எதிர்த்து எதுவும் செய்யமுடியாத துர்கனேவ் தனது மகளை நேரில் சென்று காணவேயில்லை. பெலகோயாவிற்கு எட்டுவயதாகும் போது துர்கனேவ் அவளைக் காணச் சென்றார். தனது மகளாக அவளை ஏற்றுக் கொண்டு தன்னோடு பாரீஸ் அழைத்துச் சென்றார்.

அங்கே தனது காதலியும் புகழ்பெற்ற பாடகியுமான பாலின் வியர்டோட்டின் வீட்டில் அவளது குழந்தைகளுடன் இணைந்து வளரும்படி செய்தார்.

பிரெஞ்சு பண்பாட்டில் வளர்ந்த பெலகோயா எனும் பாலினெட்டிற்குச் சொந்த மொழி மறந்து போனது. அவள் பிரெஞ்சுப் பெண்ணாகவே வளர்ந்தாள். அவளுக்கும் பாலின் குடும்பத்திற்கும் இடையில் மோதல் ஏற்படவே அவளை உறைவிடப்பள்ளி ஒன்றில் சிலகாலம் தங்கிப் படிக்க வைத்தார். பாலினெட்டிற்குப் பதினாறு வயதாகும்போது தன்னுடன் அழைத்துத் தங்க வைத்துக் கொண்டார்.

அவளது 17ஆவது வயதில் திருமணத்தை நடத்தி வைத்தார். இளம் தொழில்முனைவோரான காஸ்டன் ப்ரூவரை அவள் திருமணம் செய்து கொண்டாள். துர்கனேவ் அவளுக்காக நிறைய வரதட்சணையும் கொடுத்திருக்கிறார். சுவிட்சர்லாந்தில் வசித்த அவளது வாழ்க்கை நெருக்கடிகள் பற்றி துர்கனேவ் தனது ஒரு கடிதத்தில் குறிப்பிடுகிறார். கணவருடன் கருத்துவேறுபாடு கொண்டு பிரிந்த பாலினெட் துர்கனேவின் ஆதரவில் வாழ்ந்து வந்தார். தன் தந்தையின்மீதான வெறுப்பையும், வளர்ப்புத் தாயின்மீதான வெறுப்பையும் தன் வாழ்நாள் முழுவதும் பாலினெட் கைவிடவில்லை. 1919ஆம் ஆண்டு தனது 77 வயதில் பாலினெட் இறந்து போனார்.

பாடகி பாலின் வியர்டோட் மூலம் துர்கனேவிற்கு ஒரு பெண் மற்றும் ஒரு பையன் பிறந்தார்கள். அந்தக்

குழந்தைகளை உலகம் அறிய அவர் அறிவிக்கவில்லை. காரணம், பாலின் வியர்டோட் திருமணமானவள். அவளது கணவன் லூயிஸ் வியர்டோட் நாடக அரங்கின் உரிமையாளர். நடிகர் மற்றும் ஒரு பயண எழுத்தாளர். அவன் துர்கனேவிற்கும் தனது மனைவிக்கும் உள்ள காதல் உறவை நன்கு அறிவான். ஆனாலும் அவன் பாலினை விட்டு விலகிப்போகவில்லை.

பாலின் தனது குழந்தைக்கு யார் தந்தை என்று உறுதியாகச் சொல்ல முடியாது என்றாள். ஆகவே அக் குழந்தைகளுக்குக் காட்பாதராகத் தான் இருக்க விரும்புவதாகத் துர்கனேவ் அறிவித்தார். அப்படியே ஏற்றுக் கொள்ளப்பட்டது. துர்கனேவ் தனது மகன் மற்றும் மகளுக்குத் தனது சொத்தில் பங்கு கொடுத்திருக்கிறார்.

இளமையில் தான் கொண்டிருந்த காதல் மற்றும் அந்தக் காதலிகள் மூலம் பெற்றெடுத்த பிள்ளைகளைப் பற்றிய உண்மைகளை துர்கனேவ் மறைக்கவில்லை. ஆனால் அன்றைய சமூகச்சூழல், அவரது குடும்பக் கௌரவம் இதனை வெளிப்படையாக அறிவிக்க முடியாமல் செய்திருக்கிறது.

டால்ஸ்டாயின் தங்கை மரியா துர்கனேவ்மீது காதல் கொண்டிருந்தாள். தனது கணவனை விடுத்து துர்கனேவுடன் சேர்ந்து வாழ விரும்பினாள். இதனை டால்ஸ்டாய் ஏற்கவில்லை. துர்கனேவ் தான் இதற்குக் காரணம் என்று அவர்மீது கோபம் கொண்டிருந்தார்

வேறு ஒரு தருணத்தில் துர்கனேவை சந்தித்தபோது அவர் தனது மகளை உலகம் அறிய ஏற்க வேண்டும் என்று வற்புறுத்தினார். டால்ஸ்டாயிற்கும் இது போலக் கள்ள உறவில் பிறந்த பிள்ளைகள் இருந்தார்கள். அவரும் அவர்களை அங்கீகரிக்கவில்லை. ஆனால் துர்கனேவின் மகள் பெலகோயாவை சட்டப்பூர்வமாக ஏற்க வேண்டும் என்று சண்டையிட்டார்.

இதனால் ஆத்திரமான துர்கனேவ் டால்ஸ்டாயை டூயலுக்கு வரும்படி சவால்விட்டார். நேரடியாகத் துப்பாக்கியால் சுட்டுச் சண்டையிடும் இந்தச் சவாலின் மூலம் தனது கௌரவத்தைக் காப்பாற்றிக் கொள்வது அன்றைய வழக்கம். இது போன்ற டூயலில்தான் கவிஞர்

புஷ்கின், எழுத்தாளர் லெர்மன்தேவ் இறந்து போனார்கள். துர்கனேவின் சவாலை டால்ஸ்டாய் ஏற்றுக் கொண்ட போதும் இந்தச் சண்டை நடக்கவில்லை. துர்கனேவ் மன்னிப்பு கேட்டு விலகிக் கொண்டார்.

1857 இல் டால்ஸ்டாய் பாரீஸுக்கு வந்தபோது அங்குள்ள அருங்காட்சியகங்கள் மற்றும் பொழுதுபோக்கு இடங்களுக்கு துர்கனேவ் அழைத்துச் சென்றார். பாரீஸ் நகரின் கேளிக்கைகளையும் கலையரங்குகளையும் அறிமுகம் செய்து வைத்தார். ஆனால் ரஷ்யா திரும்பிய டால்ஸ்டாய் துர்கனேவைத் தொல்லை கொடுப்பவர், திமிர்பிடித்தவர் என்றே எழுதியிருக்கிறார்.

ஆரம்பம் முதலே தஸ்தாயெவ்ஸ்கியை துர்கனேவிற்குப் பிடிக்கவில்லை. அது போலவே துர்கனேவ் ருஷ்யாவிற்கு எதிராக எழுதுகிறார் என்ற எண்ணம் தஸ்தாயெவ்ஸ்கிக்கு இருந்தது. ஆகவே பரஸ்பரம் சண்டையிட்டுக் கொண்டார்கள்.

1867இல் ஒரு நண்பருக்கு எழுதிய கடிதத்தில் தஸ்தாயெவ்ஸ்கி, "இந்தக் கேடுகெட்ட தாராளவாதிகள் ரஷ்யாவைத் துஷ்பிரயோகம் செய்வதில் மிகுந்த மகிழ்ச்சி அடைகிறார்கள்" என்று துர்கனேவைப் பற்றிக் குறிப்பிடுகிறார். அப்போது துர்கனேவ் பிரான்சில் வசித்து வந்தார். அத்தோடு "துர்கனேவ், நீங்கள் ஒரு தொலைநோக்கியை வாங்கிக் கொள்ளுங்கள். இல்லாவிட்டால் உண்மையான ரஷ்யாவைப் பார்க்க முடியாது" எனவும் எழுதியிருக்கிறார். அதே நேரம் துர்கனேவின் "A Nest of Gentlefolk" நாவலை உலகத்தரமான படைப்பு, அசாதாரண சாதனை என்றும் தனது டயரியில் தஸ்தாயெவ்ஸ்கி எழுதியிருக்கிறார்.

துர்கனேவ் "A Sportsman's Sketches." எனச் சிறுகதைகளின் தொகுப்பினை 1852இல் வெளியிட்டார். இதில் அரசு எதிர்ப்பு அதிகம் வெளிப்படுவதாகக் கருதிய தணிக்கை துறை அது குறித்து ஜார் மன்னருக்குக் கடிதம் எழுதியது. துர்கனேவை உடனே கைது செய்யும்படி உத்தரவு வந்தது. அதன்படி துர்கனேவ் கைது செய்யப்பட்டு வீட்டுச்சிறையில் அடைக்கப்பட்டார். அத்தோடு தொடர்ந்து பல மாதங்கள் காவல்துறையின் கண்காணிப்பிலும் வைக்கப்பட்டிருந்தார். அவரது பண்ணையிலிருந்து நாற்பது மைல்களுக்கு மேல் செல்ல அவர் அனுமதிக்கப்படவில்லை.

துர்கனேவ் எப்போதும் தனது கோட் பாக்கெட்டில் இரண்டு கடிகாரங்களை வைத்திருப்பார். இரண்டினையும் எடுத்துப் பார்த்துச் சரியான நேரத்தை அறிந்து கொள்ளுவார்.

டால்ஸ்டாய் வீட்டிற்குச் சென்றிருந்தபோது அவரது பிள்ளைகளுக்கு ஜுல்ஸ் வெர்னைப் பற்றிய கதைகளைச் சொல்லியிருக்கிறார். அவர்களுடன் இணைந்து நடனமாடியும் உற்சாகப்படுத்தியிருக்கிறார். இதனை டால்ஸ்டாயின் மகள் தனது நினைவுக்குறிப்பில் பதிவு செய்துள்ளார்.

வர்வாரா பெட்ரோவ்னா நடத்தும் விருந்துகள் மிகவும் ஆடம்பரமானவை. அதில் கலந்துகொள்ளப் பிரபுக்களும் ராணுவ அதிகாரிகளும் அழைக்கப்படுவது வழக்கம். இந்த விருந்திற்காக மாஸ்கோவிலிருந்து சமையற்காரர்கள் அழைக்கப்படுவார்கள். வர்வாரா வெளியூர் செல்லும்போது ஆறு வண்டிகளில் வேலைக்காரர்கள், சலவை செய்யும் பெண்கள், பட்லர்கள், குமாஸ்தாக்கள், பணிப்பெண்கள் உடன் செல்லுவது வழக்கம்.

பணக்காரக் குடும்பத்தில் வளரும் பிள்ளைகளின் தனிமை விநோதமானது. துர்கனேவ் அந்தத் தனிமையால் பீடிக்கப்பட்டிருந்தார். பண்ணை அடிமைகளுடன் நெருங்கிப் பழகுவதோ, உரையாடுவதோ கூடாது என்று அம்மாவால் தடுக்கப்பட்டிருந்தார். ஆனாலும் அவர் பண்ணை அடிமைகளின் துயர வாழ்க்கையை மிக நெருக்கமாக உணர்ந்திருந்தார். அவற்றைத் தனது கதைகளில் வெளிப்படுத்தியிருக்கிறார்.

ஜெர்மனியில் பயின்ற துர்கனேவ் தத்துவத்தில் தீவிரமான ஈடுபாடு கொண்டிருந்தார். ஜார் அரசின் உயரதிகாரியாகச் சில காலம் பணியாற்றியிருக்கிறார்.

பீட்டர்ஸ்பெர்க்கில் நடந்த ஒபரா இசைநிகழ்ச்சியில்ன் போது பாடகி பாலின் வியர்டோட் குரலால் வசீகரிக்கபட்டு அவள் மீது காதல் கொண்டார். அவளது இசைநிகழ்ச்சி நடக்கும் இடங்களுக்கெல்லாம் சென்றார். அவள் திருமணமானவள். இரண்டு குழந்தைகளின் தாய். தனது கணவனுடன் ரஷ்யா வந்திருக்கிறாள் என துர்கனேவ் அறிந்த போதும் அவள் மீது கொண்ட காதலைக் கைவிடவில்லை.

அவளுடன் நெருங்கிப் பழகுவதற்காகவே பாரீஸ் சென்றார். சில காலம் பாரீஸிலும் பின்பு பாடன்பாடனிலும் வசித்தார். பணக்கார இசை ரசிகரான துர்கனேவை அவள் சரியாகப் பயன்படுத்திக் கொண்டாள். மணவாழ்க்கையில் சலிப்புற்றிருந்த அவளுக்கு துர்கனேவின் காதல் தேவைப்பட்டது. ஆகவே அவருடன் நெருக்கமாகப் பழகினாள். ஆனால் விவாகரத்து பெற்றுக் கொண்டு அவரைத் திருமணம் செய்ய முன்வரவில்லை.

வியர்டோட் குடும்பத்தில் ஒருவர் போலவே துர்கனேவ் வாழ்ந்தார். அவள் குடியிருந்த வீதியிலே வாடகைக்கு வீடு எடுத்துத் தங்கிக் கொண்டார். லூயிஸ் வியர்டோட் தனது மனைவியின் காதல் உறவில் தலையிடவில்லை. பாலின் தனது வீட்டில் நடைபெறும் விருந்தில் இவர் எங்கள் ரஷ்ய நண்பர் என துர்கனேவை அறிமுகம் செய்வது வழக்கம்.

“என்னால் உன்னிடமிருந்து விலகி வாழ முடியாது. உனது நெருக்கத்தை நான் எப்போதும் உணர வேண்டும். வாழ்நாள் முழுவதும் அதை அனுபவிக்க வேண்டும் என்று அவர் பாலினுக்குக் கடிதம் எழுதியிருக்கிறார்.

பாலின்மீது கொண்ட தீவிரக்காதல் அவரது வாழ்வைப் புரட்டிப் போட்டது. முப்பது ஆண்டுகள் அவளுக்கு அருகிலே வசித்து வந்தார். ஆனால் கடைசிவரை அவள் துர்கனேவைத் திருமணம் செய்து கொள்ளவில்லை.

பாலின் வியர்டோட் விருப்பத்திற்கு ஏற்ப பெரிய மாளிகை ஒன்றை அவளுக்காகக் கட்டிக் கொடுத்திருக்கிறார். அவளது பிள்ளைகளுக்கு நிறையப் பணம் செலவு செய்திருக்கிறார். அவளது ஆலோசனையின் பெயரில் தனது குடும்பச் சொத்துகளைப் பிரித்துத் தரும்படி சகோதரனுடன் வழக்கு தொடுத்தார் துர்கனேவ். அவருக்குக் கிடைத்த பெரும்பங்கை தனக்கு எழுதித் தரும்படி மாற்றிக் கொண்டாள் பாலின். துர்கனேவ் மறைவிற்குப் பின்பு இந்த உரிமை குறித்து வழக்குத் தொடரப்பட்டது.

பாலின் அவரை ஏமாற்றிவிட்டாள் என்று ஒருமுறை கூட துர்கனேவ் நினைக்கவுமில்லை, எழுதவுமில்லை. இந்தக் காதலுறவினைத் துண்டித்துக் கொண்டு ரஷ்யா திரும்பி வாருங்கள் என்று நண்பர்கள் அழைத்தபோதும் துர்கனேவ் வரவில்லை.

இந்தக் காதலை எப்படிப் புரிந்துகொள்வது என உலகிற்குத் தெரியவில்லை. அதை உலகிற்கு விளக்க வேண்டிய அவசியம் தனக்கில்லை என்று துர்கனேவ் உறுதியாக இருந்தார்.

பாலின் வியர்டோட் வேறு ஆண்களுடன் நெருங்கிப் பழகினாள். அது போலவே துர்கனேவ் மரியா என்ற நாடக நடிகையுடன் நெருக்கமாகப் பழகினார். ஆனாலும் அவருக்குப் பாலின்மீது கொண்டிருந்த காதல் குறையவில்லை.

ஜார்ஜ் சாண்ட், குஸ்தாவ் ஃப்ளாபெர்ட், மாப்பசான், எமிலி ஜோலா, அல்போன்ஸ் டாடெட் மற்றும் ஹென்றி ஜேம்ஸ் என அன்று புகழ்பெற்றிருந்த எழுத்தாளர்கள் பலருடன் துர்கனேவ் நெருங்கிப் பழகியிருக்கிறார். 1878 இல் பாரீஸில் நடைபெற்ற சர்வதேச இலக்கிய மாநாட்டில் துணைத் தலைவராக நியமிக்கப்பட்டார். 1879 ஆம் ஆண்டில், ஆக்ஸ்போர்டு பல்கலைக்கழகம் கௌரவ டாக்டர் பட்டம் வழங்கி அவரைச் சிறப்பித்தது.

துர்கனேவின் பிற்காலப் படைப்புகள் அவர் எதிர்பார்த்த கவனத்தைப் பெறவில்லை. இதனால் மிகுந்த மனவருத்தம் அடைந்தார். தனது பழைய நண்பர்களை விட்டுப்பிரிந்தது தவறு என உணர்ந்து மீண்டும் அவர்களுடன் தொடர்பு கொண்டார். இறந்துபோன தனது சகோதரனுக்காக வருந்தினார். அவரது கடைசி நாட்கள் வேதனையும் துயரநினைவுகளுமாகக் கழிந்தன.

செப்டம்பர் 3, 1883இல், துர்கனேவ் முதுகுத் தண்டு புற்றுநோயால் பாதிக்கப்பட்டு இறந்தார். அவரது உடலை ரஷ்யா எடுத்துச் செல்வதா வேண்டாமா என்ற குழப்பம் ஏற்பட்டது. பாலின் குடும்பத்தினர் துர்கனேவ் வசித்த பாடன்பாடனிலே அடக்கம் செய்ய வேண்டும் என்றார்கள். அது துர்கனேவ் குடும்பம் ஏற்கவில்லை. பாரீஸில் உள்ள ரஷ்யத் தேவாலயத்தில் துர்கனேவின் இறுதிச் சடங்கு நடைபெற்றது அதில் முக்கிய எழுத்தாளர்கள், கலைஞர்கள் என ஐநூறு பேர் கலந்து கொண்டார்கள். பின்பு அவரது உடல் ரயில் மூலம் செயின்ட் பீட்டர்ஸ்பெர்க்கிற்குக் கொண்டு செல்லப்பட்டது. அங்கே தேசிய மரியாதையுடன் வோல்கோவ்ஸ்கி கல்லறைத் தோட்டத்தில் அடக்கம் செய்யப்பட்டார்.

ஒரு மென்மையான நபர் ஒருபோதும் பழிவாங்குதலை நாடுவதில்லை; தீயவற்றுடன் சமரசம் செய்து கொள்ளவோ அல்லது தனது ஆன்மாவில் எந்தத் தார்மீக விட்டுக்கொடுப்பும் செய்யவோ முடியாமல் தனது வழியில் செல்கிறார். அவரது துயரங்கள் எளிதாக விவரிக்க முடியாதவை. ஆனால் இறுதியில் நீங்கள் அவற்றை உணர்ந்து கொள்வீர்கள். அவருடன் துன்பப்படுவீர்கள் என்று தஸ்தாயெவ்ஸ்கி தனது நாட்குறிப்பு ஒன்றில் எழுதியிருக்கிறார். இதுவே துர்கனேவ் பற்றிய சரியான மதிப்பீடாகும்.

4
ஆறு சித்திரங்கள்

1920களின் ரஷ்யக் கவிதையுலகம் மற்றும் கவிஞர்களின் வாழ்க்கை குறித்து வாசிக்கும்போது அவர்கள் ஒரு விசித்திரக் கனவுலகில் உலவியதை அறிய முடிகிறது.

கவிஞர் விளாடிஸ்லாவ் கோடாசெவிச் அந்தக் கால கட்டத்தின் ஆறு முக்கியக் கவிஞர்கள் குறித்த தனது நினைவுக் குறிப்பினை NECROPOLIS என்ற நூலாக எழுதியிருக்கிறார். புஷ்கின் மட்டுமே தனது ஆதர்சம் எனும் கோடாசெவிச் அன்றைய குறியீட்டுக் கவிதை இயக்கத்தின் முக்கியக் கவிஞராக இருந்தார்.

குறியீட்டு வாதம் என்பது ஒரு தனித்துவமான கருத்தைத் தெரிவிக்க, ஒரு வார்த்தை அல்லது பிம்பத்தைப் பயன்படுத்துவதாகும். குறிப்பாக, நிறங்கள், சின்னங்கள் எப்படி அடையாளமாக மாறிவிடுகின்றன என்பதைக் குறியீட்டு வாதம் பேசியது. கலையை யதார்த்தமாகவும் யதார்த்தத்தைக் கலையாகவும் மாற்ற முயன்றது குறியீட்டு வாதம்.

நூலின் முதற்கட்டுரை கவிஞர் ஆன்ட்ரி பைலியின் காதலி நினா இவனோவ்னா பெட்ரோவ்ஸ்கயா பற்றியது. கோடாசெவிச் அவரை மோசமாக விமர்சித்து எழுதிய போதும் நினாவின் துயரம் நம்மைப் பற்றிக் கொள்ளவே செய்கிறது.

பாரீஸில் புறநகரிலுள்ள சிறிய விடுதியில் பிப்ரவரி 22, 1928 இரவு நினா இவனோவ்னா பெட்ரோவ்ஸ்கயா சமையல் வாயுவைத் திறந்து விட்டுத் தனது உயிரை மாய்த்துக் கொண்டார்.

மறுநாள் செய்தித்தாளில் எழுத்தாளர் நினா இவனோவ்னா மறைந்துவிட்ட செய்தி வெளியாகியிருந்தது. அதைப் பற்றிக் குறிப்பிடும் கோடாசெவிச் அவள் எழுத்தாளரில்லை,

ஆனால் அப்படித் தன்னை அழைத்துக் கொள்வதில் பெருமைப்பட்டவள். அவளது கதைகள், கட்டுரைகள் எதுவும் இலக்கியத்தரமானவையில்லை. பெரிதும் நகல் படைப்புகள்.

ஆனால் அவள் 1903 மற்றும் 1909 ஆண்டுகளுக்கு இடையில் மாஸ்கோ இலக்கிய உலகின் மையமாக் விளங்கினாள். பல்வேறு கவிஞர்களுடன் நெருக்கமாகப் பழகினாள். எழுத்தாளர்கள், ஓவியர்கள், கவிஞர்கள் என்ற அவளது நட்பு பட்டியல் மிக நீண்டது. இலக்கியச் சந்திப்புகளில் அவள் மிகையான பாவனையுடன் நடித்தாள். இளம் படைப்பாளிகளிடம் பொய்யான காதல் வசனங்களைப் பேசினாள். இத்தனைக்கும் அவள் அழகியில்லை. சராசரியான பெண். ஆனால் அவளுக்கு எவரையும் தன்வசம் ஈர்த்துவிடும் திறமையிருந்தது.

நினாவின் உண்மையான வயது யாருக்கும் தெரியாது. அவள் தனது தனது வயதை மறைத்து வந்தாள். அவள் ஒரு அதிகாரியின் மகள். பல் மருத்துவம் படித்திருக்கிறாள். ஆனால் அதை முடிக்கவில்லை. திருமண வாழ்க்கையும் தோல்வியில் முடிந்திருக்கிறது. ஆகவே அவள் கலைகளின் மீது தனது நாட்டத்தை ஏற்படுத்திக் கொண்டாள். இலக்கிய உலகில் அவளைக் காதலித்த முதல் நபர் ஆன்ட்ரி பைலி.

அப்போது கவிஞர் பைலி மிகவும் இளமையாக இருந்தார். தங்கச் சுருட்டை முடி, நீல நிற கண்கள், கவிதையின்மீது பித்துக் கொண்டிருந்தார். அவளைக் காதலித்த ஆன்ட்ரி பைலி அவளது அழகினைப் புகழ்ந்து கவிதை எழுதினார். அது மட்டும் அவளுக்குப் போதுமானதாகயில்லை. அவள் இளங்கவிஞர்களின் பட்டாளமே தன்னைக் காதலிக்க வேண்டும் என ஆசைப்பட்டாள். அப்படி நடக்கவும் செய்தது.

ஆனால் அதில் ஒருவர்கூட அவளை உண்மையாகக் காதலிக்கவில்லை. நினா நிறையக் குடித்தாள். போதை மருந்துகளை உட்கொண்டாள். மார்ஃபின் அடிமையாக மாறினாள். அதனால் அவளது உடல்நிலை சீர்கெட்டது.

மனரீதியாகவும், உடல்ரீதியாகவும் வளர்ச்சியடையாத தங்கை நதியா அவளது பொறுப்பில் விடப்பட்டிருந்தாள். நினா ரஷ்யாவை விட்டு வெளியேறியபோது, தனது

சகோதரியை தன்னுடன் அழைத்துச் சென்றார். சில காலம் பெர்லினில் வாழ்ந்தாள். ஒன்றிரண்டு நண்பர்கள் அவளுக்கு உதவினார்கள். நிரந்தரமாகப் போதையிலிருந்த அவள் தன்னை அழித்துக் கொண்டாள்.

புற்றுநோயால் நதியா இறந்தது அவளுக்குள் மோசமான பாதிப்பை ஏற்படுத்தியது. மருத்துவமனையின் பிணவறைக்குச் சென்று சகோதரியின் சடலத்தை ஊசியால் குத்தினாள். பின்னர் அதே ஊசியால் தன்னுடைய கையையும் குத்திக் கொண்டாள். தனது கடைசி நாட்களில் நினா பேசிய எதுவும் புரியும்படியாக இல்லை. முடிவில் அவள் தன்னை எரிவாயுவால் அழித்துக் கொண்டுவிட்டாள் என்று கோடாசெவிச் அவளது நினைவைப் பகிருகிறார்.

சொந்த வாழ்வின் வேதனைகளை மறைத்துக் கொண்டு இலக்கியத்தில் அதற்கான மீட்சியைத் தேடியவர் என்றே நினாவைப் புரிந்து கொள்கிறேன்.

கவிஞர் குமிலியோவ் மற்றும் பிளாக் குறித்து எழுதிய கட்டுரையில் இருவரது ஆளுமையும் சிறப்பாக வெளிப்பட்டுள்ளது. குறிப்பாக, குமிலியோவின் வீடு, விருந்தினர்களை வரவேற்கும் விதம், அவரது மனோபாவம் குறித்து உணர்ச்சிப்பூர்வமாக எழுதியிருக்கிறார்.

1921 இல் இரண்டு மாத இடைவெளியில் கவிஞர் குமிலியோவ் மற்றும் பிளாக் இருவரும் இறந்து போனார்கள். குமிலியோவை விட பிளாக் ஆறு ஆண்டுகள் மூத்தவர். இருவரும் ஒரே இலக்கியச் சகாப்தத்தைச் சேர்ந்தவர்கள் என்றாலும் வெவ்வேறு கவிதை மரபில் வருபவர்கள். பிளாக் குறியீட்டு வாதக் கவிதைகளை நிராகரித்தார். கவிதை எழுதுவதுதான் உண்மையான ஆன்மீகம் என்று நம்பினார். ஆனால் குமிலியோவைப் பொறுத்தவரை, கவிதை என்பது ஒரு இலக்கிய வடிவம் மட்டுமே.

பிளாக் வாழ்க்கையின் ஒவ்வொரு கணமும். ஒரு கவிஞராக மட்டுமே இருந்தார். அவரது பேச்சிலும் எழுத்திலும் அது முழுமையாக வெளிப்பட்டது என்கிறார், இந்தத் தொகுப்பின் சிறந்த கட்டுரையாக மாக்சிம் கார்க்கி பற்றியதைச் சொல்வேன். கார்க்கி எவ்வளவு செல்வாக்குடன் இருந்தார் என்பதன் நேரடி சாட்சியமாக எழுதப்பட்டிருக்கிறது.

தனது கவிதைத்தொகுப்பினை மாக்சிம் கார்க்கி படித்துப் பாராட்டியதாகக் கேள்விப்பட்டு அவரைச் சந்திக்கப் பீட்டர்ஸ்பெர்க் செல்கிறார் விளாடிஸ்லாவ் கோடாசெவிச்.

கார்க்கின் வீட்டில் ஏகப்பட்ட ஆட்கள். அதில் உதவி கேட்டு வந்திருப்பவர்கள் அதிகம். தன்னைத் தேடி வருகிறவர்களின் துயரக்கதையைக் கேட்டு அவர்களுக்குத் தேவையான உதவிகளை உடனே செய்து தருகிறவராக கார்க்கி இருந்தார். எவ்வளவு சிபாரிசுக் கடிதங்கள் கொடுத்திருப்பார் என்று கணக்கேயில்லை.

முதன்முறையாக மாக்சிம் கார்க்கியைச் சந்தித்த நாளை நினைவு கூரும் விளாடிஸ்லாவ் கோடாசெவிச் அவர் அழகான தொப்பியும் சீனப்பட்டு அங்கியும் அணிந்திருந்தார். அவர் வீட்டில் மின்சாரம் கிடையாது. மண்ணெண்ணெய் விளக்குதான் எரிந்து கொண்டிருந்தது என்கிறார்.

கார்க்கி அளவிற்கு ரஷ்யாவில் புகழ்பெற்ற எழுத்தாளர் வேறு எவருமில்லை. உலகின் பல்வேறு மூலைகளிலிருந்தும் அவருக்குக் கடிதங்கள் எழுதப்பட்டன. தினமும் ஆயிரக்கணக்கான கடிதங்கள் வருவதுண்டு.

அந்த நாட்களில் ரஷ்ய கம்யூனிஸ்ட் அகிலத்தின் தலைவராக இருந்த ஜினோவியேவிற்கும் கார்க்கிக்கும் மோதல் இருந்தது. அவர் கார்க்கிமீது நடவடிக்கை எடுக்கக் காத்துக் கொண்டிருந்தார். ஒரு முறை ஜினோவியேவ் ஆணையின் பெயரில் மாக்சிம் கார்க்கி வீட்டில் சோதனை நடத்தப்பட்டது. இதன் பிறகு கார்க்கி பீட்டர்ஸ்பெர்க்கை விட்டு மட்டுமல்ல, சோவியத் ரஷ்யாவையும் விட்டு வெளியேற வேண்டிய கட்டாயம் ஏற்பட்டது.

அவர் ஜெர்மனி சென்றார். அங்கே ஒரு சாதாரண விடுதியில் வசித்து வந்தார். பின்பு ஸ்டாலின் ஆட்சியில் நாடு திரும்பிய பிறகு அவருக்கு அரசின் தரப்பில் வீடு ஒதுக்கப்பட்டது.

மாக்சிம் கார்க்கி ஆடம்பரமான வாழ்க்கை வாழ்வதாகச் செய்தி பரவியது. அந்தச் செய்தி உண்மையில்லை. அவருக்கு ஒதுக்கிய வீடு முறையான பராமரிப்பு இன்றி இருந்த பெரிய, வசதியற்ற, புறக்கணிக்கப்பட்ட மாளிகையாகும்.

அவரது தனிப்பட்ட தேவைகள் குறைவு. ஆனால் அவர் தன்னைத் தேடி வருகிறவர்களுக்குத் தாராளமாகச் செலவு செய்தார். அவரிடம் உதவி கேட்க வந்த எவரையும் அவர் மறுக்கவில்லை.

சாமானியர்கள் முதல் பேரரசி அலெக்ஸாண்ட்ரா வரை அவரிடம் உதவி கேட்டுப் பெற்றிருக்கிறார்கள். லட்சியக்கனவுகளுடன் வாழ்ந்த கார்க்கி அதே கனவுகளை எல்லோரும் காணவேண்டும் என்று விரும்பினார். வற்புறுத்தினார். அது நடக்கவில்லை. அந்த ஏமாற்றத்தை அவரால் ஏற்றுக் கொள்ள முடியவில்லை. உண்மையில் அவர் ஒரு தோல்வியுற்ற நாயகன். எந்த நம்பிக்கைகள், கனவுகள் அவரை உருவாக்கியதோ அதன் தோல்வியைக் கண்முன்னே கண்டார். அவரே நேரடியாகப் பாதிக்கப்பட்டார். தனக்கு அனுப்பி வைக்கப்பட்ட அத்தனை புத்தகங்களையும் கார்க்கி படித்தார். இளம் படைப்பாளிகளைக் கொண்டாடினார். அப்படி ஒருவரை இனி காண முடியாது என்கிறார் விளாடிஸ்லாவ் கோடாசெவிச்.

1921 வாக்கில் பிளாக் மூன்று வருடங்களாகக் கவிதை எதுவும் எழுதவில்லை. அவர் மாக்சிம் கார்க்கியிடம் தனது "மனிதகுலத்தின் ஞானத்தின்மீதான நம்பிக்கை" முடிந்துவிட்டதாகப் புகார் செய்தார். அதன் பின்பு பிளாக் நோய்வாய்ப்பட்டார். அவரை மருத்துவச் சிகிச்சைக்காக வெளிநாட்டிற்கு அனுப்புமாறு மருத்துவர்கள் கோரிக்கை வைத்தனர். ஆனால் அவர் நாட்டை விட்டு வெளியேற அனுமதிக்கப்படவில்லை.

மாக்சிம் கார்க்கி அவரது விசாவிற்காக முயன்றார். அவர் அனடோலி லுனாசார்ஸ்கிக்கு எழுதிய கடிதத்தில் "அலெக்சாண்டர் பிளாக் ரஷ்யாவின் தலைசிறந்த கவிஞர். நீங்கள் அவரை வெளிநாடு செல்ல தடை விதித்து, ஒருவேளை அவர் இறந்துவிட்டால், நீங்களும் உங்கள் தோழர்களும் அவரது மரணத்திற்குக் குற்றவாளியாகக் கருதப்படுவீர்கள்" என்று குறிப்பிட்டுள்ளார்

*1921*ஆம் ஆண்டு ஜூலை *23* ஆம் தேதி பிளாக்கிற்கு விசா வழங்க முடிவு செய்யப்பட்டது. ஆனால் அவரது உடல்நிலை கடுமையாக மோசமடைந்ததால், பிளாக்கின் மனைவி அவருடன் செல்வதற்கு அனுமதி கேட்டார்.

லியுபோவ் டிமிட்ரிவ்னா பிளாக் ரஷ்யாவை விட்டு வெளியேறுவதற்கான அனுமதி மிகவும் தாமதமாகவே வழங்கப்பட்டது. அதற்குள் பிளாக் இறந்துவிட்டிருந்தார்.

ரஷ்ய வரலாற்றின் மிகவும் கொந்தளிப்பான காலகட்டத்தில் வாழ்ந்த படைப்பாளிகளின் வாழ்க்கையை மிகவும் நேர்மையாக நினைவுகூர்ந்திருக்கிறார் கோடாசெவிச்.

5
ரஷ்ய நாவலின் உதயம்

பியோதர் தஸ்தாயெவ்ஸ்கி, லியோ டால்ஸ்டாய், இவான் துர்கனேவ் ஆகிய மூவரின் முக்கிய நாவல்களும் ரஷ்யன் ஹெரால்ட் பத்திரிகையில் தொடராக வெளிவந்திருக்கின்றன. இந்த நாவல்களை வெளியிடுவதற்குத் தேர்வு செய்ததோடு அவற்றை எடிட் செய்து வெளியிட்டு இலக்கிய அந்தஸ்து பெற்றுத் தந்தவர் ரஷ்யன் ஹெரால்ட் பத்திரிகையின் ஆசிரியர் மிகைல் நிகிஃபோரோவிச் கட்கோவ்.

இவரது உறுதுணையில்தான் மூன்று படைப்பாளிகளும் தங்களுக்கான இலக்கிய இடத்தை உருவாக்கிக் கொண்டார்கள்.

கட்கோவோடு இவர்களுக்கு இருந்த நெருக்கம் மற்றும் மோதல்கள் பற்றி SUSANNE FUSSO எழுதிய EDITING TURGENEV, DOSTOEVSKY, AND TOLSTOY புத்தகம் விரிவாகப் பதிவு செய்துள்ளது.

ரஷ்யன் ஹெரால்ட் அல்லது ரஷ்யன் மெசஞ்சர் என அழைக்கப்படும் மாத இதழ் 1856இல் துவங்கப்பட்டது. ரஷ்யாவின் சமகால அரசியல், பொருளாதார, பண்பாட்டுப் பிரச்சனைகள் குறித்த கட்டுரைகள் மற்றும் விரிவான வாதங்களை முன்னெடுத்த இந்த இதழ் தொடர்ந்து இலக்கியத்தரமான நாவல்களைத் தொடராக வெளியிட்டு வந்தது.

இதன் காரணமாக ரஷ்யா முழுவதும் பெரிய வாசகப்பரப்பைக் கொண்டிருந்தது. தேசியவாதம் தலைதூக்கிவந்த காலமது. ஆகவே இளைஞர்கள் மற்றும் உயர் தட்டு மக்களிடம் அதிக வரவேற்பை பெற்றிருந்தது. இதில் விமர்சகர் பெலின்ஸ்கி தொடர்ந்து எழுதி வந்தார். லியோ டால்ஸ்டாய் இதழைச் சந்தா செலுத்திப் பெற்று வந்ததோடு அதில் நடைபெறும் வாதங்களில் தொடர்ந்து பங்கெடுத்து வந்திருக்கிறார்.

இது போலவே தஸ்தாயெவ்ஸ்கி தனது கதைகள் ரஷ்யன் ஹெரால்ட்டில் வர வேண்டும் என்பதற்காகத் தொடர்ந்து கட்கோவிற்குக் கடிதங்கள் எழுதியிருக்கிறார், அதிலும் குறிப்பாகச் சைபீரிய சிறைத்தண்டனையை முடித்துக் கொண்டு திரும்பிய தஸ்தாயெவ்ஸ்கிக்கு எழுத்துலகில் தனக்கான இடத்தை உருவாக்கிக் கொள்ள வேண்டும் என்ற தவிப்பிருந்தது. அதற்குக் கட்கோவ் பெரிதும் உதவினார். பொருளாதார ரீதியாக தஸ்தாயெவ்ஸ்கி மிகவும் சிரமப்பட்ட காலங்களில் தொடர்ந்து அவருக்கு முன்பணம் தந்து எழுத வைத்திருக்கிறார்.

இதைப்பற்றி அன்னா தஸ்தாயெவ்ஸ்கி ஒரு குறிப்பு எழுதியிருக்கிறார்.

தஸ்தாயெவ்ஸ்கியின் நான்கு நாவல்கள் ரஷ்யன் ஹெரால்டில் தொடராக வந்துள்ளன. அந்த நாட்களில் இரண்டு பக்கங்களுக்கு 125 ரூபிள் முதல் 250 ரூபிள் வரை ஊதியம் என முடிவு செய்யப்பட்டு அதற்கான முன்பணம் தொடர்ந்து அளிக்கப்பட்டு வந்தது. எங்கள் திருமணம் பற்றிக் கட்கோவிற்குத் தஸ்தாயெவ்ஸ்கி கடிதம் எழுதி பணஉதவி செய்யவும் கேட்டிருந்தார். இரண்டாயிரம் ரூபிள் (ஒரு ரூபிள் இன்றைய மதிப்பு இந்திய ரூபாயில் ஒன்று) அனுப்பி வைத்ததோடு தனது வாழ்த்துகளையும் கட்கோவ் தெரிவித்திருந்தார். தொடர்ந்து கட்கோவ் செய்த பணஉதவி காரணமாகவே தஸ்தாயெவ்ஸ்கியால் வாழ முடிந்தது. அவரது புஷ்கின் உரையைத் தனது இதழில் வெளியிட்ட கட்கோவ் அதற்கும் தனியான தொகையை அனுப்பி வைத்தார் என்கிறார் அன்னா.

தி டெவில்ஸ் நாவல் தொடராக வந்து கொண்டிருந்த போது அதன் முக்கிய அத்தியாயத்தை தனக்கு ஏற்புடையதாக இல்லை என்று கட்கோவ் திருப்பி அனுப்பி வைத்தார். அதை ஏற்றுக் கொள்ள முடியாத தஸ்தாயெவ்ஸ்கி தொடரை வெளியிடுங்கள். வாசகர்கள் முடிவு செய்து கொள்ளட்டும் என்று பதில் எழுதினார்.

இதற்குக் கட்கோவ் வாசகர்களுக்கு எதைத் தர வேண்டும் என்று எனக்குத் தெரியும். ஆகவே மாற்றி எழுதினால் மட்டுமே வெளியிட முடியும் என்றார். தேவையான திருத்தங்களை நீங்களே செய்து கொள்ளவும்

என தஸ்தாயெவ்ஸ்கி பதில் எழுதியதால் கட்கோவின் திருத்தங்களுடன் தொடர் வெளியானது. நாவல் புத்தகமாக வெளியாகும்போது கட்கோவின் திருத்தங்கள் நீக்கப்பட்டன.

இதன்பிறகு புதிய நாவல் ஒன்றைத் தொடராக எழுத விரும்புவதாகத் தெரிவித்த தஸ்தாயெவ்ஸ்கி The Village of Stepanchikovo and Its Inhabitants குறுநாவலை அனுப்பி வைத்திருக்கிறார். இந்தக் குறுநாவலை வெளியிடத் தகுதியற்றது என்று நிராகரித்ததோடு, இது போன்ற படைப்புகளை ரஷ்ய வாசகர்கள் ஏற்றுக் கொள்ளமாட்டார்கள் என்று கடுமையான கடிதம் ஒன்றை எழுதியிருந்தார் கட்கோவ்.

இதனால் ஆத்திரமடைந்த தஸ்தாயெவ்ஸ்கி வேறு இதழ்களில் தனது படைப்புகளை வெளியிட்டு வந்தார். பின்பு கட்கோவுடன் சமாதானம் ஏற்படவே மீண்டும் ரஷ்யன் ஹெரால்டில் தொடர்கதை எழுதத் துவங்கினார்.

குற்றமும் தண்டனையும் நாவலைத் தொடராக எழுதும் முன்பு அதன் கதைச்சுருக்கத்தை தஸ்தாயெவ்ஸ்கி விரிவாக எழுதி அனுப்பியிருக்கிறார். அந்தக் கடிதம் வியப்பூட்டுகிறது.

முழுநாவலையும் எழுதி முடித்தபிறகு அந்தக் குறிப்பை எழுதியிருப்பாரோ எனும் அளவிற்கு நாவலின் கட்டுமானம், கதைப்போக்கு, கதாபாத்திரங்களின் மனத்தவிப்புகள் உள்ளிட்ட அத்தனையும் அந்தச் சுருக்கத்தில் தஸ்தாயெவ்ஸ்கி எழுதியிருக்கிறார்.

தனது ஸ்டெபான்சிகோவா போலின்றி இந்த நாவல் நிச்சயம் ரஷ்ய வாசகர்களுக்குப் பிடிக்கும் என்று அந்தக் கடிதத்தில் குறிப்பிடுகிறார்.

தஸ்தாயெவ்ஸ்கி பொருளாதார நெருக்கடிக்கு உள்ளாகும் போதெல்லாம் கட்கோவிடம் முன்பணம் கேட்டுக் கடிதம் எழுதியிருக்கிறார். அந்தக் கடிதங்கள் இன்றும் பாதுகாக்கப்பட்டு வருகின்றன.

சில கடிதங்களில் கட்கோவ், நீங்களும் ஒரு எழுத்தாளர். என்னைப் போலவே பணமில்லாத நெருக்கடியை அனுபவித்தவர். ஆகவே உடனடியாக எனக்கு முன்பணம் அனுப்பி வையுங்கள் என்று மன்றாடியிருக்கிறார்.

கட்கோவ் இளைஞராக ஜெர்மனியில் தத்துவம் படிக்கச் சென்ற நாட்களில் கையில் காசில்லாமல் நண்பர்கள் அறையில் தங்கிக் கொண்டு வாழ்ந்திருக்கிறார். அவர் மொழிபெயர்ப்பு செய்த புத்தகத்திற்கான பணத்தைப் பதிப்பாளர் தரவில்லை. ஆகவே நண்பர்களிடம் கடன்வாங்கிச் செலவு செய்திருக்கிறார். அதனால் தஸ்தாயெவ்ஸ்கியின் நெருக்கடியைப் புரிந்துகொள்ள முடிந்திருக்கிறது. நான்கு முக்கிய நாவல்களைத் தொடராக எழுதியபோதும் கட்கோவை ஒன்றிரண்டு முறை மட்டுமே தஸ்தாயெவ்ஸ்கி நேரில் சந்தித்திருக்கிறார். அந்தச் சந்திப்புகள் பெரிதும் பணத்தேவையை ஒட்டி நடந்தவையே.

தஸ்தாயெவ்ஸ்கியின் குற்றமும் தண்டனையும் தொடராக வெளிவந்த போது அதற்குப் பலத்த எதிர்ப்பு உருவானது. மட்டரகமான தொடர் கதையை உடனே நிறுத்தவேண்டும் எனப் பலரும் கடிதம் எழுதினார்கள். ஜி. இசட். எலிசீவ் என்ற விமர்சகர் கடுமையான எதிர்வினை கடிதம் ஒன்றை எழுதினார். ஆனால் கட்கோவ் எதற்கும் செவிசாய்க்கவில்லை. அவர் தஸ்தாயெவ்ஸ்கி உன்னதமான நாவலை எழுதிக் கொண்டிருக்கிறார் என்று பதில் எழுதினார். அந்த நம்பிக்கையின் வெளிப்பாடு போலவே இன்றும் உலகின் சிறந்த நாவல்களில் ஒன்றாகக் குற்றமும் தண்டனையும் கொண்டாடப்படுகிறது. இத்தொடர் வெளியான நாட்களில் இதைப் படிப்பதற்காகவே ஐநூறு புதிய வாசகர்கள் ஆண்டுச் சந்தா கட்டினார்கள். இந்த எண்ணிக்கை உயர்வு அதிசயமானது என்று கட்கோவ் எழுதியிருக்கிறார்.

1860களில், ரஷ்யாவில் குற்றவாளிகளின் உண்மைக்கதைகளை அறிந்து கொள்வதில் பெரிய ஆர்வம் உருவாகியிருந்தது. ஜார் அலெக்சாண்டர் II ஆட்சியின் போது செய்யப்பட்ட சீர்திருத்தங்களில் அடிமைத்தனத்தை ஒழிப்பது, குற்றவியல் நீதி அமைப்பு மாற்றம் மற்றும் பத்திரிகைகளுக்குக் கூடுதல் சுதந்திரம் வழங்குவது ஆகியவை அடங்கும்.

நீதிமன்றத்தில் புதிதாக ஜூரி அமைப்பினை உருவாக்கி அதன் மூலம் மக்களும் நீதித்துறையும் இணைந்து தீர்ப்பு வழங்கலாம் என்ற நடைமுறை அறிமுகமானது.

இதனால் குற்றவியல் விசாரணைகள் ஒரு புதிய வகையான வாசிப்புப் பிரதியாக உருமாறின. செய்தித்தாள்களில் இதற்கெனச் சிறப்புப் பக்கங்கள் ஒதுக்கப்பட்டன. நீதிமன்ற ஸ்டெனோகிராஃபர்களின் அறிக்கைகளை அப்படியே அச்சிட்டு மக்கள் வாசித்து மகிழ்ந்தார்கள்.

நூறு ஆண்டுகளுக்கு முன்பு தமிழ்நாட்டிலும் நீதிமன்ற நடவடிக்கைகளை மக்கள் அறிந்து கொள்ளும்விதமாகக் கொலைசிந்துகள் பாடப்பட்டிருக்கின்றன. மாலை செய்தித்தாட்களில் கொலைவழக்கு விசாரணைகள் சிறப்புப் பகுதியாக வெளியிடப்பட்டிருக்கின்றன.

ரஷ்யாவில் வெளியிடப்பட்ட குற்றவாளிகளின் உண்மைக் கதைகள் நாவல்களை விட உயர்ந்தவையாகக் கருதப்பட்டன. 1860களில், ரஷ்யாவில் ஒரு பத்திரிகையின் பக்கங்களைப் புரட்டினால், உங்கள் கைகளில் ரத்தம் படிந்துவிடும் என்கிறார் விமர்சகர் கான்ஸ்டான்டின் மொசுல்ஸ்கி.

செப்டம்பர் 1865இல், தஸ்தாயெவ்ஸ்கி ஜெர்மனின் சுகவாச ஸ்தலமான பேடன் பேடனில் தங்கியிருந்தார். அங்கே சூதாடி கையிலிருந்த பணம் முழுவதையும் இழந்திருந்தார். அவரால் ஹோட்டல் கட்டணத்தைச் செலுத்த முடியவில்லை. மேலும் அவருக்கு வழங்கப்பட்ட இரவு உணவை நிறுத்துமாறு ஊழியர்களுக்கு அறிவுறுத்தப்பட்டது.

இதனால் இரவு சாப்பாட்டினைக் கைவிடுவது என முடிவு செய்தார். இந்நிலையில் அவர் செய்தித்தாளில், ஒரு மனிதன் கோடாரியால் சமையல்காரர் மற்றும் சலவை செய்யும் பெண்மணியை வெட்டிக் கொன்ற செய்தியைப் படித்தார். அந்த மனிதன், ரஷ்யன் ஆர்த்தடாக்ஸ் சர்ச்சின் சீர்திருத்தங்களை நிராகரித்தவன் என்று செய்தித்தாள் கூறியது.

இந்த மனிதனின் கதையைத்தான் குற்றமும் தண்டனையும் நாவலுக்கான விதையாகக் கொண்டிருந்தார் தஸ்தாயெவ்ஸ்கி. அதே நேரம் மாஸ்கோ பல்கலைக்கழக மாணவர் ஒரு தபால்காரரைக் கொல்லத் தீர்மானித்ததைப் பற்றிய இன்னொரு செய்தியைக் கேள்விப்பட்டார். இரண்டினையும் தனது நாவலில் இணைத்துக் கொண்டுவிட்டார்.

மாஸ்கோவின் மணியோசை ϕ 55

தஸ்தாயெவ்ஸ்கி முதலில் 90 பக்க கதையை உருவாக்கினார். தொடராக வெளியானபோது ஒரு முழு நாவலாக விரிவடைந்தது என்கிறார் இலக்கிய விமர்சகர் ஜெனிபர் வில்சன்.

கட்கோவ் ரஷ்யன் ஹெரால்ட் பத்திரிகையின் ஆசிரியராக வந்தபின்பு தான் புஷ்கின் ரஷ்யாவின் தேசியக் கவியாக முன்னிறுத்தப்பட்டார். புஷ்கின் கவிதைகள் பற்றிய புதிய பார்வைகளை கட்கோவ் தனது இதழின் வழியே உருவாக்கினார். அதே நேரம் புஷ்கினின் உரைநடை அவ்வளவு சிறப்பானதில்லை. அந்த இடத்தை தஸ்தாயெவ்ஸ்கி நிரப்புகிறார் என்றும் கட்கோவ் குறிப்பிடுகிறார்.

இவான் துர்கனேவ் எழுத வந்த நாட்களில் அவரது 'தந்தையும் தனயர்களும்' நாவலைத் தொடராக வெளியிட்ட கட்கோவ், துர்கனேவை ரஷ்ய இலக்கியத்தின் நிகரற்ற நாவலாசிரியராகக் கொண்டாடினார்.

இந்த நாவலை அவரே புத்தகமாக வெளியிட்டார். அத்தோடு இரண்டு விரிவான விமர்சனக் கட்டுரைகளையும் எழுதியிருக்கிறார். அந்தக் கட்டுரைகளை துர்கனேவ் பாராட்டி எழுதியதோடு இரண்டாம் பகுதி எப்போது வெளியாகும் எனக் காத்துக் கொண்டிருந்து படித்தேன் என்றும் குறிப்பிடுகிறார்.

இவான் துர்கனேவை ரஷ்யாவின் சிறந்த எழுத்தாளராக மாற்றியதில் கட்கோவிற்குப் பெரிய பங்கிருக்கிறது.

ஆனால் இந்த நட்புறவு நீடிக்கவில்லை. துர்கனேவ் தனது அடுத்த நாவலை ரஷ்யன் ஹெரால்டில் தொடராக எழுதுவார் என்று கட்கோவ் அறிவிப்பு கொடுத்தார். ஆனால் துர்கனேவ் அதை எழுதவில்லை.

அத்தோடு கட்கோவிற்கு எதிராக வேறு இலக்கிய இதழில் எழுதப்பட்ட கட்டுரை ஒன்றை ஆதரித்து துர்கனேவ் கடிதம் எழுதினார். இந்தக் கோபம் கட்கோவிற்கும் அவருக்குமான உறவைத் தற்காலிகமாகத் துண்டிக்கச் செய்தது. காலமாற்றத்தில் மீண்டும் நட்பு உருவானது. On the Eve என்ற நாவலை புதிய தொடர்கதையாக ரஷ்யன் ஹெரால்ட் இதழில் துர்கனேவ் எழுத ஆரம்பித்தார். இந்தத்

தொடர் வாசகர்களிடம் வரவேற்பு பெறவில்லை. அதில் துர்கனேவ் மன வருத்தம் அடைந்தார்.

அந்த நாவலை ஏற்காதவர்களைக் கடுமையாக விமர்சனம் செய்து எழுதினார் துர்கனேவ். இதை விரும்பாத கட்கோவ் இந்த நாவல் ஏன் தோல்வியுற்றது என விரிவான கட்டுரை எழுதினார். இந்த மோதலில் கட்கோவின் இலக்கிய ரசனை மிகவும் மட்டமானது என துர்கனேவ் கடுமையாகத் தாக்கி எழுதினார். இந்தச் சர்ச்சை மீண்டும் பிரிவை உருவாக்கியது.

மிகைல் நிகிஃபோரோவிச் கட்கோவ் எழுத்தாளராக விரும்பியவர். மாஸ்கோ பல்கலைக்கழகத்தில் பேராசிரியராகப் பணியாற்றியவர். ஜெர்மன் சென்று தத்துவம் படித்திருக்கிறார். ஆங்கில பிரெஞ்சு, ஜெர்மானிய இலக்கியங்களில் நல்ல புலமை கொண்டிருந்தார்.

ரஷ்யாவில் தேசியவாதம் தலையெடுத்த காலத்தில் அதனை வழிநடத்தியவர் கட்கோவ். அவர் தனது இதழில் வெளியாகும் இலக்கியப் படைப்புகளை மிகக் கவனமாக எடிட் செய்ததோடு தேவையற்ற பகுதியாகக் கருதியவற்றை நீக்கவும் செய்தார். இதை டால்ஸ்டாய், தஸ்தாயெவ்ஸ்கி, துர்கனேவ் என எவரும் விரும்பவில்லை. ஆகவே கட்கோவோடு சண்டையிட்டுத் தங்கள் படைப்புகளை நிறுத்திக் கொண்டிருக்கிறார்கள்.

புகழ்பெற்ற அன்னா கரீனினா நாவலை 13 பகுதிகள் கொண்ட தொடராக இரண்டரை ஆண்டுகள் வெளியிட்டார் கட்கோவ். இந்தத் தொடரின் இறுதி அத்தியாயத்தை வெளியிடத் தகுதியற்றது என மறுத்துத் திரும்பி அனுப்பினார் கட்கோவ். இதனால் ஆத்திரமான டால்ஸ்டாய் தொடரை அப்படியே நிறுத்திக் கொள்வதாக அறிவித்தார். இந்த மோதல் காரணமாகத் தொடர் நின்று போனது.

கடைசி அத்தியாயத்தைச் சிலவெளியீடாகத் தனியே டால்ஸ்டாய் வெளியிட்டார். நாவலாகப் பதிப்பிக்கப்பட்ட போது அது மீண்டும் ஒன்று சேர்க்கப்பட்டது.

அந்த நாட்களில் இரண்டு பக்கங்களுக்கு 500 ரூபிள் ஊதியம் என டால்ஸ்டாயும் 350 ரூபிள் ஊதியம் என துர்கனேவும் பெற்றுவந்தார்கள். இந்தச் சம்பளம் தஸ்தாயெவ்ஸ்கிக்கு

வழங்கப்படவில்லை. அவர் அதிகபட்சமாக 300 ரூபிள் பெற்றிருக்கிறார். இதைப் பற்றி வருத்தமாக தஸ்தாயெவ்ஸ்கி ஒரு கடிதம் எழுதியிருக்கிறார்.

கட்கோவின் இலக்கிய மற்றும் அரசியல் நிலைப்பாடுகளை எழுத்தாளர்கள் விரும்பவில்லை. ஆகவே அவர்களுக்குள் அடிக்கடி கருத்து மோதல்கள் உருவானது. ஆனாலும் இலக்கியவாதிகளை ஊக்கப்படுத்தித் தொடர்ந்து அவர்களின் படைப்புகளை வெளியிட வேண்டும் என்பதில் கட்கோவ் கவனமாக இருந்தார்.

டால்ஸ்டாய் அவருக்கு எழுதிய கடிதங்களில் கட்கோவை புகழும் ஒரு வரிகூடக் காணமுடியாது. கறாராக, எழுத வேண்டிய விஷயங்களை மட்டுமே எழுதியிருக்கிறார். கட்கோவ் தனது நாவலைத் தணிக்கை செய்தபோது அதைக் கண்டித்து உடனடியாகத் தனது படைப்பினை நிறுத்திக் கொண்டிருக்கிறார்.

அவரது போரும் அமைதியும் நாவல் தொடராக வெளிவந்து கொண்டிருந்த அதே காலத்தில் தஸ்தாயெவ்ஸ்கியின் நாவலும் தொடராக வந்திருக்கிறது. தஸ்தாயெவ்ஸ்கியைப் பாராட்டி ஒரு வரி கூட டால்ஸ்டாய் எழுதவில்லை. ஆனால் டால்ஸ்டாயின் நாவலைத் தொடராக வாசித்த தஸ்தாயெவ்ஸ்கி வியந்து பாராட்டி தனது டயரியில் எழுதியிருக்கிறார்.

பண்ணையடிமை முறை ஒழிப்பது குறித்தும், பெண்கல்வி அவசியம் என்பது குறித்தும் கட்கோவ் நிறைய எழுதியிருக்கிறார். டால்ஸ்டாய் தனது பண்ணையில் ஆரம்பித்த பள்ளிக்கூடத்தைப் பாராட்டி எழுதியதோடு அதற்குத் தேவையான எல்லா உதவிகளையும் தான் செய்யக் காத்திருப்பதாக எழுதியிருக்கிறார்.

கட்கோவ் தனது அரசியல் நிலைப்பாட்டிற்காகவே இன்றும் அதிகம் அறியப்படுகிறார். அவர் இறந்த போதும் அரசியல் விமர்சகராகவே மேற்குலகம் அவரைக் கொண்டாடியது. உண்மையில் அவர் சிறந்த இலக்கிய ஆசிரியராகச் செயல்பட்டிருக்கிறார். நல்ல நாவல்களைத் தொடராக வெளியிட்டு ரஷ்ய நாவல்களின் உதயத்திற்குக் காரணமாக விளங்கியிருக்கிறார்.

தனது சமகாலத்தில் இங்கிலாந்திலும் பிரான்சிலும் நடைபெற்றுவந்த புதிய இலக்கியப் போக்குகளை ஆழ்ந்து அவதானித்து அதற்கு இணையாக ரஷ்ய இலக்கியம் செல்ல வேண்டும் என்று கட்கோவ் முயன்றிருக்கிறார். இங்கிலாந்தில் ஜேன் ஆஸ்டின் புகழ்பெற்ற காலமது. அப்படி ஒரு பெண் எழுத்தாளர் ரஷ்யாவில் உருவாக வேண்டும் என்று கட்கோவ் ஆசைப்பட்டார். அதற்காகச் சில பெண் எழுத்தாளர்களின் படைப்புகளை வேண்டிக் கேட்டு தனது இதழில் வெளியிட்டிருக்கிறார்.

டால்ஸ்டாய், தஸ்தாயெவ்ஸ்கியின் நாவல்களைக் கையெழுத்துப்பிரதியிலே படித்து மகிழ்ந்திருக்கிறார் என்பது கட்கோவிற்குக் கிடைத்த அபூர்வ வாய்ப்பு. அவர் வழியாக உருவான படைப்பாளிகள் அவரை நன்றியோடு நினைவு கொண்டிருக்கிறார்கள். ஆனாலும் கட்கோவ் மீதான விமர்சனங்கள் இன்றும் தொடரவே செய்கின்றன. கட்கோவிற்குச் சிலை வைக்க வேண்டும். அவரது உருவத்தை ஓவியமாக வரைந்து வைக்க வேண்டும் என்று விரும்பிய சிலர் ரஷ்ய ஓவியர் இலியா ரெபினிடம் கேட்டபோது அவர் வரைய மறுத்துவிட்டார். அதற்குச் சொன்ன காரணம், டால்ஸ்டாயை வரைந்த கைகளால் கட்கோவை வரைய முடியாது.

நூற்றாண்டினைக் கடந்து இன்றும் அன்னா கரீனினா, கரமசோவ் சகோதரர்கள், குற்றமும் தண்டனையும், தந்தையும் தனயர்களும் போன்ற ரஷ்ய நாவல்கள் உலக அரங்கில் கொண்டாடப்பட்டு வருகின்றன. இந்தப் பெருமைக்குள் கட்கோவின் பங்கு நிச்சயம் மறைந்தேயிருக்கிறது.

6
வேட்டைக்காரனின் மனைவி

ஆன்டன் செகாவின் வேட்டைக்காரன் (THE HUNTSMAN) சிறுகதை 1885இல் வெளியானது. உலகின் சிறந்த சிறுகதைகளில் ஒன்றாகப் பலரும் தேர்வு செய்துள்ள கதையிது. அளவில் சிறிய கதையே.

ஆனால் அதில் தான் எத்தனை மடிப்புகள், நுணுக்கங்கள். ஆன்டன் செகாவை ஏன் சிறுகதையின் மாஸ்டர் என்று கொண்டாடுகிறார்கள் என்பதற்கு இந்தக் கதை ஒரு உதாரணம். கதை யெகோர் என்ற வேட்டைக்காரனைப் பற்றியது. அவன் ஒருநாள் நாட்டுப்புற சாலையில் நடந்து செல்லும்போது, தற்செயலாகத் தனது பிரிந்த மனைவி பெலகேயாவைச் சந்திக்கிறான்.

வேட்டைக்காரனைப் பற்றிய இக்கதையின் ஆதாரமாக இருப்பது பகலின் மௌனம்.

உறைந்து போன நண்பகல். வானத்தில் ஒரு மேகம் கூட இல்லை. வெயிலில் புல் அமைதியற்ற, நம்பிக்கையற்ற தோற்றத்தைக் கொண்டிருந்தது எனக் கதை துவங்குகிறது.

யெகோர் நாற்பது வயதானவன், உயரமானவன், குறுகலான தோள்கள் கொண்ட சிவப்புச் சட்டை அணிந்த மனிதன். பெரிய பூட்ஸ் அணிந்திருக்கிறான். இரட்டைக் குழல் துப்பாக்கி வைத்திருக்கிறான். வெள்ளை தொப்பி தலையில் காணப்படுகிறது என அவனது தோற்றம் துல்லியமாக விவரிக்கப்படுகிறது.

வேட்டைக்காரர்கள் மௌனமானவர்கள். நிதானமாகக் காத்திருக்கக்கூடியவர்கள். அதிலும் யெகோர் தனக்கு வேட்டையைத் தவிர வாழ்க்கையில்லை என்று நினைப்பவன். அதை ஒரு கலையாகக் கருதுகிறான்.

அவன் நடந்து வரும் சாலையில் சப்தமேயில்லை. விலங்குகளின் ஓசை கூட இல்லாத பெரும் நிசப்தம்.

சட்டென அவனது பெயரைச் சொல்லி யாரோ அழைப்பது போலக் கேட்கிறது. திரும்பிப் பார்க்கிறான். அவனது மனைவி பெலகேயா நிற்கிறாள். அவள் வானிலிருந்து பறந்து வந்துவிட்டவளைப் போலத் தோன்றுகிறாள்.அந்தச் சந்திப்பு ஒரு தேவதையும் மனிதனும் சந்தித்துக் கொள்வது போன்றதுதான் என்பதற்காக இதை எழுதினாரா என்று தெரியவில்லை.

அவர்களுக்குத் திருமணமாகி பன்னிரண்டு வருடங்கள் ஆகிறது, ஆனால் யெகோர் மனைவியோடு வாழவில்லை. அந்தத் திருமணமே குடிபோதையிலிருந்த அவனுக்கு எஜமான் செய்து வைத்த நாடகம்.

பெலகேயா ஏன் தன்னைத் திருமணம் செய்து கொண்டாள் என்று அவனுக்குப் புரியவில்லை. அது அவளது அதிர்ஷ்டம் என நினைக்கிறான். அவளுடன் இணைந்து வாழ அவனுக்கு விருப்பமில்லாமல் பிரிந்துவிடுகிறான். ஆண்டுகள் கடந்தபோதும் பெலகேயாவிற்கு அவன் மீதான அன்பு மாறவேயில்லை. அவனைப் பற்றியே நினைத்துக் கொண்டிருக்கிறாள். எப்போதாவது சும்மா தனது வீட்டிற்கு வந்து போய் இருக்கக் கூடாதா என்று ஆதங்கப்படுகிறாள்.

அவர்களின் இந்தத் திடீர் சந்திப்பு வசீகரமாக கதையில் விரிகிறது. அவளைத் தனது பயண வழியில் சந்திப்போம் என யெகோர் நினைக்கவேயில்லை. ஆகவே தற்செயலாகப் பார்த்தது மகிழ்ச்சி அளிக்கிறது. அவளுடன் என்ன பேசுவது என்று தெரியவில்லை.

சில வருஷங்களுக்கு முன்பு ஈஸ்டர் பண்டிகையை ஒட்டி அவளது குடிசைக்குத் தண்ணீர் குடிக்க யெகோர் வந்திருந்தான். அதுவும் போதையில். அப்போது அவளைத் திட்டி அடித்துவிட்டுச் சென்றுவிட்டான். அதன்பிறகு அவனைக் காணவில்லை. அவள் கண்கள் சோர்வடைந்து விடுமளவு அவனைத் தேடிச் சலித்துவிட்டாள். காண முடியவில்லை. பிரிவு நீள்கிறது. ஆனால் அவளது ஆசை பலித்துவிட்டது போல அவனைச் சாலையில் தற்செயலாகக் காணுகிறாள்.

அவள் ஏன் அங்கே வந்தாள் என்று சந்தேகத்துடன் யெகோர் கேட்கிறான். ஒரு வேளை அவள் தான் வருவதை அறிந்திருப்பாளோ என்ற சந்தேகம் அவனுக்குள்ளிருக்கிறது.

காட்டுவேலைக்கு வரும் பெண்களுடன் தானும் வந்ததாகச் சொல்கிறாள். அவள் கடினமான உழைப்பாளி என்று பாராட்டுகிறான் யெகோர். அவனைப் பார்த்ததே போதும் எனச் சந்தோஷம் அடைகிறாள்.

தேவதாரு மரங்களுக்கு இடையிலுள்ள நிழலில் கொஞ்ச நேரம் அமர்ந்து ஆசுவாசப்படுத்திக் கொண்டு போகலாமே என்கிறாள் பெலகேயா. அந்த யோசனையை ஏற்றுக் கொள்கிறான். அத்தோடு நீயும் உட்கார் என்று அவளையும் அருகில் அமரச் சொல்கிறான். அந்தப் பதிலுக்குள் அவள் மீதான அன்பு சிறுதுளியாக வெளிப்படுகிறது.

பெலகேயா அதைக் கேட்டுச் சிரிக்கிறாள். மகிழ்ச்சியில் அவளது முகம் நிறம் மாறுகிறது. அவர்களுக்குள் பேச எதுவுமில்லை. இரண்டு நிமிஷங்கள் மௌனத்தில் கழிகிறது. உண்மையில் அவள்தான் அந்த நிழல். தருவின் நிழல் மௌனமாகத் தனது குளிர்ச்சியைப் பகிர்வது போல அவள் அருகிலிருப்பதன் வழியே அன்பை வெளிப்படுத்துகிறாள்.

அவன் தன்னால் ஒரு சிறந்த கணவனாக இருக்க முடியாது என்று சொல்கிறான். அத்தோடு அந்தத் திருமணமே ஒரு ஏமாற்று நாடகம் என்று குற்றம் சாட்டுகிறான்.

பெலகேயா அவனைக் குற்றம் சாட்டுவதில்லை. அவனுக்காகத் தான் காத்திருப்பதை உணர்த்துகிறாள். அவள் இப்போதும் அவனது மனைவிதான் என்பதை நினைவுபடுத்துகிறாள்.

அவனோ தன்னை யாரும் புரிந்து கொள்ளவில்லை. தான் சாதாரண வேட்டைக்காரனில்லை என்று பெருமை பேசுகிறான். தன்மீது எஜமானரே பொறாமை கொள்கிறான் என்கிறான்.

பெலகேயாவிற்கு அவன் வேட்டைக்காரனோ, குதிரை வண்டிக்காரனோ யார் என்பது முக்கியமில்லை. அவன் தனது கணவன். தன்னைப் புரிந்து கொள்ளாதவன். நிர்க்கதியில் தன்னை விட்டுச் சென்றவன். ஆனாலும் நேசத்துக்குரியவன்.

அவனது தன்னிலை விளக்கத்தைக் கேட்டு பெலகேயா அழுகிறாள். உனக்கு நான் சொல்வது புரிகிறதா என்று

கேட்கிறான் யெகோர். புரிவதாகத் தலையாட்டுகிறாள். அழும்போது நான் சொல்வது புரியாது என்று யெகோர் கோவித்துக் கொள்கிறான்

அழும்போது மற்றவர் சொல்வது புரியாது என்ற வாசகம் உண்மையே. ஒருவர் உணர்ச்சிப்பூர்வமாக மாறிய பின்பு எதற்கு வேண்டும் நியாய நியதிகள்.

அவன் முன்னால் அழுவதன் வழியே தனது அன்பை வெளிக்காட்டுகிறாள். அதை யெகோர் புரிந்து கொள்ளவில்லை. வேட்டை அவனை உணர்ச்சியற்ற மனிதனாக மாற்றியிருக்கிறது. அவனது ஆர்வமற்ற பதில்களின் மூலம், அவளிடமிருந்து விலகிக் கொள்ள முயல்வது வெளிப்படையாகத் தெரிகிறது.

அவர்கள் பேச்சற்ற மௌனத்தில் உறைகிறார்கள். நீண்ட மௌனம் அப்போது. யெகோர் ஆகாசத்தில் மூன்று காட்டு வாத்துகள் பறந்து போவதைக் காணுகிறான் அவை நீண்ட தூரம் பறந்து மூன்று புள்ளிகளாக மாறுகின்றன. காட்டிற்கு அப்பால் வெகு தொலைவில் மூழ்கிப்போன பிறகே கண்களைத் திரும்புகிறான்.

அந்தக் காட்சி கதைக்குத் தனியழகை உருவாக்குகிறது. தேர்ந்த கலைஞனால்தான் இது போன்ற ஒன்றை எழுத இயலும். இது வெறும் புறச்சித்தரிப்பு மட்டுமில்லை, மனநிலையின் வெளிப்பாடு.

அந்தக் காட்டுவாத்துகள் அவனுக்குள் எதையோ நினைவூட்டுகின்றன. அதன்பிறகே அவன் பெலகேயாவிடம் அவள் எப்படி வாழுகிறாள் என்று கேட்கிறான்.

அவர்களுக்குள் நடக்கும் உரையாடல் யாரோ இரண்டு அறியாதவர்களுக்குள் நடக்கும் உரையாடல் போலவே இருக்கிறது. அதுவும் பாதியில் அறுபட்டுப் போகிறது. மீண்டும் மௌனமாகிறார்கள்.

அறுவடை செய்யப்பட்ட நிலத்திலிருந்து ஒரு மென்மையான பாடல் மிதந்து வருகிறது. அவர்களுக்குள் நடைபெற்றிருக்க வேண்டிய நெருக்கமான உரையாடலுக்குப் பதிலாக வெளியுலகின் இனிமைகள் அவர்களை ஆற்றுப்படுத்துகின்றன.

எப்போது வீட்டிற்கு வருவீர்கள் எனக் கடைசியாக ஒருமுறை கேட்கிறாள். அவனோ நிதானமாக வரவே மாட்டேன் என்று சொல்லிப் புறப்படுகிறான். சாலையில் செல்லும் அவனது அழகான தோற்றத்தை, உடைகளை, தொப்பியை ரசித்துப் பார்த்தபடியே நிற்கிறாள்.

இதை வாசிக்கையில் எனது மனதில் காட்டுவாத்துகளை யெகோர் பார்த்த காட்சி நினைவில் வந்து போனது.

அவன் கம்பீரமாக தனது துப்பாக்கியோடு நாயுடன் நடந்து செல்கிறான். உயரமான, ஒல்லியான அவனது கவனமற்ற நடையை, அசையும் தோள்பட்டைகளை, கண் இமைக்காமல் பார்த்தபடியே இருக்கிறாள்.

அந்தப் பார்வை அவனைத் தொடுகிறது. தழுவிக் கொள்கிறது. நேரில் அணைத்துக் கொள்ள முடியாத கணவனைப் பார்வையாலே அணைத்துக் கொள்கிறாள் பெலகேயா.

அதை உணர்ந்தவன் போலத் திரும்பிப் பார்க்கிறான். அவளிடம் ஏதாவது சொல்ல விரும்புவதைப் போலிருக்கிறது அவனது பார்வை. பெலகேயா அவனருகில் செல்கிறாள். கசங்கிய ரூபிள் நோட்டை அவளிடம் கொடுத்துவிட்டு வேகமாக நடந்து போகிறான்.

"குட்பை, யெகோர் விளாசிச்" என்கிறாள் பெலகேயா.

நீண்ட சாலையில் செல்லும் அவனது உருவம் மறையும்வரை பார்த்துக் கொண்டேயிருக்கிறாள். அப்படியும் மனது கேட்கவில்லை. பெருவிரலை ஊன்றி எக்கி நின்று தொலைவில் அவனது தொப்பி தெரிகிறதா என்று பார்க்க நிற்பதுடன் கதை முடிகிறது.

பெருவிரலை ஊன்றி எக்கி நிற்பதை எழுதியதன் மூலம் அவளது தூய அன்பை முழுமையாக வாசகனுக்குக் கடத்துகிறார் செகாவ்.

எவ்வித உறவும் தேவையில்லை என்று நினைக்கும் யெகோர் ஏன் அவளுக்குப் பணம் கொடுக்கிறான். தன்னைக் கண்டுகொள்ளாத யெகோர்மீது ஏன் இவ்வளவு அன்பு காட்டுகிறாள் பெலகேயா. அவர்கள் திரும்பச் சந்திப்பார்களா எனத் தெரியாது.

வேட்டைக்காரனுக்குப் பரிசாக மான்குட்டி கிடைத்தது போன்றதுதான் இந்த உறவா.

கதையில் வரும் மௌனம் சந்திப்பின்போது ஏற்பட்ட மௌனமில்லை. அது பிரிவால் உருவாகி வளர்ந்த மௌனம். அதை எளிதில் கலைக்க முடியாது. அமைதியான அசைவற்ற நிலை கதையின் கித்தான் போலிருக்கிறது. அதில் தான் வேட்டைக்காரனையும் அவனது மனைவியின் உருவத்தையும் செகாவ் வரைந்திருக்கிறார். நகை வேலை செய்கிறவர்கள் காதணியில் நுணுக்கமாக மலர்களை உருவாக்குவார்கள். அது போன்ற கலைநுணுக்கமே இக்கதையை இன்றும் கொண்டாடச் செய்கிறது.

7
ரஷ்யக் கவிதையின் புதுக்குரல்

இன்றைய ரஷ்ய இலக்கியத்தில் தனிக்குரலாக ஒலிப்பவர் கவிஞர் வேரா பாவ்லோவா. இவரது கவிதைகள் சர்வதேச அளவில் கொண்டாடப்படுகின்றன. மாஸ்கோவில் பிறந்த வேரா இசைக்கல்லூரியில் பயின்றவர். இசை வரலாற்றினைக் குறித்து ஆய்வு செய்திருக்கிறார். இருபது கவிதைத் தொகுப்புகள் எழுதியுள்ளார். If There is Something to Desire என்ற இவரது கவிதை மிக முக்கியமானது. இவரது படைப்புகள் 22 மொழிகளில் மொழிபெயர்க்கப்பட்டுள்ளன. வேரா பாவ்லோவா தற்போது கனடாவில் வசிக்கிறார்.

எனது மகள் நடாஷாவிற்கும் எனது கவிதைகளுக்கும் ஒரே வயது. இரண்டும் தன்னளவில் மகிழ்ச்சியான அனுபவம் எனும் வேரா, தனது முதல்குழந்தை பிறந்து மகப்பேறு வார்டிலிருந்து வீட்டுக்கு அனுப்பப்பட்ட நாளில் தான் முதல் கவிதையை எழுதியதாகச் சொல்கிறார். அப்போது வேராவிற்கு வயது இருபது.

தாங்க முடியாத மகிழ்ச்சி அல்லது தாங்க முடியாத துன்பம் ஏற்படும் போதெல்லாம் கவிதை எழுதுவதை நாடுகிறேன். வாழ்க்கை எனக்கு இந்த இரண்டு வகையான அனுபவங்களையும் நிறையவே தந்திருக்கிறது, ஆகவே இருபத்திஆறு ஆண்டுகளாகத் தொடர்ந்து கவிதைகள் எழுதி வருகிறேன் என்கிறார். அவரது கவிதைகள் ரஷ்ய மொழியில் நெருக்கமான தொனியைக் கொண்டிருக்கின்றன. அதை ஆங்கிலத்தில் மொழியாக்கம் செய்ய இயலாது என்கிறார்கள். வேராவின் கவிதைகளை மறைந்த அவரது கணவரும் மொழிபெயர்ப்பாளருமான ஸ்டீவன் சீமோர் ஆங்கிலத்தில் மொழிபெயர்த்துள்ளார்.

குளிர்காலத்தில் ஒரு மிருகம்,
வசந்த காலத்தில் ஒரு செடி,
கோடையில் ஒரு பூச்சி,

இலையுதிர் காலத்தில் ஒரு பறவை.
மீதி நேரங்களில் நான் ஒரு பெண்.

என்றொரு கவிதையை வேரா பாவ்லோவா எழுதியிருக்கிறார். இதுதான் அவரது கவிதையை நோக்கி என்னைத் திருப்பியது.

கவிதைகளின் முதன்மையான வேலைகளில் ஒன்று வியப்பது. உலகம் கண்டுகொள்ளாத, ஒதுக்கி வைத்த, விலக்கி வைத்தவற்றைக் கூடக் கவிதை வியக்கவே செய்கிறது. இந்த வியப்பு என்பது வெறும் ஆச்சரியமில்லை. மாறாக, அதன் சிறப்பை அடையாளம் காணுவது. அறிந்த பொருள், நிகழ்வு அல்லது இடங்களின் அறியாத முகங்களை, உணர்வுகளை, சிறப்பை அடையாளம் காட்டுவதாகும். ஒன்றை வியக்கும் போது அதற்கான சொற்கள் குறைவாக இருப்பதை ஒருவன் உணருகிறான். அந்தச் சொற்களுக்கு மாற்றாகப் படிமங்களை, உருவகங்களை உருவாக்கி வியப்பை உணர வைக்கிறான். கவிதையில் வியத்தல் என்பது ஒளிபடுவதன் வழியே பொருள் மின்னுவது போன்றது. வேராவும் வியக்கிறார். இவரது வியப்பு தன் உடலில் துவங்கி தனது அன்றாட வாழ்வின் சகல இயக்கங்களையும் வியக்குகிறார். வியப்பதன் வழியே அதைப் புரிந்து கொள்ளவும் ஆராதிக்கவும் துவங்குகிறார். காபிக் கோப்பையைக் கையில் வாங்கும்போது வேராவிற்கு அது நிசப்தத்தின் நறுமணம் கொண்டதாகத் தோன்றுகிறது. அவர் சூடான மௌனத்தை அருந்துவதாக உணருகிறார். தினசரி நிகழ்வுகளைக் கவிதையின் சிற்றிலைகளாக மாற்றிக் கொள்வதே அவரது சிறப்பு.

ஆம் என்ற வார்த்தை ஏன் மிகவும் சிறியதாக உள்ளது? என ஒரு கவிதையில் கேட்கும் வேரா அதைச் சொல்ல ஒரு நொடியில் முடிவெடுக்க முடியாது என மறுமொழி தருகிறார். அதை வாசிக்கும்போது சிறிய சொற்களால் தான் பெரிய அனுமதி உருவாக்கப்படுகிறது என்பது புரிகிறது.

நான் ஒரு கவிதையை எழுதும்போது, அது பின்னாளில் ஒரு புத்தகத்தின் ஒரு பகுதியாக மாறும் என நினைப்பதில்ல. ஈரக்களிமண்ணில் உருவான பானைகளை உறுதியாக்க சுடுவதைப் போலவே எனது நினைவுகளைக் கவிதையெனும் பானையாக்கி சுடுகிறேன். அவை வலுவாகவும் அழகாகவும் மாறுகின்றன என்கிறார் வேரா பாவ்லோவா.

செக்ஸ், காது கேளாதோர் மற்றும் ஊமைகளின் சைகை மொழி போன்றது என்கிறார் வேரா பாவ்லோவா. இவரது கவிதைகளில் பாலின்பம் முக்கியப் பொருளாக விளங்குகிறது. காமத்தை உடலின் கூட்டிசையாக, மேக வெடிப்பாகக் கருதுகிறார். ஒளிரும் வான்வெளி போல உடல் மாறிவிடும் நிலையை அடையாளம் காட்டுகிறார். அவரிடம் மனத்தடைகளில்லை. இன்பம் துய்ப்பதில் மகிழும் அதே நேரம் கண்ணீர், எச்சில், விந்து இந்த மூன்றாலும் தனிமையைக் கரைத்துவிட முடியாது என்றொரு வரியையும் வேரா எழுதியிருக்கிறார்.

> தூக்கத்தில் காதலில் விழுந்தேன்,
> கண்ணீருடன் எழுந்தேன்:
> யாரையும் இவ்வளவு நேசித்ததில்லை
> யாரும் என்னை அப்படி நேசித்ததில்லை.
> ஒரு முத்தம் கொடுக்கக் கூட நேரமில்லை.
> அவனது பெயரைக் கேட்கவும் இல்லை.
> இப்போது அவனைப்பற்றிக் கனவுகண்டபடியே
> தூக்கமில்லாத இரவுகளைக்
> கடக்கிறேன்.

என்ற வரியில் ஒலிப்பது நமது சங்க கவிதைகளில் வரும் தலைவி குரலின் எதிரொலிப்பே.

கவிதையில் ஒரு வார்த்தை அதன் நேரடி அர்த்தத்தை மட்டும் தருவதில்லை. அகராதியில் வரையறுக்கப்பட்டுள்ள பொருளைத் தாண்டி வேறு அர்த்தங்களை உருவாக்க முயலுகிறது. சில நேரங்களில் ஒரு பொருளை ஆயிரம் மடங்கு துல்லியமாக உணர்த்தவும் முயற்சிக்கிறது.

> ஆசைப்பட ஏதாவது இருந்தால்,
> வருத்தப்பட ஏதாவது இருக்கும்.
> வருத்தப்பட ஏதாவது இருந்தால்,
> நினைவுபடுத்த ஏதாவது இருக்கும்
> நினைவுபடுத்த ஏதாவது இருந்தால்,
> வருத்தப்பட எதுவும் இல்லை.
> வருத்தப்பட எதுவும் இல்லையெனில்
> ஆசைப்பட எதுவும் இல்லை.

என்ற இவரது கவிதை எளிமையானது போலத் தோற்றம் தந்தாலும் அது ஆழமான உண்மையை வெளிப்படுத்துகிறது. பொருட்களின் இடங்களின் மீது நினைவுபடிந்துவிடுவதால் அவை இழப்பின் சாட்சியங்களாக மாறிவிடுகின்றன. நினைவுபடுத்த மனிதரோ, பொருளை, இடமோ இருக்கும் வரை துயரம் எழுவதில்லை. அதையும் இழக்கும்போதே துயர் அதிகமாகிவிடுகிறது.

நான் கயிற்றில் நடக்கிறேன்.
ஒவ்வொரு கையிலும் ஒரு குழந்தை
சமநிலைக்கு

என்ற கவிதையில் அவரது அந்தர நடையும் குழந்தைகள் ஏற்படுத்தும் நம்பிக்கையும் வெளிப்படுகிறது. குடும்பத்தில் பெண்ணின் நிலையை எவ்வளவு அழகாக, குறைவான சொற்களைக் கொண்டு வெளிப்படுத்துகிறார் பாருங்கள்.

புஷ்கினில் துவங்கிய ரஷ்யக் கவிதை அதன் நவீனக் கவிஞர்களின் வரிசையான மாயகோவ்ஸ்கி, யெவ்டுஷென்கோ, பாஸ்டர்நாக், பிளாக், குமிலியேவ், மரினா, அன்னா அக்மதேவா, ஜோசப் பிராட்ஸ்கி என நீண்ட வரிசை கொண்டது. அந்த வரிசையில் இன்றைய ரஷ்ய இலக்கியத்தின் புதுக்குரலாக ஒலிக்கிறார் வேரா. எமிலி டிக்கன்ஸன் கவிதைகளில் உணரும் நெருக்கத்தை இவரிடமும் உணர்ந்தேன்.

8
அவமானத்தின் முன் மண்டியிடல்

எல்லா புனைவுகளையும் விடவும் விசித்திரமானது தஸ்தாயெவ்ஸ்கியின் வாழ்க்கை. துயரத்தின் சாற்றை மட்டுமே பருகி வாழ்ந்த அவரது வாழ்வின் ஊடாகவே அவரது படைப்புகள் உருக்கொண்டிருக்கின்றன. எழுதுவதைத் தவிர வேறு எந்த வழியிலும் தன்னை ஆறுதல்படுத்திக் கொள்ள முடியாத ஒரு மனிதனின் வெளிப்பாடுகள்தான் தஸ்தாயெவ்ஸ்கியின் எழுத்துக்கள்.

தஸ்தாயெவ்ஸ்கியின் எழுத்தைப் புரிந்து கொள்வதற்கு முன்பாக அவரைப் புரிந்துகொள்வது மிக அவசியம். தான் வாழ்ந்த காலம் முழுவதும் தொடர்ந்து தூஷிக்கப்பட்டும் கடுமையான வசைகளும் ஏளனத்திற்கும், நெருக்கடிக்கும் உள்ளான ஒரு எழுத்தாளர் அவர்.

நெருக்கமான மனிதர்களின் மரணமும் வறுமையும் நோயும் நிழலைப் போல அவரது வாழ்வில் பின்தொடர்ந்தன.

புறக்கணிப்பு, அவமானம், ஏமாற்றம் என்ற சொற்கள் ஈக்களைப் போல அவர் செல்லுமிடமெல்லாம் சுற்றி வந்து கொண்டேயிருந்தன. வாழ்வு ஒரு கொடை என்று அவரது உலர்ந்த உதடுகள் முணுமுணுக்கும்போது கைகள் பயத்தில் நடுங்கிக் கொண்டுதானிருந்தன. காற்றில் மிதந்து செல்லும் உதிர்ந்த இலையைப் போல காலம் அவரைத் தன் இஷ்டம் போல வீசியடித்து விளையாடியது. ஆனால் இவை யாவும் மீறி எல்லா துயரங்களையும் எழுத்தாக்கி விடும் விந்தை தஸ்தாயெவ்ஸ்கிக்குக் கை கூடியிருந்தது.

பல நூற்றாண்டுகளாக இருள் மூடிக்கிடந்த மனித மனதின் இருட்டறைகளுக்குள் பிரவேசித்த முதல் நபர் தஸ்தாயெவ்ஸ்கிதான். அவரது எழுத்தின் வழியாக மட்டுமே அது வரை ரகசியம், ஆபாசம் என்று பூட்டி வைக்கப்பட்டுத்

துருவேறியிருந்த மனக்குகையின் தாழ்ப்பாள்கள் திறக்கப்பட்டன. தஸ்தாயெவ்ஸ்கியைப் போல தனிமையும் துயரும் பீடிக்கப்பட்ட மனிதனை இலக்கிய உலகம் இன்றுவரை காணவேயில்லை. அவர் வாழ்வின்மீதான நம்பிக்கையை மட்டுமே கையில் ஏந்தியபடியே உலகின் இருண்ட தாழ்வாரங்களில் எதையோ புலம்பியபடியே நடந்து திரிந்திருக்கிறார்.

தனிமை சாவோடு முடிந்து விடக்கூடியதில்லை. சாவு தனிமை உறுதிப்படும் இடம் எனும் தஸ்தாயெவ்ஸ்கி, கரமசோவ் சகோதரர்கள் நாவலில் அல்யூஷா தான் இறந்து போய் புதைக்கப்படும்போது புதைமேட்டில் ஒரு ரொட்டித்துண்டை வைக்குமாறு கேட்டுக் கொள்கிறான். அதற்குக் காரணம், அந்த ரொட்டித்துண்டைத் தின்பதற்காகக் குருவிகள் வந்து சேரும். அவை இரைச்சலிட்டபடியே அந்த ரொட்டித்துண்டைக் கொத்தி தின்னும் சப்தத்தை நான் புதைகுழியிலிருந்தபடியே கேட்பேன். சாவிற்குப் பிறகான எனது தனிமைக்கு அது ஒன்றே ஆறுதல் என்கிறான். தனிமையின் உக்கிரம் பீடித்த கண்களுடன் வாழ்ந்து பழகிய மனிதனைத் தவிர வேறு யாரால் இந்த வாசகங்களை எழுதி விட முடியும்.

தஸ்தாயெவ்ஸ்கியின் படைப்புகளைத் தனக்குத்தானே பேசிக் கொள்ளும் பழக்கம் கொண்ட ஒரு மனிதனின் பகல்கனவுகள் அல்லது நிறைவேறாத ஏக்கங்கள் கொண்ட ஒருவரின் நாட்குறிப்புகள் என்றுகூட வகைப்படுத்தி விடலாம். ஆனால் தனக்குத் தானே பேசிக் கொள்வது எவ்வளவு துயரமான நிலை என்று நம்மால் புரிந்து கொள்ள முடியுமானால் அது கடவுளுக்கு மட்டுமே சாத்தியமான ஒரு நிலை என்று உணரமுடியும்.

தஸ்தாயெவ்ஸ்கி கதைகளின் வழியாக ஒரு தேடலை மேற்கொள்கிறார். இந்தத் தேடல் ஒரே நேரத்தில் மெய்த்தேடலாகவும் மறுபக்கம் மனித துயரத்திற்கான ஆதார விதைகளைத் தேடுவதாகவும் அமைந்திருக்கிறது. நுற்றாண்டுகளாக மனிதர்கள் திகைத்து நின்ற சில அடிப்படைக் கேள்விகளுக்கு கதைகளின் வழியாகப் பதில் சொல்ல முயன்றிருக்கிறார். இந்தக் கேள்விகளுக்கு மதமும் தத்துவமும் தந்த பதில்கள் திருப்பதியற்றுப் போன ஒரு மனதிற்கு தஸ்தாயெவ்ஸ்கியின் பதில்கள் மிக நெருக்கமாக

உள்ளன. குறிப்பாக, அறம் மற்றும் பொது ஒழுக்கம், வறுமை சார்ந்து தஸ்தாயெவ்ஸ்கி எழுப்பிய கேள்விகளும் அதற்கான அவரது மறுமொழியும் ஒரு தீர்க்கதரிசியின் செயல்பாடுகளுக்கு நிகரானது.

தஸ்தாயெவ்ஸ்கியின் மனிதவாழ்வு குறித்த கேள்விகளை அணுகும்போது அதை தனித்த ஒரு நிகழ்வாக ஒருபோதும் கருதுவதில்லை. மாறாக, அதை உலகின் பிரிக்கமுடியாத மாபெரும் நிகழ்வின் ஒரு சிறிய பகுதியாகவே கருதுகிறார். ஒரு மனிதனின் இருப்பு ஒரு நட்சத்திரத்தின் ஒளிர்தலோடு ஏதோ ஒரு மர்மமான வகையில் தொடர்பு கொண்டுள்ளது.

மனிதர்கள் தாங்கள் வாழ்வதன் வழியாகத் தங்களது சுயவிருப்பு வெறுப்புகளை மட்டுமே நிறைவேற்றிக் கொள்வதில்லை. மாறாக, மாபெரும் இயக்கம் ஒன்றின் பகுதியாக அதன் நித்யகடமைகளையும் நிறை வேற்றுகிறார்கள். அந்த செயல்கள் குறித்த தேடுதல்களும் தன்னறிதலும் மிக குறுகிய அளவே மனிதனால் கண்டுபிடிக்கப்பட்டுள்ளது.

வேதனைகளைக் கணக்கிடும் மனிதன் சந்தோஷங்களை ஒருபோதும் கணக்கிடுவதேயில்லை. ஒரு வேளை சந்தோஷங்களை ஒரு பக்கமும் வேதனைகளை மறுபக்கமும் பட்டியலிடுவோமாயின் அந்தப் பட்டியலில் எப்போதும் சந்தோஷத்தின் எண்ணிக்கைகளே அதிகமாக இருக்கும். இந்த முடிவைத் தன் எழுத்தில் தீவிரமாக நம்பிச் செயல்பட்டவர் தஸ்தாயெவ்ஸ்கி.

தஸ்தாயெவ்ஸ்கியை எனக்குப் பிடித்திருப்பதற்கான காரணம், அவரது படைப்புகளை அணுகும்போது ஒரு சரித்திர ஆசிரியரிடம் காணப்படும் உண்மை குறித்த தீவிரமும் விஞ்ஞானியிடம் காணப்படும் பகுத்தாயும் தன்மையும் , கணிதவியலாளரிடம் காணப்படும் அடிப்படை அறியும் முனைப்பும், தத்துவவாதியிடம் உள்ள தர்க்கமும், குழந்தையிடம் உள்ள கற்பனையும், கடவுளிடம் உள்ள கருணையும் ஒருங்கே காணமுடிகிறது என்பதே.

தஸ்தாயெவ்ஸ்கியை அறிதல் என்பது ஒரு தொடர் இயக்கம் அல்லது ஒரு முடிவற்ற செயல்பாடு. அது அவரது படைப்புகளில் இருந்து துவங்குகிறது. ஆனால் அதன் எல்லைகள் படைப்புகளுக்குள் முடிந்து விடுவதில்லை.

மாறாக, அது நம்மைச் சுற்றிய உலகை, மனிதர்களை, கடந்த காலத்தை, கடவுளைப் புரிந்து கொள்வதற்கான சாத்தியங்களைத் திரும்பத் திரும்ப உருவாக்குகின்றன.

குற்றமும் தண்டனையும் நாவலைப் பெரும்பான்மையினர் கொலை மற்றும் அது சார்ந்த விசாரணை குறித்த நாவல் என்றே பொதுவில் வகைப்படுத்துகிறார்கள். இது அந்த நாவலுக்கு செய்யும் மாபெரும் துரோகம் என்றே தோணுகிறது. இந்த நாவலில் ஒரு கொலை நடக்கிறது. கொலை செய்கின்றவன் நாவலின் கதாநாயகன் ரஸ்கோல்நிகோவ். ஆனால் கொலை மட்டுமே நாவலின் மையமல்ல. நாவலின் போக்கினைத் திசைமாற்றம் செய்யும் ஒரு முக்கிய நிகழ்வாகவே குற்றம் நிகழ்கிறது. இன்னும் சொல்வதாகயிருந்தால் குற்றம் ஒரு மனிதனின் அக செயல்பாடுகளை ஆராய்வதற்கான சாதனமாக அமைந்து விடுகிறது.

புனித நுற்களாக வகைப்படுத்தபடும் பைபிள் மற்றும் இந்திய வேதங்கள் யாவும்கூட கொலை மற்றும் அது சார்ந்து எதிர்வினைகளால் நிரம்பியே இருக்கின்றன. குரூர மரணம் இல்லாத புனித நூற்களே இல்லை என்றுகூட சொல்லலாம். ஆனால் இந்த மரணம் மீட்பிற்கான வழியை நோக்கிய விசாரணையை முன்னெடுத்துச் செல்கின்றதே அன்றி குற்றத்தை ஒரு கேளிக்கையாக ஒருபோதும் முன்வைப்பதில்லை.

பொதுவான குற்றவகை நாவல்கள் கொலை மற்றும் திருட்டை கேளிக்கை சார்ந்த சாகசமாகவே முன்வைக்கின்றன. குற்றவாளியின் மனவுலகை அது ஆராய்வதில்லை. மாறாக, குற்றம் சார்ந்து உருவாகும் புதிரை இறுக்குவதிலும் அவிழ்ப்பதிலுமே தன்னைப் பெரிதாக ஈடுபடுத்திக் கொள்கிறது. இந்த வகையைச் சாராமல் குற்றத்தினை ஆராய முடியும் என்பதையே தீவிர இலக்கியவாதிகள் நெடும்காலமாக முயற்சி செய்து வருகிறார்கள். இந்த வகை இலக்கியத்திற்கு முன்னோடி ஷேக்ஸ்பியர்.

அவரது ஹாம்லெட், மேக்பத், ஒத்தல்லோ போன்ற சாகசநாயகர்கள் யாவரும் குற்றத்தின் வழியாகவே தங்களை அடையாளப்படுத்திக் கொள்கிறார்கள். ஷேக்ஸ்பியர்

குற்றத்தை ஆசையின் குழந்தையாகவே கருதுகிறார். எல்லா குற்றங்களும் அடிப்படையில் ஏதோவொரு நிறைவேறாத ஆசையின் வெளிப்பாடாகவே இருக்கின்றன என்பது ஷேக்ஸ்பியரை வாசிக்கும் எவராலும் அறிந்து கொள்ள முடியும்.

ஷேக்ஸ்பியரில் துவங்கிய இந்த மரபு தொன்றுதொட்டு நாட்டார் மரபிலும் உலகம் எங்கும் காணப்படுகிறது. இதன் தொடர்ச்சி பத்தொன்பதாம் நுற்றாண்டின் பிரெஞ்சு இலக்கியத்தில் தீவிரமாக எதிரொலித்தது. பால்சாக்கில் துவங்கி மாபசான், பிளாபெர்ட், க்யூகோ என்று பிரெஞ்சு இலக்கியவாதிகளின் முக்கிய கருப்பொருளாக குற்றமும் அதன் பின்உள்ள கதையுமே அமைந்திருந்தன.

தஸ்தாயெவ்ஸ்கியின் நாவல்களில் இடம்பெற்றுள்ள குற்றங்கள் பெரும்பாலும் சலிப்பில் உருவானவையே. குற்றமும் தண்டனையும் நாவலில் அடகுகடை நடத்தும் பெண்ணைக் கொலை செய்யும் ரஸ்கோல்நிகோவ் அதற்குக் காரணமாக கூறுவது, சாதாரண மனிதர்கள் தாண்டப் பயப்படும் எல்லைகளைக் கடக்க தன்னால் முடியும் என்பதை நிரூபிப்பதற்காகவே கொலையைத் தேர்வு செய்ததாகச் சொல்கிறான். இந்த சலிப்பிற்குக் காரணம் வாழ்வில் தனக்கென தனியான எந்த அடையாளமும் இல்லாமல் போயிருப்பதேயாகும்.

உண்மையில் தஸ்தாயெவ்ஸ்கியின் கதாநாயகர்கள் யாவரும் தங்களது சுய அடையாளம் குறித்தே பேச விரும்புகிறார்கள். அதை நேரடியாகப் பேசிக் கொள்ள துணிவின்றி அதற்கு ஒரு ஊடு திரை போல குற்றத்தை முன்வைக்கிறார்கள். குற்றமும் தண்டனையும் நாவலும்கூட இது போல கொலைக்கு முன்பு உள்ள ரஸ்கோல்நிகோவின் உலகமும், கொலைக்கு பிறகான ரஸ்கோல்நிகோவின் உலகமுமாக இரண்டாகவே பிரிந்திருக்கிறது.

தஸ்தாயெவ்ஸ்கியின் படைப்புகள் திரும்பத் திரும்ப வாசகனிடம் யாசிப்பது வாழ்வினை அதன் சகல அபத்தங்களோடும் கொண்டாட வேண்டும் என்பதே. வாழ்வின் நெருக்கடிகள் ஏற்படுத்திய வலியில் இருந்து எழுத்து பிறந்தபோதும், படைப்பெங்கும் கருணையும் நேசமும் எல்லையில்லாத மனித அக்கறையும் தஸ்தாயெவ்ஸ்கியிடம் நிரம்பியிருக்கிறது.

தஸ்தாயெவ்ஸ்கியின் நாவல்களில் மிகச் சிறந்ததாக நான் கருதுவது 1) Crime and Punishment 2) The Idiot 3) The Brothers Karamazov. அது போலவே அவரது சிறுகதைகளில் மிக சிறப்பானது 1) White Nights, 2) A Weak Heart, 3) The Dream of a Ridiculous Man 4) The Eternal Husband 5) An Honest Thief.

குற்றமும் தண்டனையும் (Crime and Punishment) நாவல் 1866ஆம் ஆண்டு ரஷ்யன் மெசஞ்சர் என்ற இதழில் தொடர்கதையாக பனிரெண்டு பகுதிகளில் வெளியிடப்பட்டது. தஸ்தாயெவ்ஸ்கி இதற்கு முன்னதாகவே ருஷ்ய இலக்கியத்தில் தனித்துவமான எழுத்தாளராக இலக்கிய உலகில் அறியப்பட்டிருந்தார். இந்த நாவல் அவரது ஐரோப்பிய பயணத்திற்குப் பிறகு எழுதப்பட்டதோடு சமகால வாழ்வின் நெருக்கடியைப் பிரதிபலித்தது என்பதற்காக மிக சிறப்பான வரவேற்பைப் பெற்றது. நுற்றாண்டுகளைக் கடந்த பிறகு இன்றும் இந்த நாவல் தன்னளவில் முழுமையானதாகவும் விவாதத்திற்கு உரியதாகவுமே இருக்கிறது.

எல்லா குற்றங்களுக்கும் அடிப்படை காரணமாக இருப்பது மனிதன் நேசிக்கப்படாமல் போனதே என்று ஒரு இடத்தில் தஸ்தாயெவ்ஸ்கி தெரியப்படுத்துகிறார். அது தான் அவரது கண்டுபிடிப்பின் முக்கிய செய்தி. கடவுளைத் தவிர வேறு எவரையும் எல்லா நேரத்திலும் நேசிக்க முடியவில்லை. அதுதான் மனிதனின் மகத்தான பலவீனம் என்று சொல்லும் தஸ்தாயெவ்ஸ்கி, கடவுளின் முதுகிற்குப் பின்னால் நடக்கும் காரியங்களுக்குக் கடவுள் எவ்விதமான மறுப்பும் தெரிவிப்பதேயில்லை. அந்தச் செயல்களின் ஊடாக பிரவேசித்து உண்மையை அறிவதே ஒரு எழுத்தாளனாகத் தன்னுடைய வேலை என்று கூறுகிறார். அவரது குற்றமும் தண்டனையும் நாவலும் இத்தகைய முயற்சியே.

குற்றமும் தண்டனையும் நாவல் பீட்டர்ஸ்பெர்க்யும் நகரில் ஒரு தனியறையில் வசிக்கும் ரஸ்கோல்நிகோவ் என்ற மாணவனின் வாழ்வில் நடந்த ஒன்பது தினங்களைப் பற்றியது (பின் இணைப்பாக உள்ள ஒரு அத்தியாயத்தை தவிர்த்து). இந்த ஒன்பது நாட்களில் அவன் வாழ்வில் ஒரு சூறாவளி வீசுகிறது. அவன் அந்த சூழிக்காற்றிற்குத் தெரிந்தே தன்னை ஒப்புக் கொடுக்கிறான்.

நாவல் துவங்கும்போது பீட்டர்ஸ்பெர்க் நகரின் நெருக்கடியான வாழ்வும் அங்கு காணப்படும் வறுமையும், நோயும், மிதமிஞ்சிய குடியும் இருளும் வர்ணிக்கப்படுகின்றன. ஒரு கொலை செய்ய வேண்டும் என்ற எண்ணத்துடன் ரஸ்கோல்நிகோவ் என்ற இளைஞன் தனது அறையில் இருந்து வெளியே வருகிறான். அந்த எண்ணம் தவறு என்று அவனுக்கு நன்றாகத் தெரிகிறது.

இந்த எண்ணத்தை எப்படியாவது மனதை விட்டுத் துரத்த வேண்டும் என்று நிஜமாகவே அவன் விரும்புகிறான். ஆனால் அவன் உள்மனது குற்றத்தின்மீது ருசி கொள்ளத் துவங்கியிருக்கிறது. ஆகவே அவன் கால்கள் நேரடியாக அவன் யாரைக் கொல்ல நினைக்கிறானோ அந்த அடகுக்கடை நடத்தும் அல்யோனா இவானோவா என்ற பெண்ணின் இருப்பிடத்தை நோக்கிச் செல்கிறான்.

ரஸ்கோல்நிகோவ் வறுமையில் பீடிக்கப்பட்டிருக்கிறான். அவனது படிப்பு இதனால் பாதியில் ஊசலாடுகிறது. சகமாணவன் ஒருவனால் அறிமுகம் செய்து வைக்கப்பட்ட அடகுக்கடை நடத்தும் பெண்ணிடம் முன்னதாக அவன் மோதிரம் மற்றும் வெள்ளிப் பொருட்களை அடமானம் வைத்து அந்தப் பணத்தில் வாழ்ந்து கொண்டிருக்கிறான். சில மாதங்களாகவே வீட்டுவாடகை கொடுக்க முடியவில்லை. ஆகவே வீட்டுக்காரப் பெண் அவன்மீது போலீசில் புகார் கொடுக்கப் போவதாகச் சொல்லிக் கொண்டிருக்கிறாள்.

ரஸ்கோல்நிகோவின் தாயும் தங்கையும் வேறு ஊரில் வசிக்கிறார்கள். அங்கே தங்கை சிறிய வேலையில் இருக்கிறாள். அவள் தன் அண்ணாவின் நலனிற்காக ஒரு வசதியான ஆளைத் திருமணம் செய்து கொள்வதற்கு சம்மதிக்கிறாள். ஆனால் அந்தத் திருமணம் நடக்கக் கூடாது, அதை எப்படியாவது தான் தடுத்துவிட வேண்டும் என்று ரஸ்கோல்நிகோவ் கருதுகிறான்.

இன்னொரு பக்கம் அடகுக்கடை நடத்தும் பெண் அநியாயமான வட்டி வாங்கிக் கொண்டு மாணவர்களை ஏமாற்றுகிறாள். அவளிடம் மாட்டிக் கொண்டு ஏழைகளும் மாணவர்களும் அவதிப்படுகிறார்கள். அவளை யாராவது கொன்று அவளது வீட்டில் உள்ள செல்வத்தை ஆயிரம் பேர் நன்றாக வாழ்வதற்கு உபயோகப்படுத்தலாம் என்று வெளிப்படையாகவே மாணவர்கள் பேசிக் கொள்கிறார்கள்.

ரஸ்கோல்நிகோவ் அவளைக் கொலை செய்வதாக முடிவு செய்கிறான். அந்தக் கொலையின் வழியாக அவன் தனது கடனை அடைத்துவிட முடியும் என்பதோடுதான் மற்றவர்கள் செய்ய முடியாத ஒரு செயலைச் செய்து காட்ட முடியும், தான் நெப்போலியனைப்போல சாகசக்காரன் என்ற எண்ணம் அவனுக்கு இருக்கிறது.

ஆகவே கொலை செய்வதற்கான முன்ஏற்பாடுகளை உருவாக்குகிறான். இதற்காக அடகுக்கடை நடத்தும் பெண்ணின் வீட்டினை நோட்டம் விடுகிறான். அந்த வீட்டில் அல்யோனாவுடன் அவளது சகோதரி லிசாவெதா வசிப்பதை அறிகிறான். லிசாவெதா உயரமான அழகான பெண். ஆனால் அக்காவிற்குப் பயந்தவள். அக்கா அவளை ஒரு வேலைக்காரி போலவே நடத்தகிறாள். கோபம் வந்தால் அடித்து உதைக்கிறாள். யாவையும் தாங்கிக் கொண்டு அக்காவைச் சார்ந்தே வாழ்கிறாள்.

எந்த நேரத்தில் அல்யோனா தனியாக இருப்பாள் என்பதை அறிந்துகொண்டு சரியாக அந்த நேரத்தில் அவளது வீட்டிற்குள் பிரவேசிக்கிறான். அடகுக்கடைக்காரி முதல்பார்வையிலே அவனது நோக்கதைப் புரிந்துகொண்டு விட்டவளைப் போல ஏறிட்டுப் பார்க்கிறாள். வியர்த்து வழிகிறது. கைகள் நடுங்குகின்றன. தனக்குக் காய்ச்சல் கண்டிருப்பதாகச் சொல்லியபடியே தான் அடமானம் வைக்க வந்ததாகச் சொல்கிறான். அறையில் ஜன்னல் கதவுகள் மூடப்பட்டிருக்கின்றன. அவள் அடமானம் வைக்க வந்த பொருளைப் பார்வையிடுகிறாள்.

அதற்குள் தன் ஆடைக்குள் மறைத்து வைத்து எடுத்து வந்திருந்த கட்டாரியால் அவளை வீழ்த்துகிறாள். ஒரே வெட்டில் மண்டை பிளக்கிறது. அவள் சரிந்து விழுகிறாள். ஓடிப்போய் பணப்பெட்டியைத் திறக்கிறான். ஒருவேளை அவள் சாகாமல் வந்துவிட்டால் என்ன செய்வது என்று சந்தேகம் வந்துவிடுகிறது. ஓடிப்போய் மறுமுறையும் வெட்டுகிறான். அவள் இறந்து கிடக்கிறாள். கையில் கிடைத்த தங்கம், வெள்ளிப் பொருட்களை எடுத்துக் கொண்டிருக்கும் போது வெளியே யாரோ வரும் சப்தம் கேட்கிறது. அறைக்குள் லிசாவெதா வருகிறாள்.

மாஸ்கோவின் மணியோசை ф 77

கண் இமைக்கும் நேரத்திற்குள் அவளையும் கொலை செய்கிறான் ரஸ்கோல்நிகோவ். பிறகு அடமானம் வைக்கப்பட்டிருந்த தங்கம் மற்றும் வெள்ளிப் பொருட்களை அள்ளி எடுத்துக் கொண்டு தனது வீட்டிற்குப் போய்விடுகிறான். தனது குற்றத்திற்கு எந்த சாட்சியுமில்லை என்றபடியே நிம்மதியாக உறங்குகிறான்.

ஆனால் மறுநாள் காலை அவனைக் காவல்நிலையத்திற்கு அழைத்துவரும்படியாக ஒரு போலீஸ்காரன் வந்து நிற்கிறான். தனது குற்றம் கண்டுபிடிக்கப்பட்டு விட்டதோ என்று பயப்படுகிறான் ரஸ்கோல். காவல் நிலையம் செல்கிறான். அங்கே வாடகை கொடுக்காமல் ஏன் ஏமாற்றுகிறான் என்று விசாரிக்கப்படுகிறான். தான் வாடகை பணத்தை தருவதாகப் பத்திரத்தில் எழுதிக் கையெப்பம் இட்டு வெளியேறுகிறான்.

அப்போது அடகுக்கடைக்காரியின் கொலையைப் பற்றிக் காவலர்கள் பேசிக் கொண்டிருக்கிறார்கள். அங்கிருந்து அவன் தன்னைக் குற்றவாளி என்று பலரும் கருதுகிறார்கள் என்று தானாகக் கற்பனை செய்து கொள்கிறான். அதனால் உறக்கமின்றி அவதிப்படுகிறான். பயம் அவனை ஆட்டி வைக்கிறது. குழப்பமும் பதட்டமும் கொள்கிறான். கொலை நடந்த விசயம் தொடர்பாக அவன் தன் நண்பர்களோடு விவாதிக்கிறான்.

கொலைக்குக் காரணமாக அந்தக் கட்டிடத்தில் வேலை செய்த ஒரு பெயிண்டர் கைது செய்யபட்டிருக்கிறான் என்று தெரிய வந்தவுடன் அவன் கொலை செய்ததற்கு என்ன சாட்சி இருக்கிறது என்று ஆதங்கப்படுகிறான். ஒரு நாள் அவனே போலீஸ் இன்ஸ்பெக்டரைத் தேடிச் சென்று அந்தக் கொலை பற்றி விசாரிக்கிறான். அதை ஏன் தான் செய்திருக்கக் கூடாது என்று கேட்கிறான். இன்ஸ்பெக்டர் அவனைத் துரத்துகிறார். ஆனால் அவனால் குற்றவுணர்ச்சியில் இருந்து தப்ப முடியவில்லை.

அடகுக்கடைக்காரியைக் கொன்றதை விடவும் அவளது சகோதரியைக் கொன்றது மாபெரும் குற்றம் என்று அவன் மனது வாட்டி வதைக்கிறது. தனக்குத் தானே பிதற்றுகிறான். தன்னை யாரோ உற்று நோக்குவதாகக் கற்பனை செய்து கொள்கிறான். குற்றம் திரும்பத் திரும்ப அவன் மனதில்

நிகழ்த்தப்பட்டுக் கொண்டேயிருக்கிறது. அவனால் அந்த அக நெருக்கடியில் இருந்து விடுபட முடியவேயில்லை.

ஆகவே அதில் இருந்து விடுபடுவதற்காகத் தற்கொலை செய்து கொள்வது என்று முயற்சிக்கிறான். அப்போது குடிகாரனான மர்மிலேதேவை சந்திக்கிறான். முன்னதாகவே ஒரு முறை அவனை சந்தித்துப் பண உதவி செய்திருக்கிறான். இப்போது மர்மிலேதவ் மிதமிஞ்சி குடித்துவிட்டு வீட்டிற்குப் போக முடியாமல் தடுமாறி சாலையில் விழுந்துகிடப்பதைக் காண்கிறான். அவனை வீட்டிற்குத் தூக்கிச் செல்கிறான். வீட்டில் மர்மிலேதவ் இறந்து போய்விடவே வறுமையில் வாடும் அந்தக் குடும்பத்திற்குத் தன்னிடம் உள்ள பொருட்களை எல்லாம் தந்து விடுகிறான்.

மர்மிலேதவ்வின் மகள் சோனியா வறுமையின் காரணமாக விபச்சாரத்தில் ஈடுபடுகிறாள். அவளோடு ரஸ்கோல்நிகோவிற்கு நட்பு உருவாகிறது. இதற்கிடையில் ஊரில் இருந்து தன்னைத் தேடி வந்த அம்மா மற்றும் சகோதரியைத் தன் நண்பனிடம் ஒப்படைக்கிறான். துனியா மீது நண்பன் ரஸ்மிஹினுக்கு முதல்பார்வையிலே ஈர்ப்பு உருவாகிறது. அவன் அவர்களைப் பராமரிக்கிறான்.

மனவேதனை தாங்க முடியாத ஒரு நாளில் சோனியாவிடம் தனது குற்றத்தை ஒப்புக் கொள்கிறான். அவளிடம் மண்டியிட்டுத் தான் அவள் முன்பாக அல்ல, மனித சமூகத்தின் அத்தனை வேதனைகளின் முன்பாகவும் மண்டியிட்த் தனது குற்றத்தை ஒப்புக் கொள்வதாகச் சொல்கிறான்.

அவள் காவல்நிலையத்தில் சென்று குற்றத்தை ஒத்துக் கொள்ளுமாறு வலியுறுத்துகிறாள். முடிவில் தானே அந்தக் கொலையைச் செய்ததாக ஒப்புக் கொண்டு சைபீரிய சிறைச்சாலைக்கு அனுபப்டுகிறான். சோனியா தானும் சைபீரியாவிற்குப் பயணம் செய்து சிறைக்கைதிக்குச் சேவை செய்கிறாள். சிறையில் ரஸ்கோல் தொடர்ந்து பைபிளை வாசிக்கிறான். அவன் மனம் மாறுகிறது. முடிவில் சோனியாவின் அன்பால் மனம் திருந்தி சிறையில் இருந்து புத்துயிர்ப்பு பெற்றவனாக விடுதலையாகிறான் ரஸ்கோல்நிகோவ்.

நாவல் என்ற அளவில் ஒற்றைச் கதையாடலைக் கொண்டிராமல் இந்த நாவல் நான்கைந்து சரடுகளின் வழியாகப் பின்னப்பட்டிருக்கிறது. கதாநாயகனே கதையைச் சொல்கிறான். அவனது மனக்குரலின் வழியாகக் கதை முன்பின்னாக நகர்கிறது. ரஸ்கோல்நிகோவ் என்ற கதாபாத்திரம் இன்றளவும் இலக்கியத்தில் சாகாவரம் பெற்ற ஒரு பாத்திரப்படைப்பாகும்.

ரஸ்கோல்நிகோவ் மிகவும் உணர்ச்சிவசப்பட்டவன். அவனது பிரச்சனை வறுமையும் தனிமையுமே. இந்த உலகில் தன்னை நேசிகக்கூடியவர்கள் எவருமில்லை என்று அவன் நம்புகிறான். தனக்காகத் தாயும் சகோதரியும் கஷ்டப்படுவது அவனுக்குக் குற்றவுணர்ச்சியை ஏற்படுத்துகிறது. ஆனால் தான் மற்றவர்களை விட வேறுபட்டவன். நப்போலியனை போல உலகை வெல்லப் புறப்பட்டவன் என்று அவனது உள்மனது திரும்பத் திரும்பச் சொல்லிக் கொண்டேயிருக்கிறது. அவன் தன் இருப்பை வெளிப்படுத்திக் கொள்வதற்காகவே அந்தக் கொலையை மேற்கொள்கிறான்.

தஸ்தாயெவ்ஸ்கியின் நாவல்களை பற்றி ஆராய்ந்த மிகையில் பக்தின் என்ற விமர்சகர் தஸ்தாயெவ்ஸ்கியின் நாவல்கள் பாலிபோனி என்ற பல்குரல் தன்மை கொண்டது என்று குறிப்பிடுகிறார். அப்படிப்பட்ட பல்குரல்தன்மைக்கு சரியான எடுத்துக்காட்டு குற்றமும் தண்டனையும். இந்த நாவல் கதையை வளர்த்துச் செல்வதில் மட்டும் முக்கியத்துவம் காட்டவில்லை. மாறாக, சமகாலப் பிரச்சனைகளாகக் கருதும் பல விசயங்கள் குறித்து தீவிரமான கேள்வியும் விவாதத்தையும் முன்வைக்கிறது.

நாவலின் ஊடாகவே அடித்தட்டு மக்கள் படும் கஷ்டமும் மாணவர்கள் படிப்பதற்காக எந்த அளவு கஷ்டப்படுகிறார்கள் என்பதும் பெண்கள் குடும்பத்தின் வறுமை காரணமாக வேசைத் தொழிலில் ஈடுபடுகிறார்கள் என்பதும் அப்பட்டமாக வெளிப்படுத்தப்பட்டுள்ளது.

மாலேர் என்ற மாபெரும் இசைக்கலைஞரின் சிம்பனிக்கு நிகரானது குற்றமும் தண்டனையும் நாவல் என்று குறிப்பிடும் காப்கா, இந்த நாவலில் வரும் கதாபாத்திரங்கள் அதீத மனநிலையில் இருப்பதைப் போன்று தோன்றினாலும்

உண்மையில் அவர்கள் இயல்பானவர்களே. அதீதமான நிலை என்பது அவர்கள் தங்களது அகசிக்கல்களை வெளிப்படுத்தும் தருணங்கள் மட்டுமே என்று கூறுகிறார்.

இருபத்தியோரு மொழிகளில் மொழியாக்கம் செய்யப்பட்டு லட்சக்கணக்கான பிரதிகள் விற்றுத் தீர்ந்துள்ள குற்றமும் தண்டனையும் நாவலின் பாதிப்பு உலக இலக்கியம் முழுவதுமே காணப்படுகிறது. பதினாறு முறை படமாக்கப்பட்ட இந்த நாவல் தொலைக்காட்சி தொடராகவும், காமிக்ஸ் புத்தகமாகவும்கூட வெளியிடப்பட்டிருக்கிறது.

இதில் 1935 இல் Peter Lorre நடித்து Josef von Sternberg இயக்கிய படமும் 1969 ருஷ்ய மொழியில் K.Voinov இயக்கிய Crime & Punishment திரைப்படமும் மிகச் சிறப்பானவை.

ரஸ்கோல்நிகோவ்னைக் குற்றத்திற்குத் துண்டுவது எது? முதற்காரணமாக இருப்பது பீட்டர்ஸ்பெர்க் நகரம் தான். நாவலின் முக்கிய கதாபாத்திரம் போலவே எங்கும் இழையோடியிருக்கிறது இந்த நகரம். பீட்டர்ச்ஸ்பெர்க் சக்கரவர்த்தி பீட்டரால் உண்டாக்கப்பட்ட நகரம். ஆகவே அந்த நகரம் ஐரோப்பியக் கலாச்சாரத்தோடு நெருக்கமான தொடர்பு கொண்டது. அந்த நகரில் வறுமையும் நோயும் பீடிக்க அடித்தட்டு மக்கள் நெருக்கடியான வாழ்வை மேற்கொள்கிறார்கள். இன்னொரு பக்கம் செல்வமும் கேளிக்கையும் நிரம்பிய பணம் படைத்தவர்கள் வாழ்கிறார்கள். நகரம் ரஸ்கோல்நிகோவைக் கேலி செய்கிறது. நகரின் இருள் அவனுக்குப் பயத்தை உருவாக்குகிறது. இந்த நகரம் ஒருபோதும் துக்கத்திற்குத் தன்னை முழுமையாக ஒப்புக் கொடுப்பதில்லை என்று ரஸ்கோல்நிகோவ் உணர்கிறான். வெயிலின் பாதம் படாத தெருக்கள், கசடுகளும் குப்பைகளும் நிரம்பிய தெருவோரக் குடியிருப்புகள், மலிவான வேசைகள், ரொட்டித்துண்டிற்காகக் கொலை செய்பவர்கள், பெண் தரகர்கள் என்று அந்த நகரின் உள்தோற்றமே அவனைக் கொலை வெறி கொள்ளச் செய்கிறது

மற்றொரு காரணம் கடவுள். ரஸ்கோல்நிகோவ் தனது சொந்த வாழ்வின் நெருக்கடிகள் யாவிற்கும் கடவுளுக்கும் உள்ள தொடர்பை ஆராய்கிறான். அவனுக்கு ஒரு கடவுள் தேவைப்படுகிறார். ஆனால் அவர் நம்பும்படியாக இல்லை.

ஆகவே அவன் தனது கடவுள் குறித்த சந்தேகங்களைத் திரும்பத் திரும்பத் தனக்கு தானே கேட்டுக் கொள்கிறான். அவனுக்குக் கடவுள் தேவைப்படுவது அன்பு செலுத்துவதற்கு மட்டுமே. காரணம், உலகில் அன்பு மிகவும் மலிமான சொல்லாக மட்டுமே நின்று போய்விட்டது. எல்லா குற்றங்களும் அன்பின் வழியாகக் களைந்து எறியப்பட்டுவிட முடியும் என்று நம்புகிறான்.

இந்த இரண்டு காரணங்களோடு அவன் கொண்டிருந்த லட்சியவாதமும் அறிவாளி என்ற பிம்பமும் அவனைக் கொலைக்குத் துண்டுகின்றன. கொலை அவனுக்குள் ஏற்படுத்தும் மாறுதல்கள் கொஞ்சம் கொஞ்சமாக அவனை அவனுக்கே புரிய வைக்கின்றன. மண்பாண்டம் உடைந்து சிதறுவது போல அவனது லட்சிய உலகம் கொஞ்சம் கொஞ்சமாக உடைந்து சிதறுகிறது. ஏதோவொரு நிமிசத்தில் எல்லையில்லாத கருணையும் அன்பும் மட்டுமே வாழ்வின் ஆதாரங்கள். ஒரு மரம் சாலையோரம் நிற்பதைக் காணும் போது மனிதன் உள்ளுக்குள் ஆனந்தம் கொள்கிறான். அந்த ஆனந்தம் போல வாழ்வில் சிறியதும் பெரியதுமான ஆனந்தங்கள் எல்லையற்றுச் சிதறிக்கிடக்கின்றன. அதை நாம் லட்சியம் செய்வதேயில்லை என்று கூறுகிறான்.

இத்தனை வலிமையாகவும் திரும்பத் திரும்பவும் அன்பை தஸ்தாயெவ்ஸ்கி யாசிப்பதற்குக் காரணம் அவரது சொந்த வாழ்வும் அதன் துயரம் மிக்க நாட்களுமே. 1821ஆம் ஆண்டு அக்டோபர் மாதம் 30ஆம் தேதி மாஸ்கோவில் உள்ள ஏழைகளுக்கான இலவச மருத்துவனையில் தஸ்தாயெவ்ஸ்கி பிறந்தார். இவரது அப்பா ஒரு மருத்துவர். இவரோடு பிறந்தவர்கள் ஏழு பேர். அப்பா ராணுவத்தில் பணியாற்றிவர். முன்கோபி மற்றும் குடிகாரர். அம்மாவை அவர் எப்போதுமே சந்தேகப்பட்டு அடித்து உதைக்கிறார். நோயாளியான அம்மா கணவனின் அன்பிற்காக ஏங்குவதை உடன் இருந்து காண்கிறார் தஸ்தாயெவ்ஸ்கி. ஆனால் அம்மாவை அப்பா கடைசிவரை புரிந்து கொள்ளவேயில்லை. 1837இல் அம்மா இறந்து போனதும் உலகில் தாங்கள் அநாதைகளாக்கப்பட்டதாகவே அவரும் சகோதரர்களும் நினைக்கிறார்கள். அப்பா அவர்கள்மீது அதிக அக்கறை காட்டவேயில்லை. சிறிய தேவைகளைக் கூட புறம் ஒதுக்குகிறார். 1838இல் தஸ்தாயெவ்ஸ்கி பொறியியல்

படிப்பிற்காக ராணுவப் பயிற்சியகத்தில் சேர்க்கப்படுகிறார். அங்கே முறையான காலணி கூட இன்றிப் படிக்கிறார். புத்தகங்களைப் பாதுகாப்பாக வைத்துக் கொள்ள ஒரு டிரங்க் பெட்டி தேவை என்று அப்பாவிற்குக் கடிதம் எழுதுகிறார். அப்பா அதற்குக் கூட பணம் அனுப்பவேயில்லை. வறுமையும் கண்ணீரும் பயமும் மட்டுமே துணையாக உள்ளன. இந்த நிலையில் 1839இல் தஸ்தாயெவ்ஸ்கியின் அப்பாவைச் சில கிராமத்து ஆட்கள் பச்சை சாராயத்தை வாயில் ஊற்றிக் கொலை செய்துவிடுகிறார்கள். அப்பாவின் மரணச் செய்தி அறிந்தவுடன் தஸ்தாயெவ்ஸ்கிக்கு காக்காய்வலிப்பு வருகிறது. அன்றிலிருந்து அவர் தன் வாழ்நாள் முழுவதுமே வலிப்பு நோய்க்கு உள்ளாகிப் பெரும் அவஸ்தைப்பட்டு வந்தார்.

அப்பா வீட்டில் புத்தகம் படிக்கும் பழக்கம் உள்ளவராக இருந்த காரணத்தால் இலக்கியத்தின் அறிமுகம் சிறுவயதிலே ஏற்பட்டிருந்தது. ஆகவே பொறியியல் படிப்பு முடிந்தவுடன் அவர் சிறிய மொழிபெயர்ப்பு பணிகளில் ஈடுபடத் துவங்கினார். பால்சாக்கின் நாவலையும் எட்கர் ஆஷ்ன் போவையும் மொழியாக்கம் செய்தார். இதன் தொடர்ச்சியாக இவர் 1844இல் Poor Folk என்ற சிறிய நாவலை எழுதி நெக்ரசோவ் என்ற இலக்கிய விமர்சகரிடம் தந்தார். அந்த நாவல் அவருக்கு மிகவும் பிடித்துப் போகவே அதை கோகலின் எழுத்திற்கு இணையானது என்று பாராட்டி The Contemporary இதழில் வெளியிட்டார். இலக்கிய உலகில் மிக சிறப்பான வரவேற்பைப் பெற்றது.

தனது 24 வயதில் எழுத்தாளராக உருவாகிய தஸ்தாயெவ்ஸ்கி அடிநிலை மக்களின் வாழ்வினைப் பிரதானப்படுத்தி எழுதினார். குற்றவாளிகள், குடிகாரர்கள், வறுமையில் கஷ்டப்படுகின்றவர்கள், வேசைகள், அப்பாவிகள், சாலையோரவாசிகள் இவர்கள்தான் அவரது கதைஉலகின் பிரஜைகள். ஆரம்பகதைகளில் மிகக் குறைவான பெண் பாத்திரங்களே இடம் பெற்றிருந்தார்கள். முழுக்க முழுக்க ஆண்களின் உலகமாக விளங்கிய அவரது கதைகள் மெல்ல உருமாறின. குழந்தைகளை அதிகமாகக் கதைகளில் சித்தரித்தவர் தஸ்தாயெவ்ஸ்கி. அவரது முக்கிய படைப்புகள் யாவிலும் குழந்தைகள் காணப்படுகிறார்கள். அவரது கதாநாயகிகள் மிக அழகானவர்கள். ஆனால் எவரும் சந்தோஷமானவர்கள் இல்லை.

1949இல் பெலின்ஸ்கி என்ற அரசியல் வழிகாட்டியை ஆதரித்துக் கட்டுரை வெளியிட்டதற்காக தஸ்தாயெவ்ஸ்கிக்கு ராஜதுரோகக் குற்றம் சாட்டப்பட்டு மரணதண்டனை அறிவிக்கப்படுகிறது. அதற்கான நாளும் குறிக்கப்படுகிறது. கழுத்தில் கறுப்புத் துணி அணிந்து துப்பாக்கியால் சுடப்படுவதற்காக வரிசையில் நிறுத்தப்படுகிறார்.

கடைசி நிமிசத்தில் மன்னர் அவர்களுக்குக் கருணையளித்து மரணதண்டனையில் இருந்து விடுவிக்கப்பட்டு சைபீரியாவிற்கு கைதியாக அனுப்பப் படுவதாகத் தகவல் கிடைக்கிறது. சாவின் உதட்டைக் கவ்வியிருந்த தஸ்தாயெவ்ஸ்கியின் உதடுகள் விடுதலையாகின்றன. பயமும் சந்தோஷமும் ஒரே நேரத்தில் உடலில் கொப்பளிக்கின்றது. இந்தத் தகவலைக் கேட்டு சில கைதிகள் செய்வது அறியாமல் பிதற்றுகிறார்கள்.

வாழ்வது ஒரு கொடை என்று அந்த நிமிசத்தில் தஸ்தாயெவ்ஸ்கிக்குத் தோன்றுகிறது. இதயம் நடுங்க பிரார்த்தனை செய்கிறார். இனி வாழ்வை அப்படியே ஏற்றுக் கொள்ளப் போவதாகக் கடவுளுக்கு நன்றி தெரிவித்தபடியே அவர் சைபீரியச் சிறைக்குச் செல்கிறார். அங்கே நான்கு ஆண்டுகள் குற்றவாளிகளுடன் சிறையில் வாழ்கிறார். பைபிள் ஒன்றே துணை. சிறைச்சாலை நினைவுகளை ஒரு நூலாகப் பதிவு செய்கிறார். சிறையில் இருந்து விடுவிக்கப்பட்டு வந்தவுடன் மரியா என்ற விதவையைத் திருமணம் செய்து கொள்கிறார். ஆனால் அந்தத் திருமணம் மிகுந்த ஏமாற்றமளிக்கிறது. கடனும் வறுமையும் அதிகமாகிறது. கடன் கொடுத்தவர்கள் தந்த நெருக்கடிக்காகத் தனது எழுத்தைப் பணயம் வைக்கிறார்.

இந்த நேரத்தில் சகோதரனும் மனைவியும் ஒரே ஆண்டில் அடுத்தடுத்து இறந்து போகிறார்கள். துயரத்தில் இருந்து மீள முடியாமல் வீட்டிற்குள்ளாகவே ஒடுங்கிக் கிடக்கிறார். அப்போது கடனை அடைக்க வேண்டும் என்பதற்காக 26 நாட்களில் ஒரு நாவலை எழுதி முடிக்க வேண்டிய கட்டாயம் ஏற்படுகிறது. அதற்காக ஒரு பெண் உதவியாளரை ஏற்பாடு செய்கிறார். அப்படி அவர் வாழ்நாளில் வந்த அன்னா கிரிகோரிவ்னா பின்னாளில் அவரது மனைவியாகிறாள்(ஆச்சரியப்படத்தக்க ஒற்றுமை

என்னவென்றால் அவளது பிறந்த நாள் தஸ்தாயெவ்ஸ்கியின் பிறந்த நாளான அதே அக்டோபர் 30. ஆனால் தஸ்தாயெவ்ஸ்கியை விட 25 வயது சிறியவள்).

அவளது காதல் தஸ்தாயெவ்ஸ்கியின் துயரத்தை மட்டுப்படுத்துகிறது. அவர் குற்றமும் தண்டனையும் நாவலை வெளியிடுகிறார். அது மிகச் சிறப்பான வரவேற்பைப் பெறுகிறது. அதன் பிறகு தன் மனைவியோடு அவர் ஐரோப்பியப் பயணம் மேற்கொள்கிறார். அங்கே நான்கு வருடங்கள் வாழ்கிறார். அந்த நாட்களில் சூதாடிப் பணத்தை இழக்கிறார். குழந்தைகள் பிறந்து இறந்து போகிறார்கள். கர்ப்பிணியான மனைவியோடு கையில் அறுபது ருபிள் பணத்தோடு ரஷ்யா வந்து சேர்கிறார்.

திரும்பவும் கடன்காரர்கள் சுற்றிக் கொள்கிறார்கள். தனது சகோதரன் வாங்கிய கடனுக்காக அவர் பிரச்சனைக்கு உள்ளாகிறார். வாழ்நாளில் அவர் முழுமையாக சந்தோஷமானதை ஒருபோதும் அனுபவிக்கவேயில்லை. கரமசோவ் சகோதரர்கள் என்ற நாவல் அவரது தகப்பனின் தோற்றத்தை நினைவுபடுத்தும் கரமசோவ் என்ற மனிதனை முன்வைத்தது. அதில் தஸ்தாயெவ்ஸ்கியின் சகோதரர்கள் மூவர் இடம் பெற்றிருந்தார்கள். அந்த நாவல் மகத்தான வெற்றி பெற்றது.

இளைஞர்கள் தஸ்தாயெவ்ஸ்கியைக் கொண்டாடினார்கள். தனது 57வயதில் நுரையீரல் பாதிப்பின் காரணமாக தஸ்தாயெவ்ஸ்கி மரணம் அடைந்தார். அவரது இறுதி ஊர்வலத்தில் முப்பதாயிரம் பேர் கலந்து கொண்டார்கள். புஷ்கினுக்குப் பிறகு தஸ்தாயெவ்ஸ்கியை ருஷ்ய இலக்கிய உலகம் தங்களது சக்கரவர்த்தியாகக் கொண்டாடத் துவங்கியது. டால்ஸ்டாய், லெர்மன்தேவ் போன்றவர்கள் ருஷ்ய இலக்கியத்தில் மிக உன்னத இடம் பெற்றபோதும் அடிநிலை மக்கள் தங்களது எழுத்தாளனாக எப்போதுமே தஸ்தாயெவ்ஸ்கியை அடையாளம் கண்டுகொண்டார்கள்.

டால்ஸ்டாய் வசதி படைத்த பிரபுவாக, திடகாத்திரமான மனிதராக, செல்வத்தோடு வாழ்ந்தபடியே கதைகள் எழுதினார். ஒரு நாவலை ஆறு முறை திருத்தி எழுதியிருக்கிறார். ஆனால் தஸ்தாயெவ்ஸ்கியோ வறுமையும் வலிப்பு நோயும் சாவும் துயரமும் பீடிக்க

தனது எழுதப்படாத நாவல்களுக்குக் கூட முன்பணம் வாங்கிக் கொண்டு கிடைத்த நேரத்தில் எவ்விதமான திருத்தங்களுக்கும் இடமின்றிக் கதைகளை எழுதியிருக்கிறார். டால்ஸ்டாயிடம் உள்ள அமைதியும் பிரார்த்தனையும் தஸ்தாயெவ்ஸ்கியிடம் இல்லை. தஸ்தாயெவ்ஸ்கியின் ரத்தம் எப்போதும் சூடேறியது. கொதிப்பு மிக்கது. அவரது இதயம் பயத்தாலும் துயரத்தாலும் பீடிக்கப்பட்டது. அது எளிமையானது. பனியைப் போல சுத்தமானது.

தஸ்தாயெவ்ஸ்கி ஷேக்ஸ்பியரைப் போல இருள் உலகினையும், பித்தேறிய ரத்த வேகத்தையும் தனது சொந்தமாக்கிக் கொண்டவர். சந்தோஷத்தைப் போலவே வேதனையும் மனிதனைச் சுத்தப்படுத்துகிறது என்று நம்பியவர். இதனால் தானோ என்னவோ சார்பியல் தத்துவத்தை ஆராய்ந்த ஐன்ஸ்டீன், தஸ்தாயெவ்ஸ்கி என்ற மகத்தான கலைஞர் ஒருவரிடம் மட்டுமே தனக்குக் கற்று கொள்ள நிறைய இருப்பதாகத் தெரிவிக்கிறார். அவர் மட்டுமின்றி காப்கா, நீட்ஷே, கேப்ரியல் கார்சியா மார்க்வெஸ், போர்ஹே, அகிரா குரசோவா, விஸ்கான்டி, மணிகௌல், கூட்ஸி என உலகின் சிறந்த திரைப்பட இயக்குனர்கள், இலக்கியவாதிகள், விஞ்ஞானிகள், கவிஞர்கள் பலரும் தஸ்தாயெவ்ஸ்கியைக் கொண்டாடுகிறார்கள்.

தஸ்தாயெவ்ஸ்கியின் மரணவீட்டின் குறிப்புகளில் பலகாலமாகத் தனிமைச் சிறையில் அடைக்கப்பட்ட ஒருவன் தனது அன்றாட நிகழ்வுகளை, சிறைச்சாலை சுவரில் இருக்கும் ஒரு சிலந்தியோடு பகிர்ந்து கொள்கிறான். அந்த சிலந்தி ஒரு கடவுளைப் போல எல்லா கோரிக்கைககளையும் மௌனமாகக் கேட்டுக் கொண்டிருக்கிறது. தான் தனியாக இல்லை, தன்னோடு ஒரு சிலந்தி கூட இருக்கிறது என்ற உறவு மட்டுமே தன்னை வாழ வைத்துக் கொண்டிருப்பதாகக் கூறுகிறான். இப்படித்தான் இருக்கிறது நமது சமகாலத்தைய வாழ்வும்.

மனிதனிடம் உள்ள விலைமதிப்பில்லாத பொருள் சுதந்திரம் மட்டுமே. அதை இழக்கத் துவங்கும்போது தான் எல்லா துயரங்களும் ஆரம்பிக்கின்றன என்று தஸ்தாயெவ்ஸ்கி குறிப்பிடுகிறார். இதுதான் எல்லா காலத்திலும் இலக்கியத்திற்கான ஆதாரப் புள்ளி.

9
அறியப்படாத கார்க்கி

மாக்சிம் கார்க்கி தனது வாழ்க்கை வரலாற்றை மூன்று பகுதிகளாக எழுதியிருக்கிறார். மூன்றும் மிகச் சுவாரஸ்யமான புத்தகங்கள். இதில் எனது குழந்தைப் பருவம் அற்புதமாக எழுதப்பட்டிருக்கிறது. தனது தந்தையின் மரணத்தை கார்க்கி எதிர்கொண்ட விதமும் பாட்டியோடு மேற்கொண்ட கப்பல் பயணத்தைப் பற்றிய நினைவுகளும் திரைப்படம் போல நம் கண்முன்னே விரிகின்றன.

கார்க்கியின் தந்தை அவரை எதற்காகவும் அழக்கூடாது என்று பழக்கியிருந்தார். ஆகவே தந்தை இறந்தபோதும் அவருக்கு அழுகை வரவில்லை. ஒரு மழைநாளில் தந்தை இறந்தபோது பாட்டி அவரிடம் கடைசியாகத் தந்தையை ஒருமுறை பார்த்துக் கொள். இனி அவரைப் பார்க்கவே முடியாது என்கிறார். அது ஏன் என கார்க்கிக்குப் புரியவில்லை. ஏன் தனது தந்தையைச் சுற்றி இத்தனை பேர் அமர்ந்து அழுகிறார்கள். அவர் ஏன் பேசாமல் இருக்கிறார் என்று குழப்பமாக இருக்கிறது.

மழையோடு தந்தையின் சவப்பெட்டியைப் புதைகுழியில் இறக்கி மண்ணைப் போட்டு மூடும்போது அந்தச் சவப்பெட்டிமீது ஒரு தவளை இருப்பதை கார்க்கி கவனிக்கிறார். அந்தத் தவளையையும் சேர்த்து மண்ணைப் போட்டு மூடிவிடுகிறார்கள். அதுதான் கார்க்கிக்கு வருத்தமாக இருக்கிறது.

அந்தத் தவளை என்னவாகும் என்று கேட்கிறார். தவளையைக் கடவுள் ஆசிர்வதிக்கட்டும் என்கிறார் பாட்டி.

முதன்முறையாக மரணத்தைச் சந்திக்கும் ஒரு சிறுவனின் மனத்தை எவ்வளவு துல்லியமாக கார்க்கி எழுதியிருக்கிறார் என்று வியப்பாக இருக்கிறது.

இதுபோலவே அவர்கள் நீராவிக்கப்பலில் பயணம் செய்யும்போது பாட்டி சொல்கிறார்.

"தவளைகளுக்காகக் கவலைப்படுகிறாயே.. உன் அம்மா இப்போது அநாதரவாக நிற்கிறாள். இனி அவளது வாழ்க்கை என்னவாகும் என்று நினைத்துப் பார்" என்கிறார். கார்க்கிக்கு மெல்லத் துயரத்தின் வலி புரிய ஆரம்பிக்கிறது.

அவர்கள் கப்பலில் பயணம் செய்துகொண்டிருக்கும் போது கார்க்கியின் தம்பி இறந்து போய்விடுகிறான். அவனது உடலை வெள்ளைத் துணியால் சுற்றி ஒரு மேஜையில் கிடத்தியிருக்கிறார்கள். பக்கத்திலிருந்து அந்த உடலைக் காணும் கார்க்கியிடம் பயப்படாதே என்கிறார் பாட்டி.

சாராட்டாவ் என்ற இடத்தில் கப்பல் நிற்கிறது. குழந்தையின் உடலைச் சவப்பெட்டியில் ஏந்திக் கொண்டு பாட்டியே புதைக்கச் செல்கிறார். பருத்த உடல் கொண்ட அவர் மெதுவாக நடந்து செல்லும் காட்சியை கார்க்கி உணர்ச்சிப்பூர்வமாக எழுதியிருக்கிறார்.

அம்மாவைப் பாட்டி ஆறுதல்படுத்தும் விதமும் அம்மாவின் வேதனை படிந்த முகத்தையும் பற்றி கார்க்கி விவரிக்கும்போது அந்த ஈரமான கண்கள் நம் முன்னே தோன்றி மறைகின்றன.

வாழ்க்கை நெருக்கடிகளைப் பாட்டி எதிர்கொள்ளும் தைரியமும் உறுதியாக நடந்து கொள்ளும் முறையும் அழகாக எழுதப்பட்டிருக்கிறது. பாட்டி அவருக்கு நிறையக் கதைகள் சொல்கிறார். கப்பலில் வேலை செய்கிறவர்கள் அவளது கதையைக் கேட்கிறார்கள். பாராட்டுகிறார்கள்.

இதயத்தை வலுப்படுத்துவதற்குக் கதைகள் தேவைப்படுகின்றன என்கிறார் பாட்டி. உண்மையான மதிப்பீடு.

பாட்டிக்கு மிகவும் நீண்ட கூந்தல். சிக்குப் பிடித்த தனது கூந்தலைச் சீப்பால் சீவி சரி செய்யப் போராடுகிறாள். இதனால் அவளது முகம் சிவந்து போகிறது.

தனது நீண்ட கூந்தலைப் பற்றிப் பாட்டி சொல்வது அசலான வார்த்தைகள்..

இது ஆண்டவனுடைய விருப்பத்தால் ஏற்பட்ட தண்டனை. இளமைப்பருவத்தில் நீண்ட கூந்தலை

நினைத்துப் பெருமைப்பட்டுக் கொண்டிருந்தேன். ஆனால் முதுமையில் கூந்தலை வாரி முடிப்பதிலே பொழுது கழிந்துவிடுகிறது. இது ஒரு சாபக்கேடு போலிருக்கிறது.

பாட்டியின் பேச்சும் சிரிப்பும் கதை சொல்லும் விதமும் அவளை ஒரு நண்பனைப் போலாக்கியது என்கிறார் கார்க்கி.

பாட்டி கொடுத்த தைரியமே தன்னைத் தேசம் முழுவதும் சுற்றியலைய வைத்தது. தன் எழுத்தின் ஊற்றுக்கண் பாட்டியே என்கிறார் கார்க்கி.

சமையல் அறையைக் காப்பதற்கென ஒரு தெய்வம் இருப்பதாகப் பாட்டி நம்புகிறார். அதுதான் உணவிற்குச் சுவையை உருவாக்குகிறது. அந்தத் தெய்வம் கோவித்துக் கொண்டுவிட்டால் வீட்டில் உணவு சமைக்க முடியாது என்கிறார்.

அவர்கள் வீடு மாறிப் போகும்போது அந்தத் தெய்வத்தைத் தன்னோடு வரும்படி பாட்டி அழைக்கிறாள். பின்பு ஒரு பெட்டியில் கடவுளையும் அழைத்துக் கொண்டு சென்றார்கள் என்கிறார் கார்க்கி.

கார்க்கியின் கதைகளில் வரும் விநோதமான நிகழ்ச்சிகள்.. தைரியமான பெண் கதாபாத்திரங்கள்.. வாழ்க்கை நெருக்கடிகளை அச்சமின்றி எதிர்கொள்ளும் விதம். கஷ்டமும் போராட்டமுமான அன்றாட வாழ்க்கையின் நடுவேயும் உணவும் நடனமும் இசையுமாக வாழ்க்கையை அனுபவிக்கும் விதம் யாவும் பாட்டியின் வழியே அவருக்குக் கிடைத்த வளங்கள்.

ஒரு எழுத்தாளன் எப்படி உருவாகிறான் என்பதை அறிந்து கொள்வதற்கு கார்க்கியின் இந்த மூன்று தொகுதிகளும் சாட்சியமாக உள்ளன.டால்ஸ்டாய், தஸ்தாயெவ்ஸ்கி, ஆன்டன் செகாவ் போல மாக்சிம் கார்க்கியின் வாழ்க்கை வரலாறு இன்றுவரை விரிவாக எழுதப்படவில்லை. ரஷ்ய மொழியில் வெளியாகியுள்ள அவரது வாழ்க்கை வரலாறு சுருக்கமானது. ஸ்டாலின் அரசோடு அவருக்கு ஏற்பட்ட மோதல்கள், நெருக்கடிகள் பற்றி அதில் எதுவுமில்லை. Henri Troyat எழுதிய Gorky: A Biography கூட முழுமையானதில்லை.

MAXIM GORKY : A POLITICAL BIOGRAPHY என்ற T. YEDLAN புத்தகத்தில் அவரது வாழ்க்கையின் கடைசிப்பகுதி விவரிக்கப்படுகிறது. தனது பால்ய வயது துவங்கி இளைஞன் வரையான அனுபவங்களை மாக்சிம் கார்க்கியே தனிப் புத்தகங்களாக எழுதியிருக்கிறார். அது திரைப்படமாகவும் வெளியாகியுள்ளது. ஆனால் லெனினோடு அவருக்கு இருந்த நட்பு, அவர்களுக்கு இடையில் எழுதப்பட்ட கடிதங்கள், நீண்டகால நண்பரான ரோமன் ரோலண்ட் உடனான நெருக்கம், இத்தாலியில் உருவான காதல், எச்.ஜி.வெல்ஸ் உடனான நட்பு பற்றி விரிவாக எழுதப்படவில்லை.

ரோமன் ரோலண்ட் கார்க்கியின் அழைப்பின் பேரில் ஒருமுறை ரஷ்யாவிற்குச் சென்று தங்கிவந்திருக்கிறார். கார்க்கி மறைவிற்கு அவர் எழுதிய அஞ்சலிக்குறிப்பு முக்கியமானது.

1906 முதல் 1913 வரை, கார்க்கி தெற்கு இத்தாலியில் உள்ள கேப்ரி தீவில் வாழ்ந்து வந்தார். ரஷ்யாவில் அதிகரித்து வரும் அடக்குமுறையிலிருந்து தப்பிக்கவே அவர் இத்தாலியில் வாழ்ந்து வந்தார்.

இந்த நாட்களில் அவரது இலக்கியப் பார்வை மாறியதோடு சர்வதேச அளவில் பல்வேறு எழுத்தாளர்களுடன் நெருக்கமான நட்பைக் கொண்டிருந்தார். அவர் மீண்டும் ரஷ்யா திரும்பும்படியாக ஸ்டாலின் அரசு அழைப்பு விடுக்கப்பட்டபோதும்கூடத் தயக்கத்துடன் தாயகம் திரும்பினார். அதன்பிறகு அவர் நாட்டை விட்டு வெளியேற முடியாதபடியான சூழல் உருவானது. அவரது வெளிநாட்டு விசா ரத்து செய்யப்பட்டது. தங்கக் கூண்டில் அடைக்கப்பட்ட கிளியைப் போலவே அவர் நடத்தப்பட்டார்.

1906ஆம் ஆண்டில், மார்க் ட்வைன் மற்றும் பிற எழுத்தாளர்களின் அழைப்பின் பேரில் மாக்சிம் கார்க்கி மேற்கொண்ட அமெரிக்கப் பயணத்தில் அவர் அலைக்கழிக்கப்பட்டார். அமெரிக்கப் பத்திரிகைகள் அவரை மிக மோசமாக விமர்சித்து எழுதின.

கார்க்கியின் விருப்பத்திற்கு மாறாக அவரது பெயர்கள் ஸ்டாலின் அரசால் நாடக அரங்குகளுக்கு வைக்கப்பட்டன. அவரது பிறந்தநாளைத் தேசமே கொண்டாடியது. அது

ஒரு நாடகம் என கார்க்கிக்குப் புரிந்திருந்தது. உலகின் மிகச்சிறந்த புத்தகங்களை ரஷ்ய மொழியில் கொண்டுவர வேண்டும் என்று கார்க்கி விரும்பினார். இதற்கான திட்டம் உருவானது. ஆயிரம் புத்தகங்களைக் கொண்டு வர வேண்டும் என்பதே அவரது கனவு. ஆனால் நூறு புத்தகங்கள் மட்டுமே அவரது வாழ்நாளில் வெளியாகின.

கார்க்கியின் மகன் இறந்து போனதுகூட மர்மமானதாகவே கருதப்படுகிறது. இந்த மரணம் கார்க்கியின் மனநிலையைப் பாதித்தது. உடல் அளவிலும் அவர் மிகவும் தளர்ந்து போனார். அவரது இறுதி நாட்களில் நடந்த நிகழ்வுகளும் அதன் பின்னுள்ள காரணங்களும் அதிர்ச்சிகரமானவை.

The Life of Klim Samgin என்ற அவரது இறுதி நாவல் மிக முக்கியமானது. நான்கு தொகுதிகள் கொண்டது.கிளிம்மின் நாற்பது வருட கால வாழ்வை விவரிக்கும் இந்தப் பெரு நாவலின் இரண்டு பாகங்கள் வெளிவந்தபோது நோபல் பரிசிற்கு கார்க்கி பரிந்துரைக்கபட்டார்.

ரஷ்ய எழுத்தாளர்களிலே கார்க்கியைப் போல வாழ்நாள் முழுவதும் பயணம் செய்தவர் எவருமில்லை. தனது சமகால எழுத்தாளர்களுடன் நட்பு பாராட்டியவரும் எவருமில்லை. காரணமின்றிக் கைது செய்யப்பட்டுச் சிறையில் அடைக்கப்பட்ட எழுத்தாளர்கள் பலரை அவர் காப்பாற்றியிருக்கிறார். கடைசி நாட்களில் அவரே வீட்டுச்சிறையில் வைக்கப்பட்டிருந்தார் என்பது கசப்பான உண்மை.

10
காதலின் சின்னம்

ரஷ்ய எழுத்தாளரான அலெக்சாண்டர் குப்ரினின் செம்மணி வளையல், பலிபீடம் ஆகிய இரண்டு நூல்கள் தமிழில் வெளியாகியுள்ளன. ஆனால் இரண்டிலும் குப்ரின் எங்கே பிறந்தார், எந்த ஆண்டு இதனை எழுதினார், அவரது எழுத்துல வாழ்க்கை எப்படியிருந்தது என்பது குறித்து எந்தக் குறிப்பும் கிடையாது.

யாமா என்ற குப்ரினின் நாவலை பலிபீடம் என்ற தலைப்பில் புதுமைப்பித்தன் மொழிபெயர்ப்புச் செய்திருக்கிறார். இது முழுமையான மொழிபெயர்ப்பில்லை. சுருக்கப்பட்ட பதிப்பே.

1909 மற்றும் 1915க்கு இடையில் மூன்று பகுதிகளாக இந்த நாவலை குப்ரின் எழுதினார். தெற்கு ரஷ்ய நகரமான ஒடெஸாவின் யமஸ்காயா என்று அழைக்கப்படும் யாமா பகுதியை சேர்ந்த விலைமாதர்களின் வாழ்க்கையை விவரிக்கிறது இந் நாவல்.

அன்னா மார்க்கோவ்னா என்ற பெண்ணுக்குச் சொந்தமான ஒரு விடுதியை மையமாகக் கொண்ட இந்த நாவல் தொடராக வெளிவந்தபோது பெரும் சர்ச்சையை ஏற்படுத்தியது.

விபச்சாரம் அந்தநாட்களில் ரஷ்யாவில் அங்கீகரிக்கப்பட்ட தொழிலாக இருந்தது. இதற்கான அடையாள அட்டைகள் வழங்கப்பட்டன. வாரம் ஒருமுறை மருத்துவர் நேரில் வந்து பரிசோதனைகளை மேற்கொள்வார். நோயுற்ற பெண்கள் பாலியல் தொழிலில் ஈடுபட அனுமதிக்கப்பட மாட்டார்கள்.

ஆன்டன் செகாவின் நெருக்கமான நண்பராக இருந்தவர் குப்ரின். இருவரும் ஒன்றாகப் பயணிப்பதும் கதைகளைப் பற்றி விவாதிப்பதும் வழக்கம். குப்ரின் கதைகளில்

செகாவின் சாயலைக் காணமுடிகிறது. குப்ரினுக்கு துர்கனேவ் கதைகளின்மீது ஈடுபாடு அதிகம்.

குப்ரின் குஸ்தி பயில்வான் போன்ற உடற்கட்டு கொண்டவர். சில காலம் ராணுவத்தில் பணியாற்றியிருக்கிறார். எழுத்தாளராக வராமல் போயிருந்தால் மல்யுத்தப் போட்டியில் சாம்பியன் ஆகியிருப்பார் என்கிறார்கள். இவான் புனின் அவரைப் பற்றி நினைவு கொள்ளும் போது குப்ரினின் எழுத்திலும் செயலிலும் வலிமையும் உக்கிரமுமிருந்தது. அடக்கமுடியாத உயிர்ச்சக்தி கொண்ட மனிதராக விளங்கினார். ரஷ்ய காவியம் ஒன்றில் வரும் நாயகனைப் போலவே அவரது தோற்றம் கம்பீரமாக விளங்கியது. சிறந்த வாள்சண்டை வீரராகவும் விளங்கினார் என்கிறார்.

புதிய அனுபவங்களைத் தேடிச் சென்று ஆபத்தைச் சந்திக்கும் மனிதராகவே குப்ரின் இருந்தார். சக எழுத்தாளர்களிடமிருந்து குப்ரினை வேறுபடுத்தியது அவரது தீவிரமான வாழ்க்கை அனுபவங்களே.

பிழைப்பிற்காகப் பல்வேறு வேலைகளைச் செய்தவர் குப்ரின். சிப்பாய், பத்திரிகை நிருபர். பலசரக்குக் கடை, பிரபுவின் வேலையாள். தடகள ஓட்டக்காரர், சர்க்கஸ் வேலை, வேட்டைக்காரன், மீன்பிடித்தலில் ஈடுபட்டவர்.,சங்கீத வித்வான், செருப்புக்கடை உதவியாளர், பன்றி வளர்த்தவர், ஆசிரியர் பணி என இருபதுக்கும் மேற்பட்ட வேலைகளைச் செய்திருக்கிறார்.

அன்டன் செகாவ் அவரை மிகவும் தேர்ந்த நடிகராகக் கருதினார், ஆகவே குப்ரினை மாஸ்கோ ஆர்ட்ஸ் தியேட்டரில் சேருமாறு வலியுறுத்தினார். ஆனால் குப்ரினுக்கு அதில் விருப்பமில்லை. அவர் நாடோடி போலச் சுற்றி அலைவதிலே நாட்டம் கொண்டிருந்தார்.

குப்ரின் நிறையச் சாப்பிடக் கூடியவர். விருந்தில் அவர் சாப்பிடுவதை மற்றவர்கள் விநோதமாகப் பார்ப்பார்கள். முன்கோபம் கொண்டவர். அவரது கோபத்தைச் சமாளிக்க முடியாது. எவரையும் அடித்து வீழ்த்திவிடுவார் என்கிறார்கள்.

கதைகளில் இடம்பெற்றுள்ள நிகழ்வுகளில் தொன்னூறு சதவீதம் அவரது வாழ்க்கையில் ஒரு கதை எழுத வேண்டும்

என்றால் மூன்றாம் வகுப்பு ரயில் பெட்டியில் பயணம் செய்தால் போதும், கதை கிடைத்துவிடும் என்று கேலியாகச் சொல்கிறார் குப்ரின்.

1870ஆம் ஆண்டில் தென் ரஷ்ய நகரமான பென்சா மாகாணத்தில் உள்ள நரோவ்சாட்டில் ஒரு ஏழைக் குடும்பத்தில் பிறந்தவர் குப்ரின். தந்தை அரசாங்க குமாஸ்தாவாக வேலை செய்தவர். குப்ரின் தாயார், லியுபோவ் அலெக்ஸீவ்னா, வசதியான குடும்பத்தில் பிறந்தவர். ஆனால் 1800களில் ஏற்பட்ட நெருக்கடி காரணமாக அவரது குடும்பம் வறுமை நிலைக்குச் சென்றது.

தந்தையின் மரணத்திற்குப் பிறகு தாயுடன் மாஸ்கோவிற்குக் குடியேறினார் குப்ரின். அங்கே அபலைப் பெண்களுக்கான இல்லத்தில் அம்மா அடைக்கலமானார். குப்ரின் கல்விச் செலவைக் கூட அவரால் ஏற்க இயலவில்லை. தன்னார்வ நிறுவனங்களின் உதவியால்தான் குப்ரின் கல்வி பயின்றார்.

1888இல் ராணுவ அகாதமியில் சேர்ந்த குப்ரின் இரண்டு ஆண்டுகள் பயிற்சி பெற்றார். தென்மேற்கு ரஷ்யாவில் ஜிட்டோமிருக்கு மேற்கே இருந்த படைப்பிரிவில் சேரும்படி உத்தரவு பிறப்பிக்கப்பட்டது. நான்கு ஆண்டுகள் ராணுவத்தில் பணியாற்றினார்.

அதிலிருந்து விலகி முதலாம் உலகப் போரின்போது போர்முனை செய்தியாளராகப் பணியாற்றினார். 1914 ஆம் ஆண்டின் இறுதியில், காயமடைந்தவர்களுக்காக நிதி திரட்டும் முயற்சியில் ஈடுபட்டார்.

நீண்ட கால வறுமை மற்றும் கடன் காரணமாக எழுத்தை மட்டுமே நம்பி வாழ முடியாது என்ற நிலையில் குடும்பத் தேவைகளுக்காகப் பைண்டிங் செய்யும் தொழிலில் குப்ரின் ஈடுபட்டார். 1938 இன் தொடக்கத்தில் குப்ரின் உடல்நிலை மிகவும் மோசமடைந்தது. பல ஆண்டுகள் சிறுநீரகக் கோளாறு நோயால் அவதிப்பட்ட குப்ரினுக்கு உணவுக்குழாயில் புற்றுநோயும் உருவானது. ஆகஸ்ட் 25, 1938 இல் குப்ரின் இறந்து போனார் இரண்டு நாட்களுக்குப் பிறகு லெனின்கிராடில் உள்ள கல்லறையில் அடக்கம் செய்யப்பட்டார்.

ரஷ்ய இலக்கியச் சூழலில் சர்ச்சைகளை உருவாக்கிய போதும் யாமா நாவல் ஆங்கிலம், பிரெஞ்சு, ஜெர்மன்,

ஸ்பானிஷ், இத்தாலியன், ஸ்வீடிஷ், பின்னிஷ், நோர்வே, ஹங்கேரியன், போலிஷ், ஜப்பானிய மொழிகளில் இரண்டரை மில்லியனுக்கும் அதிகமான பிரதிகள் விற்றிருக்கிறது. இது குப்ரின் வாழ்நாளில் நடக்கவில்லை என்பதுதான் சோகம்.

பாலியல் தொழிலில் ஈடுபடும் பெண்களின் தனிமையை, பகல்நேர வாழ்க்கையை, பொய்யான ஒப்பனைகளை, அவர்களின் ரகசிய காதலை குப்ரின் மிக அழகாக எழுதியிருக்கிறார்.

குறிப்பாக, அந்தப் பெண்கள் சுவரில் அமர்ந்தபடியே உரையாடுவதும், மருத்துவரை எதிர்கொள்வதும் மிகச்சிறப்பாக எழுதப்பட்டிருக்கிறது. இதே போன்ற உலகத்தைத் தமிழில் ஜி. நாகராஜன் எழுதியிருக்கிறார். இருவருக்கும் நிறைய ஒற்றுமைகளைக் காண முடிகிறது.

பிரெஞ்சு இலக்கியத்தில் வேசையர் விடுதிகள் பற்றியும் அதில் சிக்கிக் கொண்டு துயரமடையும் பெண்கள் பற்றியும் விரிவாக எழுதியிருக்கிறார்கள். அந்த உத்வேகமே குப்ரினை இது போன்ற நாவலை எழுதச் செய்தது.

செம்மணி வளையல் தந்தி அலுவலகத்தில் குமாஸ்தாவாக வேலை செய்யும் ஜெல்த்கோவின் காதல் கதை. அவன் வேரா என்ற இளவரசியை ஒருதலையாகக் காதலிக்கிறான். அவளைப் பற்றியே கனவு கண்டபடியிருக்கிறான். ஆனால் அப்படி ஒருவன் தன்னைக் காதலிப்பது பற்றி வேராவிற்குத் தெரியாது. தனது பெயரை மறைத்துக் கொண்டு இனிஷியல் மட்டும் போட்டு அவளுக்குக் காதல் கடிதங்களை எழுதுகிறான். வேரா அந்தக் கடிதங்களைப் பொருட்படுத்தவில்லை. அவள் பணக்காரப் பெண். வாஸ்யா ஷேயின் பிரபுவோடு அவளுக்குத் திருமணமாகிறது. அதன்பிறகும் பண்டிகை நாட்களில் அவளுக்கு அதே நபரிடம் இருந்து கடிதங்கள் வருகின்றன.

வேராவின் பிறந்த நாள் அன்று வீட்டில் ஒரு விருந்து வைக்கிறார்கள். அப்போது ஒரு பரிசு வருகிறது. அதில் ஒரு செம்மணி வளையல் அதே நபரிடமிருந்து பரிசாக அனுப்பப்பட்டிருக்கிறது. இதனைக் கண்டு வேராவின் தம்பி நிகோலய் ஆத்திரமடைகிறான். பரிசு அனுப்பியவனின் இருப்பிடத்தைக் கண்டுபிடித்து அவனைச் சந்திக்கிறான்.

வேராவிற்குத் திருமணமான பிறகும் அவனால் காதலைக் கைவிட முடியவில்லை. கடவுளைத் துதிப்பது போல அவளைத் துதிக்கத் துவங்கியிருக்கிறான். அவனது கடிதம் மாறாத காதலின் அடையாளமாக இருக்கிறது. வேராவை இந்த அளவிற்கு அவளது கணவன்கூடக் காதலிப்பானா என்று தெரியாது. நிறைவேறாத காதலின் சின்னமாகச் செம்மணி வளையல் மிஞ்சுகிறது.

குப்ரின் நீண்டகாலம் வாழ்ந்திருந்தால் பெரும்படைப்புகளைத் தந்திருப்பார் என்கிறார்கள். அற்ப ஆயுளுக்கும் மேதமைக்கும் உள்ள தொடர்பு பற்றி சுந்தர ராமசாமி எழுதியிருப்பார். அது குப்ரினுக்கும் பொருந்தக்கூடியதே.

11
சோம்பல் நாயகன்

ருஷ்ய இலக்கியத்தின் பிரதான படைப்பாளிகளாக அறியப்பட்ட செகாவ், டால்ஸ்டாய், தஸ்தாயெவ்ஸ்கி, கார்க்கி போன்றவர்களின் படைப்புகள் அறிமுகமான அளவு அதே காலகட்டத்தைச் சேர்ந்த பல முக்கிய படைப்புகள் உலக இலக்கியப் பரப்பிற்குள் அறிமுகமாகவில்லை. அவை பல ஆண்டு காலமாக முறையான ஆங்கில மொழி பெயர்ப்பின்றி முடங்கிக் கிடந்துள்ளன.

தஸ்தாயெவ்ஸ்கியும் டால்ஸ்டாயும் வியந்து போற்றி தங்களது எழுத்துலகப் போட்டியாளர் என்று வர்ணித்த இவான் கோன்சரோவின் (Ivan Goncharov) படைப்புகள் ஆங்கிலத்தில் நூறு வருடத்திற்குப் பிறகு தற்போதுதான் நல்ல மொழிபெயர்ப்பில் வாசிக்கக் கிடைக்கின்றன.

குறிப்பாக, ருஷ்ய இலக்கியத்தில் மிகப் பிரபலமான நாவலாக அறியப்பட்ட கோன்சரோவின் ஒப்லமோவ் (Oblomov)நாவல் தற்போது சிறப்பான மொழிபெயர்ப்பில் வெளியாகி உள்ளது. செவ்வியல் நாவலாசிரியர்கள் என்று கொண்டாடப்படும் டால்ஸ்டாய்,தஸ்தாயெவ்ஸ்கி இருவரது ஆளுமையிலிருந்தும் விடுபட்டுத் தனக்கென தனித்துவமான ஒரு கதை சொல்லலையும் அக உலகையும் கொண்டிருந்த கோன்சரோவின் படைப்பு உலகம் முழுவதும் தனித்த வாசகர்களை உருவாக்கியிருக்கிறது.

1858 ஆண்டு ருஷ்ய மொழியில் வெளியான ஒப்லமோவ், கான்செரோவின் மூன்றாவது நாவலாகும். இந்த நாவலின் கதாநாயகன் வழக்கமான ருஷ்ய நாவல்களின் நாயகனைப் போல சாகசத்தை தனது இலக்காகக் கொண்டவன் அல்ல. மாறாக, தன்னுடைய படுக்கையை விட்டுக் கீழே இறங்காமல் இருந்த இடத்தில் இருந்தபடியே தன் கற்பனை உலகில் சஞ்சரித்துக் கொண்டிருக்கும் பணக்காரப் பிரபுவின் கதைதான் ஒப்லமோவ்.

ஒப்லமோவ் என்ற பெயர் காலமாற்றத்தில் சோம்பேறித்தனம் என்பதன் அடைமொழியாக உருமாறிப் போயுள்ளது. ருஷ்யப் புரட்சிக்குப் பிறகு உரையாற்றிய லெனின், தேசமே புரட்சியில் கொந்தளிப்பு அடைந்துள்ளபோதும் இன்னும் சில ஒப்லமோக்கள் தங்கள் படுக்கையை விட்டுக் கீழே இறங்கவேயில்லை என்று குறிப்பிட்டுள்ளார்.அந்த அளவு ருஷ்ய மக்களிடம் செல்வாக்குப் பெற்ற கதாபாத்திரமாக அடையாளமாகி உள்ளது ஒப்லமோவ்.

ருஷ்ய இலக்கியத்தின் பிரதான போக்கான யுத்தமும் அடித்தட்டு மக்களின் வாழ்க்கைப் போராட்டத்தை விவரிப்பதுமாகவே அமைந்திருந்தன. அதிலும் ருஷ்ய யதார்த்தவாதம் என்ற கதை சொல்லும் பாங்கு பத்தொன்பதாம் நூற்றாண்டில் மிகத் தீவிரமான இலக்கியப் போக்காக இருந்தது. துர்கனேவும் டால்ஸ்டாயும் இந்த இலக்கியப் போக்கிற்கு முக்கியத் தூண்களாக இருந்தனர். விவசாயிகள் மற்றும் அடிநிலை மக்களின் வாழ்வை நெருங்கிச் சித்திரிப்பதில் இவர்கள் முக்கிய பங்கு வகித்தார்கள்.

தஸ்தாவெஸ்கி இன்னொருபுறம் குற்றமனப்பாங்கினையும் அடக்கப்பட்ட உணர்ச்சிகள் கொண்ட மனிதர்களின் உளச்சிக்கல்களையும் தனது நாவல்களின் மையமாக கொண்டு எழுதி வந்தார். பிரதான ருஷ்யக் கதாசிரியர்களின் இலக்கியப் போக்கிலிருந்து முற்றிலும் மாறுபட்ட கதை சொல்லலை முன்வைத்த நாவலாசிரியராக லெர்மன்தேவைச் சொல்லலாம். அவரது நம் காலத்து நாயகன் நாவலின் கதாநாயகன் பிச்சோரின், ருஷ்ய இலக்கியத்தின் தனித்துவமான பாத்திரப்படைப்பாகும்.

பிச்சோரின் சாகசங்களின் பாதையில் அலைந்து திரிபவன். காதலும் வீரமும் மட்டுமே அவனது உலகம். பிச்சோரின் மனத்துணிவும் நேரடியான செயல்பாடும் லெர்மன்தேவால் நுட்பமாக வெளிப்படுத்தப்பட்டுள்ளன. பிச்சோரினுக்கு நிகராக உருவாக்கப்பட்ட பாத்திரப் படைப்பே ஒப்லமோவ்.

ஆனால் ஒப்லமோவ் சாகசங்களுக்கு எதிரானவன். ஒருவகையில் இவன் ஒரு ருஷ்ய ஹாம்லெட். ஷேக்ஸ்பியரின் ஹாம்லெட் பழிவாங்குவதா வேண்டாமா

என்ற மனக்குழப்பம் கொண்டவன்.ஒப்லமோவின் குழப்பம் அவ்வளவு தீவிரமானதல்ல. ஆனால், அதே அளவு நெருக்கடி கொண்டது. ஒப்லமோவிற்கு உள்ள ஒரே பிரச்சனை, வாழ்வை எப்படி எந்த மாற்றமும் இல்லாமல் சுகமாகக் கொண்டு செல்வது என்ற முடிவின்மை மட்டுமே.

அவனது ஒரே விருப்பத்திற்கு உரிய இடம் படுக்கை அறை மட்டுமே. அதைப் படுக்கை அறை என்று மட்டும் சொல்லிவிட முடியாது. அதுதான் அவனது படிப்பறை. உணவு உட்கொள்ளும் அறை. விருந்தினர்களைச் சந்திக்கும் அறை. தூங்கினாலும் விழித்திருந்தாலும் அவன் படுக்கையை விட்டு எழுந்து கொள்வதேயில்லை.

நாவலிலும் முதல் நூறு பக்கங்கள் ஒப்லமோவ் தனது படுக்கையிலே கிடக்கிறான்.முப்பது வயதைக் கடந்த நிலப்பிரபுவான அவன் சோம்பல் பீடித்தவனாக உறக்கத்திலிருந்து எட்டு மணிக்கு எழுந்து அடுத்து என்ன செய்வது என்று முடிவு செய்ய முடியாமல் வெற்று யோசனைகளுடன் படுக்கையில் புரண்டு படுத்துக் கொள்கிறான்.

பிறகு இப்படியே இருந்தால் தன் வாழ்க்கை வீணாகிவிடும் என்று தனக்குத் தானே கவலைப்பட்டுக் கொள்கிறான். ஏதாவது செய்ய வேண்டும் என்று மட்டும் தோன்றுகின்றதேயன்றி என்ன செய்வது என்று புரியவில்லை.

ஒப்லமோவிற்குச் சொந்தமான எஸ்டேட் ஒன்று ஆயிரம் மைல் தொலைவில் உள்ளது. அந்த எஸ்டேட்டின் நிலைமை மிக மோசமாகி வருகிறது. ஆகவே ஒரு முறை நேரில் வந்து போகவும் என்று அதை நிர்வகிக்கும் மேலாளர் ஒரு கடிதம் எழுதியிருக்கிறான். அந்தக் கடிதத்திற்கு இன்று பதில் எழுதி விடலாம் என்று முடிவு செய்கிறான் ஒப்லமோவ். ஆனால் அந்தக் கடிதத்தை எங்கே வைத்தான் என்று அவனுக்குத் தெரியவில்லை.

இந்தக் குழப்பத்தின் ஊடாகப் படுக்கையை விட்டுக் கீழே இறங்க மனதின்றி அப்படியே உட்கார்ந்தபடியே எதை எதையோ யோசிக்கிறான். பிறகு அவனது வேலைக்காரனான ஜாகிரை அழைக்கிறான்.அந்த வீட்டில் உள்ள ஒரே வேலைக்காரன் ஜாகிர் மட்டுமே. அவனுக்குப்

பல நேரங்களில் தன் எஜமானின் சோம்பேறித்தனம் எரிச்சல் ஊட்டுவதாக இருக்கிறது. அதே நேரம் மனதளவில் தன் எஜமான் மிகச் சிறந்தவர் என்ற பாராட்டு உணர்வும் அவனிடமிருக்கிறது.

ஒப்லமோவின் அறைக்குள் நுழைந்த வேலையாள் என்ன வேண்டும் என்று கேட்கிறான். ஒப்லமோவிற்கு எதற்காக அவனை அழைத்தோம் என்பது மறந்து போய்விடுகிறது. யோசித்து எதற்காக அழைத்தேன் என்று நினைவு வரும்போது அழைக்கிறேன், அதுவரை உன் வேலையைப் பார் என்று அனுப்பி விடுகிறான். சில நிமிசங்களுக்குப் பிறகு அவனுக்குத் தான் ஒரு கடிதம் எழுத நினைத்த விஷயம் நினைவிற்கு வருகிறது. அதற்குள் இன்னொரு தேநீர் அருந்திக் கொள்ளலாம் என்றும் ஒரு யோசனை உருவாகிறது.

திரும்ப ஜாகீரை அழைக்கிறான். தனக்கு வந்த கடிதத்தைத் தேடி எடுத்து வரச் சொல்கிறான். அவர் எங்கே வைத்திருக்கிறார் என்று தனக்கு எப்படித் தெரியும் என்று புலம்பியபடியே ஜாகீர் அறையில் தேடுகிறான். அறை முழுவதும் ஒரே குப்பையாக உள்ளது. பல நாட்களாகச் சுத்தம் செய்யப்படாத தரைவிரிப்புகள். சிலந்தி வலை பின்னிய சுவர்கள். பாதி சாப்பிட்டுத் தூக்கி எறிந்த ரொட்டித் துண்டுகள், படித்துவிட்டுப் பாதியில் திறந்து கிடந்த புத்தங்கள் தூசியேறியிருக்கின்றன.

இரவு உடை அணிந்திருந்த ஒப்லமோவ் தன்னைச் சுற்றிய குப்பைகளைப் பெரிதாகக் கவனத்தில் கொள்ளவேயில்லை. ஜாகீர் கடிதத்தைத் தேடியபடியே தாங்கள் கொடுக்க வேண்டிய பாக்கிக்காக பலசரக்குக் கடைக்காரனும் இறைச்சிக்கடைக்காரனும் காத்திருப்பதாகச் சொல்கிறான். சிறிய கணக்கு என்றாலும் அதைப் பார்ப்பதற்கு தனக்கு நேரமில்லை, இன்னொரு நாள் வரச்சொல் என்று ஒப்லமோவ் மறுத்துவிடுகிறான்.

ஜாகீர் திரும்பவும் சமையல் அறையில் சென்று தனது அன்றாட வேலையைக் கவனிக்கத் துவங்குகிறான்.கடிதம் கிடைக்கவில்லை. ஆகவே உடனே படுக்கையை விட்டு எழுந்து கொள்ள வேண்டிய அவசியமில்லை என்று ஒப்லமோவிற்குத் தோன்றுகிறது. ஆகவே அவன் திரும்பவும் சாய்ந்து கொண்டு யோசிக்கத் துவங்குகிறான். திடீரென்று “ஜாகீர் ஜாகீர்” என்று கூச்சலிடுகிறான்.

அவசரமாக ஓடிவந்த ஜாகீர் என்ன வேண்டும் என்று கேட்க, தனது கர்ச்சீப் எங்கேயிருக்கிறது என்று தேடிப்பார் என்று கத்துகிறான். அதற்குள் ஒப்லமோவிற்குத் தும்மல் வந்து கொண்டு வேறு இருக்கிறது. ஜாகீர் கர்ச்சீப்பைக் கூடவா நீங்களாகத் தேடி எடுத்துக் கொள்ள கூடாது என்று நேரடியாகவே சொல்கிறான். கடைசியில் கர்ச்சீப் ஒப்லமோவ் உட்கார்ந்த இடத்தில் அவன் தொடைக்கு அடியிலே கிடக்கிறது.

இப்படியே காலை முழுவதும் ஒப்லமோவ் படுக்கையிலே கிடக்கிறான். அவனைப் பார்க்க வரும் நண்பரைக் கூட அங்கேயே சந்திக்கிறான். தனது அறையில் உள்ள ஒழுங்கீனத்திற்குக் காரணம் தனது வேலைக்காரன் என்று பழியை அவன்மீது போடுகிறான். ஒப்லமோவின் நண்பன் ஒரு இரவு விருந்திற்கு அழைக்கிறான்.

ஒப்லமோவோ தனக்கு வீட்டை விட்டு வெளியேறி வர விருப்பமேயில்லை. இந்த வீட்டில் நான்கு அறைகள் உள்ளன. இருந்தாலும் படுக்கை அறையை விட்டு இன்னொரு அறைக்குப் போய்வருவதற்கே தனக்குப் பிடித்தமானதாக யில்லை என்று புலம்புகிறான்.

ஒப்லமோவ் இப்படியே அறையிலே அடைந்து கிடப்பதற்குக் காரணமாக அவனது பால்யவயது விவரிக்கப்படுகிறது. வசதியான வீட்டில் பிறந்த ஒப்லமோவ் நல்ல சாப்பாடும் சொகுசான தூக்கமுமாக வளர்க்கப்படுகிறான். பாதி நாட்களுக்கு மேல் பள்ளிக்குப் போவததேயில்லை. எங்காவது சுற்றுலா அழைத்துச் செல்லபட்டுவிடுவான். இப்படியாக வளர்ந்த காரணத்தால் அவனுக்கு இருப்பிடமே சொர்க்கமாகத் தோன்றுகிறது.

ஒப்லமோவிற்கு உள்ள ஒரே நட்பு அவனது தோழன் ஸ்டோல்ஜ். ருஷ்யத் தாயிற்கும் ஜெர்மனியத் தகப்பனிற்கும் மகனாக பிறந்த ஸ்டோல்ஜ் மிகக் கண்டிப்பாக வளர்க்கப்படுகிறான். வாழ்வில் ஒரு நாளைக்கூட வீண் அடித்துவிடக்கூடாது என்ற கவனம் அவனது எண்ணத்திலிருக்கிறது. அவன் எப்படியாவது ஒப்லமோவை மாற்றிவிட முடியும் என்று தொடர்ந்து முயற்சிக்கிறான். ஆனால் அது வெற்றி பெற முடியவில்லை.

முப்பது வயதைத் தாண்டுவதற்குள் ஒப்லமோவிற்கு வெளியுலகம் அலுத்துப் போய்விடுகிறது.அறைக்குள்ளாகவே பகல்கனவு கண்டபடியே சாப்பாடும் யோசனைகளுமாக அவனது நாட்கள் நீண்டு கொண்டிருக்கின்றன.

ஒருவகையில் ஒப்லமோவ் டான் குவிகாத்தேயின் சாயலைக் கொண்டிருக்கிறான். டான் குவிகாத்தேயும் சான்சோ பான்சோவும் போலவுமே ஒப்லமோவும் அவனும் வேலைக்காரனும் பல நேரங்களில் நடந்து கொள்கிறார்கள். ஆனால் டான் குவிகாத்தேவிற்கு சாகசம் செய்ய வேண்டும் என்ற விருப்பமிருக்கிறது. கற்பனையான எதிரிகளோடு சண்டையிடுகிறான்.

ஒப்லமோவிற்கு அத்தகைய ஆசைகள் இல்லை.அவன் தனது பகல்கனவில் ஒரு பள்ளிக்கூடம் கட்டுவது போன்றும் தனது பண்ணையைப் பெரியதாக விஸ்தாரணம் செய்து நிர்வகிப்பது போன்றும் கனவு காண்கிறான். ஒருவிதத்தில் அவனுக்கு வீடும் படுக்கை அறையுமே போதுமானதாக இருக்கிறது.

உலகின் பரபரப்பையும் தீர்மானிக்க முடியாத அதன் மாற்றங்களையும் ஒப்லமோவால் ஏற்றுக் கொள்ள முடியவில்லை. அவன் மாறாத ஒரு உலகில் சகல சௌகரியங்களோடும் ஒளிந்துகொண்டு வாழவே விரும்புகிறான். அதற்கு அவனது வீடு பாதுகாப்பானதாகயிருக்கிறது. நத்தை தன் முதுகில் தன் வீட்டைச் சுமந்து திரிவது போல ஒப்லமோவ் தன் அறைக்குள்ளாகவே சுருண்டு கிடக்கிறான்.

ஆனால் மாற்றமில்லாத வாழ்க்கையே இல்லை என்பது போல அவனையும் மாற்றுவதற்கு ஒரு பெண் வந்து சேர்கிறாள். இசையில் ஆர்வம் கொண்டிருந்த ஒப்லமோவிற்கு அவனது நண்பன் ஓல்கா என்ற பாடகியை அறிமுகம் செய்து வைக்கிறான்.

அவள் ஒப்லமோவின் சோம்பேறித்தனத்தை அறிந்து கொண்டவளாக அவனைத் தன்னால் மாற்றிவிட முடியும் என்று கூறி முதன்முறையாக வீட்டை விட்டு வெளியே அழைத்துச் செல்கிறாள். ஒப்லமோவ் அவளோடு மலைப்பயணத்திற்குச் செல்கிறான்.அவளுக்காகக் கவிதைகள் படித்துக் காட்டுகிறான். கொஞ்சம்

கொஞ்சமாக அவன் வெளி உலகில் சஞ்சரிக்கத் துவங்குகிறான். அவளால் மட்டுமே வாழ்வை சுவாரஸ்யப்படுத்த முடியும் என்று நம்புகிறான்.

ஓல்காவின்மீதான காதல் வளர்ந்து கொண்டேயிருக்கிறது. ஒருவேளை தான் ஓல்காவைத் திருமணம் செய்து கொண்டால் எல்லாக் கணவன்களையும் போல குடும்பத்தை நிர்வகிக்க வேண்டும், அதற்காக வேலைகள் செய்ய வேண்டும், குழந்தைகளை பராமரிக்க வேண்டும், ஆகவே அவளது காதலை விட்டு மெல்ல வெளியே திரும்பவும் தன் அறைக்குள் சென்று ஒடுங்கிக் கொண்டுவிட வேண்டியதுதான் என்று திடீரென முடிவு செய்கிறான்.

அதன்படியே ஓல்காவை விட்டுப் பிரிந்து செல்கிறான். அவனது தயக்கத்தைப் புரிந்துகொள்ள முடியாத ஓல்கா ஏன் அவளை வெறுக்கிறான் என்று திரும்பத் திரும்பக் கேட்கிறாள். தன்னால் மற்றவர்களைப் போல வாழமுடியாது. காரணம் தான் ஒரு ஒப்லமோவ் என்று சொல்கிறான்.

அவள் எவ்வளவோ சமாதானம் செய்தும் அவனது முடிவை மாற்றிக் கொள்ள முடியவில்லை.வேறு வழியின்றி ஓல்கா அவனைப் பிரிந்து செல்கிறாள். அதுவரை வீட்டில் இருப்பதில் எந்தப் பிரச்சனையும் இல்லாமல் வாழ்ந்து வந்த ஒப்லமோவ் காதலைப் பிரிந்து தனிமையில் வாடும்போது மிகுந்த மன நெருக்கடி கொண்டவனாக மாறிவிடுகிறான்.

தன்னுடைய வாழ்வைத் தன்னால் தீர்மானித்துக் கொள்ள முடியவில்லை என்பதை அவன் ஒத்துக் கொள்கிறான். தனது தவறான முடிவுகள்தான் தன்னை இப்படிப் படுக்கையில் தள்ளியிருக்கிறது என்பதை அவன் அறிந்தபோதும் அதிலிருந்து விலகி வர முடியாதவனாக இருக்கிறான். சிலந்தி தன் வலைக்குள்ளாகவே தன் வாழ்வைக் கழித்துவிடுவதைப் போன்று தன் அறைக்குள்ளாகவே மீதமுள்ள வாழ்வைக் கடந்து செல்ல முயற்சிக்கிறான்.

எஸ்டேட் முறையான நிர்வாகம் இன்றி நஷ்டமடைகிறது. காதலை மறுத்த வேதனை ஒரு பக்கம் மனதில் வாட்டுகிறது. இன்னொரு பக்கம் பணக்கஷ்டம் நாளுக்கு நாள் வளர்ந்து கொண்டே வருகிறது. வேறு வழியில்லாமல் ஒரு விதவையைத் திருமணம் செய்துகொண்டு அவள் சொத்தை அடைந்து கொள்கிறான்.

உப்புச்சப்பு இல்லாமல் நடைப்பிணமாக வாழ்ந்து முடிவில் வயதாகி ஒரு நாள் மரணமடைகிறான். ஒப்லமோவ் அப்படி வாழ்ந்ததற்கு என்ன காரணம் என்று அவனது வேலைக்காரனிடம் கேட்டதற்கு, அவர் ஒரு ஒப்லமோவ். அதற்கு மேல் வேறு என்ன காரணம் வேண்டியிருக்கிறது என்று சொல்கிறான். அத்தோடு நாவல் நிறைவு பெறுகிறது.

ஒருவிதத்தில் இந்த நாவல் ருஷ்ய மேல்தட்டு வர்க்கத்தின் மனநிலையைப் பரிகாசமாகப் பிரதிபலித்துக் காட்டுகிறது. தங்களுக்கு வசதியாக மட்டுமே வாழ்வை அமைத்துகொள்ள வேண்டும் என்ற மனப்பாங்கும் அதன் பின்விளைவுகளும் நாவலில் விரிவாக எழுதப்பட்டுள்ளது.

படுக்கையை விட்டு எழுந்து கொள்ளாத ஒரு மனிதனின் நாட்களை இத்தனை துல்லியமாக வேறு ஒருவரால் எழுதவே முடியாது என்ற அளவிற்கு கோன்சிரோவ் படைத்திருக்கிறார். நாவலின் மையப் படிமமாக இருப்பது வெறுமையே. அதை வாசகன் உணரும் வகையில் முழுமையாக வெளிப்படுத்தியிருக்கிறார். அத்தோடு நாவல் முழுவதும் விவரிக்கிடக்கும் பகடியும் வெளிப்படையான கேலியும் வாய்விட்டுச் சிரிக்க வைக்கக் கூடியவை.

கோன்சிரோவ் ருஷ்ய அரசு உயரதிகாரியாகப் பதவி வகித்தவர். இவரது அப்பா ஒரு பிரபலமான வணிகர். மிக வசதியான குடும்பத்தில் பிறந்த கோன்சிரோவ் சிறுவயதிலே அப்பாவை இழந்த காரணத்தால் தாய்மாமன் வீட்டிலிருந்து வளர்க்கப்பட்டார். மாஸ்கோ பல்கலைக்கழகத்தில் பட்டம் பெற்ற இவர் ருஷ்ய அரசுப் பணிக்குத் தேர்வுசெய்யப் பட்டு நிதித்துறையில் சிலகாலமும் சில காலம் தணிக்கை அதிகாரியாகவும் பணியாற்றினார்.

இவர் தணிக்கை அதிகாரியாகப் பணியாற்றியபோது அரசிற்கு சாதகமாகப் பல முக்கிய படைப்புகளை வெளிவராமல் செய்தார் என்ற குற்றச்சாட்டு இவர் மேலிருக்கிறது. ஆனால் அவரது முயற்சியின் காரணமாகவே தாஸ்தாயெவ்ஸ்கியின் படைப்புகள் தணிக்கையின்றி வெளியாகியது என்றும் விமர்சகர்கள் குறிப்பிடுகிறார்கள்.

முப்பது ஆண்டுகாலம் அரசுப் பணியில் இருந்த கோன்சிரோவ் ‘ஒப்லமோவ்’ என்பது ஒரு தனிப்பட்ட மனிதன் மட்டுமல்ல. உலகம் முழுவதுமே மாற்றத்தை

ஏற்றுக் கொள்ள மறுத்து தன் படுக்கை அறைக்குள்ளே சுருண்டு கொண்ட மனிதர்கள் இருக்கிறார்கள். அவர்கள் யாவருமே ஒப்லமோக்கள்தான் என்று குறிப்பிடுகிறார்.

கோன்சிரோவ் தான் வாழும் காலத்தில் முக்கிய படைப்பாளியாக அங்கீகாரம் பெறவில்லை. அவரது மற்ற படைப்புகளும்கூட பரவலாக வாசகர்களால் விரும்பப்படவில்லை. ஆனால் நூறு வருடங்களுக்குப் பிறகு ருஷ்ய இலக்கிய விமர்சகர்களாலும் தீவிர இலக்கிய வாசகர்களாலும் விரும்பிப் படிக்கக் கூடியவராக மாறினார் கோன்சிரோவ்.

சக படைப்பாளிகள் தனது கதைகளைத் திருடிக் கொண்டார்கள் என்று சண்டையிட்ட கோன்சிரோவ், துர்கனேவ் தான் சொல்லிய ஒரு கதைக்கருவைத் திருடி நாவல் எழுதிவிட்டார் என்று ஒரு இலக்கியக் கூட்டத்தில் உரக்க அறிவித்ததோடு துர்கனேவைத் திருடன் என்று வசை மாறி பொழிந்ததும் நடந்துள்ளது.

தன் வாழ்நாள் முழுவதும் அவர் துர்கனேவைத் தனது எதிரியாகவே கருதி வந்தார். அவரால்தான் தனது படைப்புகள் போதிய கவனம் பெறாமல் போய்விட்டன என்று கூட குறிப்பிட்டிருக்கிறார்.

கோன்சிரோவை முக்கியப் படைப்பாளியாக அடையாளம் கண்டவர்களில மிக முக்கியமானவர் சாமுவேல் பெக்கட். அவர் மிக சுமாரான மொழியாக்கத்தில் வெளியாகியிருந்த ஒப்லமோவ் நாவலைத் தன் மனைவி வாசிப்பதற்கு சிபாரிசு செய்ததோடு, அந்த நாவல் ருஷ்ய இலக்கியத்தில் மிக முக்கியமானது என்றும் தனது நாட்குறிப்பில் எழுதியிருக்கிறார்

இந்த நாவலை ருஷ்ய சினிமாவின் முக்கிய இயக்குனரான Nikita Mikhalkov திரைப்படமாக்கியிருக்கிறார். இப்படம் சிறந்த இயக்கம் மற்றும் நடிப்பு, திரைக்கதைக்கான முக்கிய விருதுகளை லண்டன் திரைப்பட விழாவில் பெற்றிருக்கிறது. அத்தோடு ஒபராவாகவும் தொலைக்காட்சி தொடராகவும் வெற்றி பெற்றிருக்கிறது.

எந்த தனித்துவமும் இல்லாத ஒரு சோம்பேறியை நாவலின் கதாநாயகனாகக் கொண்டு நானூறு பக்கங்களுக்கும்

மேலாக ஒரு நாவலை எழுதி ஒரு துயரகாவியத்தின் நாயகன் போல வாசித்து முடிக்கையில் அவன்மீது வேதனையும் ஈர்ப்பும் ஏற்படுத்திய விந்தைதான் இந்த நாவலை வாசிப்பதற்கு இன்றும் காரணமாக இருக்கிறது. அவ்வகையில் காலம் மறந்த கோன்சிரோவின் பெயர் இன்று மீட்டு எடுக்கப்பட்டிருக்கிறது.

12
தஸ்தாயெவ்ஸ்கி எனும் சூதாடி

சூதாடி (The Gambler) நாவலை எழுத பியோதர் தஸ்தாயெவ்ஸ்கிக்கு விருப்பமேயில்லை. கட்டாயத்தின் பெயரால்தான் அந்த நாவலை எழுதினார். அதுவும் ஒரு மாத காலத்திற்குள் எழுதித் தர வேண்டும் என்று பதிப்பாளர் ஸ்டெல்லோவ்ஸ்கி ஏற்படுத்திய நெருக்கடியே நாவலை எழுத வைத்தது. ஒருவேளை இதை எழுதித் தராமல் போயிருந்தால் கடனுக்காகக் கைது செய்யப்பட்டுச் சிறைபட நேரிடும் என்ற அச்சம் அவரை விரைவாக எழுத வைத்தது.

இன்று எழுத்தாளர்கள் தங்களின் புதிய நாவலை எழுதுவதற்கு இயற்கையான இடங்களைத் தேடிச் செல்கிறார்கள். அதுவும் ஆங்கிலத்தில் எழுதும் புகழ்பெற்ற நாவலாசிரியர்கள் கோடிக்கணக்கில் முன்பணம் வாங்கிக் கொண்டு தனித்தீவிலோ, எழுத்தாளர் உறைவிடத்திலோ அமர்ந்து நாவலை எழுதி முடிக்கிறார்கள். ஆனால் தஸ்தாயெவ்ஸ்கியோ கடன்காரனின் நெருக்கடிக்குப் பயந்து தனது நாவலை எழுதியிருக்கிறார். இதற்காக அன்னா என்ற இளம்பெண்ணை உதவியாளராக வைத்துக் கொண்டார். சூதாடி நாவல் பெரிய இலக்கிய வெற்றியைப் பெறவில்லை. ஆனால் அவருக்கு நல்லதொரு வாழ்க்கைத் துணையை ஏற்படுத்திக் கொடுத்தது.

சூதாடி நாவலை இப்போது வாசிக்கும்போதும் அதன் தொடர்ச்சியற்ற தன்மையை, தாவலை உணர முடிகிறது. அவரது நாவல்களில் மிகவும் கட்டுக்கோப்பானது கரமசோவ் சகோதரர்கள். அதற்கு அடுத்த நிலையில் இடியட். பிற நாவல்கள் சற்றே தளர்வான கட்டமைப்பைக் கொண்டிருக்கின்றன. அலெக்சி இவானவிச் வழியாகத் தஸ்தாயெவ்ஸ்கி சூதாட்டத்தின் உளவியலை விசாரணை செய்கிறார்.

1866இல் இந்த நாவலை எழுதியபோதும் சூதாட்டத்தை முன்வைத்து ஒரு நாவலை எழுத வேண்டும் என்ற எண்ணம் அவருக்கு முன்னதாகவே இருந்தது. 1863இல் இந்த நாவலுக்கான சிறுகுறிப்பை எழுதியிருக்கிறார். 1859இல் சூதாடி நாவல் பற்றிய எண்ணத்தைத் தனது டயரியில் எழுதியிருக்கிறார். ஆகவே இந்த நாவலுக்கான விதை முன்னதாகவே அவரிடமிருந்திருக்கிறது.

இந்த நாவலை எப்போது வாசிக்கும்போதும் மனதில் புஷ்கினின் The Queen of Spades சிறுகதையே வந்து போகிறது. இரண்டிற்கும் நெருக்கமான ஒற்றுமைகள் இருக்கின்றன. புஷ்கின் கதையில் வரும் மேஜிக் தஸ்தாயெவ்ஸ்கியிடம் இல்லை.

அபோலினாரியா சுஸ்லோவா எனும் இளம்பெண்ணுடன் தஸ்தாயெவ்ஸ்கிக்கு ஏற்பட்ட காதல் மற்றும் நெருக்கத்தை இந்த நாவலில் மாற்று வடிவமாகக் காணமுடிகிறது. போலினா எழுதிய டயரிக்குறிப்பில் இந்த நாவலின் நிஜ நிகழ்வுகள் விவரிக்கப்படுகின்றன.

ரூலெட்டன்பர்க் என்ற கற்பனையான நகரை தஸ்தாயெவ்ஸ்கி உருவாக்கியிருக்கிறார். சூதாட்டத்திற்கென்றே பிரத்யேக நகரம் இருப்பது வியப்பளிக்கிறது. ரூலெட்பலகையில் எண்களுடன் எழுத்துகளும் காணப்படுகின்றன. ஒருவன் தான் பந்தயம் வைக்க வேண்டிய எண்களைக் குறிக்க இரண்டு எழுத்துகளைச் சொல்லலாம். எண்கள் சங்கேதம் போலப் பயன்படுகின்றன என்று நாவலில் தஸ்தாயெவ்ஸ்கி குறிப்பிடுகிறார்.

சூதாட்டத்திற்கும் காதலுக்கும் இடையே ஒருவன் ஊசலாடுவதையே நாவலில் வெளிப்படுத்துகிறார். Three Loves of Dostoevsky என்றொரு புத்தகம் வெளியாகியிருக்கிறது. அதில் தஸ்தாயெவ்ஸ்கியின் மூன்று காதலிகளைப் பற்றி விரிவாக எழுதியிருக்கிறார்கள். அதில் போலினாவின் காதலும் விவரிக்கப்பட்டுள்ளது.

பாரீஸிலிருந்த போலினாவைக் காணுவதற்காகப் பயணம் மேற்கொண்டார் தஸ்தாயெவ்ஸ்கி. அதற்கு முன்பாக மே 1863இல் தஸ்தாயெவ்ஸ்கி நடத்தி வந்த பத்திரிகை மூடப்பட்டது. கடன் சுமையிலிருந்து விடுபடப் போராடிக்

கொண்டிருந்தார். இந்நிலையில் அவர் சூதாடுவதற்காகவே வைஸ்பேடன் மற்றும் பேடன்பேடனில் உள்ள சூதாட்டவிடுதிகளுக்குச் சென்றார். வைஸ்பேடனில் சூதாடி 10,400 பிராங்குகளை வென்றார். அந்த அதிர்ஷ்டமே அவரைத் திரும்பத் திரும்பச் சூதாட வைத்தது.

சூதில் வென்ற பணத்தில் பாதியை செயின்ட் பீட்டர்ஸ்பர்க்கில் வசித்த அவரது மனைவியின் உறவினர்களுக்கு அனுப்பி வைத்தார். பாடன்பாடனில் சூதாடி நிறையப் பணத்தை இழந்தார். தனக்காகக் காத்திருக்கும் காதலி போலினாவைக் காணுவதற்காகப் பாரீஸிற்குச் சென்றார். அங்கே அவள் வேறு காதலனுடன் வாழ்ந்து கொண்டிருந்தாள். தஸ்தாயெவ்ஸ்கி தன்னைச் சந்திக்க வரவேண்டாம் என்று கடிதம் எழுதினாள். ஆனால் அவர் அதைப் பொருட்படுத்தவில்லை. அவளைக் காணச் சென்று அவமானப்பட்டார். காதலில் தோற்ற மனநிலையே அவரை மீண்டும் சூதாட்டவிடுதிக்குக் கொண்டு சென்றது.

ஒருபோதும் தன்னால் பெரும்செல்வத்தை அடைய முடியாது என்று அறிந்தபோதும் தஸ்தாயெவ்ஸ்கி ஏன் தொடர்ந்து சூதாடுகிறார். பாடன்பாடனிலிருந்த காசினோவில் அவர் சூதாடியதைப் பற்றிய குறிப்புகளை வாசிக்கும்போது விடுபடமுடியாத போதையைப் போலவே சூதாட்டம் அவரைப் பற்றிக் கொண்டிருப்பதை உணரமுடிகிறது.

மகாபாரதத்தில் வரும் யுதிஷ்ட்ரன் அறிந்தே சூதாடுகிறான். தோற்றுப் போகிறான். அவனால் பாதியில் விளையாட்டிலிருந்து எழுந்துகொள்ள முடியவில்லை. அதே மனநிலைதான் தஸ்தாயெவ்ஸ்கியைப் பற்றிக் கொண்டிருக்கிறது. உண்மையில் தனது கடனிலிருந்து விடுபடுவதற்கு அதிர்ஷ்டத்தை மட்டுமே நம்புகிறார். அதற்குச் சூதாட்டமே இலக்காக நினைக்கிறார்.

சூதாட்ட விடுதிக்குள் நுழைந்தவுடன் அவர் நிழல் போலாகிவிடுகிறார். கடந்தகாலம்தான் அவரைச் சூதாட அழைத்துப் போகிறது. தோற்றுத் திரும்பும்போது அவரது நிழல்கூட அவரைக் கேலி செய்கிறது. சூதாட்ட மேசைகளில் இரட்சிப்பிற்கு இடமில்லை. அங்கே அவர் தனது விதியுடனே சூதாடுகிறார்.

ரூலெட் எனப்படும் சூதாட்டம் 17 ஆம் நூற்றாண்டில் உருவானது. இது பண்டைய சீனப் பலகைவிளையாட்டை அடிப்படையாகக் கொண்டது என்று நம்புகிறார்கள். அதில் 37 விலங்குகளின் உருவங்களை மொத்தம் 666 எண்கள் கொண்ட ஒரு மாயச் சதுரத்தில் அடக்கியிருந்தார்கள்.

இந்த விளையாட்டு டொமினிகன் துறவிகளால் ஐரோப்பாவிற்கு, சிறிய மாற்றங்களுடன் அறிமுகப்படுத்தப்பட்டது. சதுரத்தை ஒரு வட்டமாக மாற்றியவர்கள் துறவிகளே.

அந்தக் காலத்தில் பெரும்பான்மையான ஐரோப்பிய நாடுகளில் இது சட்டவிரோதமாகக் கருதப்பட்டது. சில நாடுகளில் இதற்காகவே புதிய சூதாட்டச் சட்டங்கள் அறிமுகப்படுத்தப்பட்டன.

மொனாக்கோவின் இளவரசர் சார்லஸ் தனது கடன்பிரச்சனையிலிருந்து மீளுவதற்காக ரூலெட்டைப் பிரபலமாக்கினார். இதன்காரணமாக மொனாக்கோவில் பல சூதாட்ட அரங்குகளைத் திறந்தார். பிரபுக்கள் மற்றும் உயர்தட்டு மக்களின் சூதாட்டமாக ரூலெட் மாறியது.

ரூலெட்டின் சுழலும் பலகை எந்த எண்ணில் வந்து நிற்கும் என்ற ரகசியங்களைப் பெறுவதற்காகப் பிசாசுடன் ஒப்பந்தம் செய்து கொண்டார்கள் என்ற கதையும் அப்போதுதான் உருவானது. உண்மையில் இந்த ரூலெட் விளையாட்டு தான் பிசாசு. அது ஒருவரைப் பிடித்துக் கொண்டுவிட்டால் அதிலிருந்து விடுபடவே முடியாது.

ஃபிராங்கோயிஸ் மற்றும் லூயிஸ் பிளாங்க் என்ற இரண்டு சூதாடிகள்தான் ரூலெட்டின் பெரும் வெற்றியாளராக இருந்தார்கள். அப்போது பிரான்சில் ரூலெட் சட்டவிரோதமான விளையாட்டாக அறிவிக்கப்பட்டிருந்தது. ஆகவே அவர்கள் ஜெர்மனியின் ஹாம்பர்க் நகருக்குச் சென்று, அங்கு ரூலெட் விளையாட்டை அறிமுகப்படுத்தினார்கள். ரூலெட் வழியாக நிறையப் பணம் சம்பாதித்தார்கள்.

அலெக்ஸி சூதில் வென்ற பணத்துடன் வரும்போது போலினா தன்னைப் பணம் கொடுத்து வாங்க விரும்புகிறானா என்று கோவித்துக் கொள்கிறாள்.

அந்தப் பணத்தை அவன் முகத்திலே வீசி எறிகிறாள். சுயமரியாதையின் முன்பு பணம் தோற்றுப்போகிறது என்பதை வாசகனால் உணரமுடிகிறது.

கேசினோவில் சூதாடுகிறவர்களில் பலர் அது தரும் உச்சகட்ட விளைவிற்காகவே விளையாடுகிறார்கள். அது ஒருவகை காமத்தூண்டுதல். அலெக்ஸி அதை நாவலின் ஒரு இடத்தில் விவரிக்கிறான். சூதாட்டப்பலகைக்குக் கடந்த காலம் கிடையாது. கடந்தகால வெற்றிகளைக் கொண்டு இன்றைய வெற்றியை அடைய முடியாது. அது போலவே யார் பந்தயம் வைக்கிறார்கள் என்பதும் சூதில் முக்கியமில்லை. நொடிக்கு நொடி மாறும் எண்களின் முன்பு அமர்ந்திருக்கிறவனின் நிலை துப்பாக்கி முனையில் அமர்ந்திருப்பவனைப் போன்றதே. சூதாடுகிறவன் குறைவான பகுத்தறிவையும் ஏராளமான ரகசிய நம்பிக்கைகளையும் கொண்டிருக்கிறான்.

நாவலில் வரும் ஜெனரல், பாட்டி, மற்றும் அலெக்ஸி மூவரும் ஆரம்பத்தில் சூதாட்டத்தில் வெற்றிபெறுகிறர்கள். பின்பு அதே சூதாட்டத்தில் தங்களுடைய மொத்தசொத்துக்களையும் இழக்கிறார்கள். இதில் ஜெனரல் மற்றும் அலெக்ஸியை சூதாட்டம் நோக்கிக் கொண்டு செல்வது அவர்களின் காதலே.

அலெக்ஸி ரஷ்ய ஜெனரலின் குழந்தைகளுக்குப் பாடம் சொல்லித் தரும் ஆசிரியராகப் பணியாற்றுகிறான். ஜெனரலின் சகோதரர் மகள் போலினாவைக் காதலிக்கிறான். ஜெனரல் மனைவியை இழந்தவர். அவரது பிள்ளைகளைக் கவனித்துக் கொண்டு அதே வீட்டில் வாழ்ந்து வருகிறாள் போலினா. ஜெனரல் தனது கடனிலிருந்து மீட்க பாட்டி இறந்தவுடன் பணம் வரும் வரைக் காத்திருக்கிறார். இந்நிலையில் அவர் பிளாஞ்சேயைக் காதலிக்கிறார். அவள் பணத்திற்காகவே அவரைக் காதலிக்கிறாள். பாட்டியிடமிருந்து பணம் வரவில்லை. ஆனால் பாட்டியே நேரில் வந்துவிடுகிறாள். அவள் சூதாட ஆரம்பிக்கிறாள். அதில் பெரும்பொருளைத் தோற்கிறாள். எது பாட்டியைச் சூதில் சிக்க வைக்கிறது.

காதலின் பொருட்டே அலெக்ஸி சூதாடச் செல்கிறான். இரண்டு லட்சம் ரூபிள் வெற்றி பெறுகிறான். சூதில்

வெல்லும் அலெக்ஸியை பிளாஞ்சே ஏமாற்றுகிறாள். முடிவில் காதலுக்காகவே மீண்டும் சூதாடுகிறான் அலெக்ஸி. நாவலின் அடிநாதமாக ஒலிப்பது அலெக்ஸியின் தவிப்பே. பணத்தால் மட்டுமே உறவுகள் ஏற்படுகின்றன என்ற உண்மையை தஸ்தாயெவ்ஸ்கி உணர்ந்திருக்கிறார். நிஜமான அன்பையும் நேசத்தையும் தேடி அலைகிறார். சூதாடி நாவலின் வடிவம் ரூலெட் பலகை போலவே மாறிமாறிச் சுழல்கிறது.

தஸ்தாயெவ்ஸ்கியின் சூதாட்டம் பற்றிய அவதானிப்புகள் நுண்மையானவை. சூதாட்ட அரங்கின் துல்லியமான விவரிப்பு. அங்கு வரும் நபர்களின் நடத்தை. போலித்தனமான பாவனைகளை நுட்பமாக எழுதியிருக்கிறார். சூதாட்ட மாயை ஒருவரை எப்படி விழுங்கிவிடுகிறது என்பதைத் துல்லியமாக அறிந்திருக்கிறார். சூதாடித் தோற்ற ஒருவர் மறுநாள் திரும்ப வருவதற்கு என்ன காரணம் என்பதையும் சொல்கிறார். அது போலவென்றவர்கள் தன்னால் மறுநாளும் வெல்ல முடியும் என்று கற்பனை செய்து கொள்வதைப் பற்றியும் குறிப்பிடுகிறார். அதிர்ஷ்டம், துரதிர்ஷ்டம் எனத் தராசின் தட்டுகள் மாறி மாறி உயர்வதும் தாழ்வதும் பற்றி எழுதும்போது அது சூதின் கதையாக மட்டுமில்லை. மாறாக, உலகம் தர மறுத்த அதிர்ஷ்டத்தை ஒருவன் தானே உருவாக்கிக் கொள்ள எத்தனிக்கும் கடவுளுக்கு எதிரான சவாலாகவும் தோன்றுகிறது.

அன்னா தனது நாட்குறிப்பில் தஸ்தாயெவ்ஸ்கிக்கு இருந்த சூதாட்டப்பித்துப் பற்றி எழுதியிருக்கிறார். அவர்களுக்குத் திருமணமான புதிதில் மேற்கொண்ட ஐரோப்பியப் பயணத்தில் தஸ்தாயெவ்ஸ்கி எவ்வாறு தினமும் சூதாடச் சென்றார் என்பதையும் பணத்தைத் தோற்றுத் திரும்பும்போது அவருக்குள் ஏற்பட்ட குற்றவுணர்வையும் எழுதியிருக்கிறார் குறிப்பாகச் சூதாடப் பணமில்லாதபோது தனது குளிர்காலக் கோட், பூட்ஸ் மற்றும் கடிகாரத்தை அடகு வைக்கத் தயங்கவில்லை என்பதைக் குறிப்பிடுகிறார். அவளுடைய திருமண ஆடையும்கூட அடமானம் வைத்திருக்கிறார். இவான் துர்கனேவிடம் கடன் வாங்கிச் சூதாடியிருக்கிறார். கையில் பணமில்லாமல் சூதாட்ட அரங்கிலிருந்து துரத்தியடிக்கப்பட்டிருக்கிறார்.

சூதாட்டம் இல்லாமல் போயிருந்தால் தஸ்தாயெவ்ஸ்கி ஒருபோதும் தஸ்தாயெவ்ஸ்கியாக மாறியிருக்க மாட்டார் என்று ஓவியர் பிளெச்மேன் கூறுகிறார். அது உண்மையே.

சூதாட்டம் என்பது வெறும் விளையாட்டில்லை. அது நிச்சயமின்மையின் முன் அமர்ந்திருத்தல். வெற்றி அல்லது தோல்வி என்பதற்கு மேலாக அது சிலிர்ப்பை ஏற்படுத்துகிறது. அதிர்ஷ்டம் தவிர்க்க முடியாமல் மாறிவிடும் என்பது மாயையான நம்பிக்கை. நாவலில் சூது எனும் "பைத்தியக்காரத்தனமான அபாயத்தை" அலெக்ஸி அறிந்தே தொடுகிறான்.

நாவலில் வரும் அலெக்ஸி வழியாக தஸ்தாயெவ்ஸ்கி தனது சொந்த வாழ்வின் அனுபவங்களைத் துல்லியமாகப் பகிர்ந்து கொள்கிறார். ஆனால் இவை ஒருவரின் வாக்குமூலமாக மட்டும் சுருங்கிவிடாமல் கலை நேர்த்தியுடன், உளவியல் விசாரணையென உருவாக்கியிருப்பது நாவலுக்குத் தனித்துவத்தை ஏற்படுத்துகிறது.

13
நடனத்திற்குப் பிறகு

ஒரு நல்ல சிறுகதை எப்படியிருக்க வேண்டும் என்பதற்கு உதாரணமாக டால்ஸ்டாயின் நடனத்திற்குப் பிறகு (After the Ball -Leo Tolstoy) கதையைச் சொல்லலாம். இக்கதை நூறு வருசங்களுக்கு முன்பாக எழுதப்பட்டிருக்கிறது. காதல் ததும்பும் இக்கதையைத் தனது 75வது வயதில் டால்ஸ்டாய் எழுதியிருக்கிறார்.

கசான் பல்கலைக்கழகத்தில் டால்ஸ்டாய் படித்துக் கொண்டிருந்த காலத்தில் ராணுவ அதிகாரி ஒருவரின் மகளை நடனவிருந்தில் கண்டார். பார்த்த நிமிசத்திலே அவள்மீது காதலாகி அவளையே சுற்றிச்சுற்றி வந்திருக்கிறார். அந்தப் பெண்ணும் அவர்மீதான காதலில் ஒன்றாகக் கைகோர்த்து நடனமாடியிருக்கிறாள். மறுநாள் அவளைத் தேடிப்போன போது அந்தப்பெண்ணின் தந்தை ராணுவ உயரதிகாரியாக இருப்பதையும் அவர் தனது வேலையாட்களை மிக மூர்க்கமாக நடத்துவதையும் கண்டிருக்கிறார். அந்தக் காட்சி அவரது காதல் உணர்வை அப்படியே ஒடுக்கிவிட்டது. தனது காதலை அவர் ஏற்றுக்கொள்ள மாட்டார் என்று உணர்ந்து அவளை விட்டுத் தானே விலகிப் போய்விட்டார். இந்த நிஜ சம்பவத்தையே டால்ஸ்டாய் ஒரு சிறுகதையாக எழுதியிருக்கிறார்.

நடனத்திற்குப் பிறகு கதையைத் துவக்குபவர் இவான் வசிலியேவிச். மத்திய வயதில் உள்ள இவருக்கு நிறைய இளம் நண்பர்களிருக்கிறார்கள். அவர்களுடன் இவான் ஒரு நாள் விவாதத்தில் இருக்கிறார். அதில் ஒரு மனிதனை அவனது புறச்சூழல்நிலைகள் பெரிதும் மாற்றிவிடாது. மாறாக, அவன் சந்திக்கும் சில சந்தர்ப்பங்கள் அவனது இயல்பை முற்றிலும் மாற்றிவிடக்கூடியவை என்கிறார். அதை நண்பர்கள் ஏற்றுக் கொள்ள மறுக்கிறார்கள். அவர்களை நம்ப வைப்பதற்காக தனது இளம் வயதில் நடைபெற்ற ஒரு சம்பவத்தை அவர் விவரிக்கத் துவங்குகிறார்.

இவான் வாலிப வயதில் இருந்தபோது ஒரு நாள் நடனவிருந்திற்குச் செல்கிறார். அந்த வயதில் இசையும் நடனமும் இளம்பெண்களும் மட்டுமே அவரது உலகமாக இருந்தது. அதில் அவர் தேர்ச்சி பெற்ற ரசனை கொண்டிருந்தார். அவரது அழகில் மயங்கிப் பெண்கள் அவரோடு சேர்ந்து நடனமாட ஆசை கொண்டார்கள். அந்த நடன விருந்தில் வரிங்கா என்ற இளம்பெண்ணைக் காண்கிறார். அவள் வெண்ணிறமான உடைகள் அணிந்து வெள்ளைக் கையுறைகள் மாட்டிக் கொண்டு பேரழகியாக இருக்கிறாள். அவளோடு சேர்ந்து நடனமாட வேண்டும் என்று விரும்புகிறார்.

அவளும் இவானது கவர்ச்சியில் மயங்கிச் சேர்ந்து ஆடுகிறாள். அவர்களின் நடனமே கதையாக விரிகிறது. சொற்களின் வழியே நாம் அந்த நடனத்தின் அசைவுகளை, கால்களின் சுழற்சியைக் காண முடிகிறது. இசையோடு சேர்ந்து முயங்கிய அந்த நடனத்தின் படிப்படியான வேகத்தை தனது வார்த்தைகளின் வழியே டால்ஸ்டாய் சாத்தியமாக்கியிருக்கிறார்.

நடனம் ஆடுகின்றவனின் மனஉணர்ச்சியும் உடன் ஆடும் பெண்ணின் நளினமும் வாக்கியங்களின் வழியே ஒளிர்கின்றன. கதையின் பத்திகள் நடனத்தின் தனித்துணுக்குகள் போலாகின்றன. ஒன்றோடு ஒன்று இணைந்தும் விலகியும் ஒன்று சேர்கின்றன, பிரிகின்றன.

நடனக்கூடத்தின் இசை சொற்களின் வழியே நம் காதுகளில் கேட்கத் துவங்குகிறது. வெண்ணிறமான யுவதிகளின் கால்கள், செவ்வரியோடிய கண்கள், புன்னகை ததும்பும் உதடுகள், அதில் ஒளிரும் கள்ளச்சிரிப்பு, உடல்கள் கொள்ளும் வேட்கை. ஒன்றோடு ஒன்று இணைந்து விலகி நெருங்கி தளர்ந்து முயங்கிக் கொள்ளும் நடனத்தின் உச்ச நிலை. காற்றில் வரைந்த புள்ளிகள் போன்று கைவிரல்கள் நடனத்தில் அரூப புள்ளிகளை உருவாக்குகிறது. கலைக்கிறது. சிதறடிக்கிறது. திடீரென வானில் ஒளிரும் மின்னலின் வேகமும் வசீகரமும் போல பெண் உடல் தாளமுடியாத வசீகரம் கொள்கிறது.

நடனம் உடலை மீறுகிறது. உடலைக் காகிதம் போலாக்குகிறது. சிறகு இல்லாமலே பறக்க வைக்கிறது.

நடனத்தில் இன்றி வேறு எப்போதும் கால் விரல்கள் பூமியோடு இத்தனை நெருக்கம் கொள்வதில்லை. டால்ஸ்டாய் என்றோ தன் இளமைப் பருவத்தில் கண்ட பெண்ணின் நினைவை அப்படியே பசுமை மாறாமல் பாதுகாத்து வைத்திருக்கிறார். அந்த விருந்தில் யார் யார் வந்திருந்தார்கள், என்ன இசை நிகழ்த்தபட்டது, என்ன உணவு பரிமாறப்பட்டது, என்ன உடைகள் அணிந்திருந்தார்கள் என்று துல்லியமாக விவரிக்கிறார்.

வரிங்கா மிக லாவகமாக ஆடுகிறாள். உதிர்ந்த சிறகு காற்றில் பறப்பது போன்றே இருக்கிறது. இவானைத் தனது நடனத்துணையாக அவள் தேர்வு கொண்டதற்குப் பலரும் பொறாமைப்படுகிறார்கள். இவான் அவளோடு சேர்ந்து ஆடும்போது தான் கரைந்து போவதை உணர்கிறான். நடனம் அவர்கள் உடலில் இருந்து மனதிற்குள் நிரம்புகிறது. காற்று இலையை அசைப்பதைப் போல இசை அவர்களை அலைவுறச்செய்கிறது.

திடீரென அந்த நடன விருந்தில் வரிங்காவின் தந்தை அறிமுகமாகிறார். அவர் ஒரு ராணுவ உயர் அதிகாரி என்பது தெரிய வருகிறது, கம்பீரமும் மிடுக்குமான உருவம். எதையும் முறைப்படி அதற்கான விதியை மீறாமல் செய்யக்கூடியவர் என்பது அவரது செயல்களில் தெரிகிறது. தன் மகளுடன் இணைந்து நடனமாடுகிறார். அவர் உடலுக்குப் பொருந்தாத காலணிகளை அணிந்திருப்பதை இவான் காண்கிறான். ஒருவேளை தனது மகளின் ஆசைக்காக அவர் இந்தக் காலணியை அணிந்து வந்திருக்கக் கூடும் என்றும் கருதுகிறான்.

அந்த ஒற்றை வாக்கியத்தின் வழியே அப்பாவிற்கும் மகளுக்குமான உறவு முழுமையாக வெளிப்படுகிறது. நடனமாடும் வரிங்காவின் அப்பா ஒரு காலத்தில் தேர்ந்த நடனக்காரராக இருந்திருக்க வேண்டும். இன்று அவரால் சரியாக ஆட முடியவில்லை என்பது இவானிற்குத் தெரிய வருகிறது. அவன் அவரது நடனத்தை ரசிக்கிறான். அவரது மகள் மீதான ஈர்ப்பை அது அதிகமாக்குகிறது.

இரவெல்லாம் வரிங்காவோடு நடனமாடுகிறான் இவான். அந்த சந்தோஷம் அவனை மிகவும் உற்சாகப்படுத்துகிறது. அதே நேரம் உள்மனதில் தனது மகிழ்ச்சியை யாரோ கெடுத்துவிடுவார்களோ என்ற அச்சமும் ஏற்படுகிறது.

மணி மூன்றாகும்போது வரிங்கா தன் அப்பாவோடு புறப்பட்டுப் போகிறாள். பின்னிரவில் தனது வீட்டிற்கு திரும்புகிறான் இவான். உறங்குவதற்கு மனமில்லை. வீட்டுவேலைக்காரன் அவனை வியப்போடு பார்க்கிறான். வரிங்காவின் நினைவில் இருந்து விடுபடவே முடியவில்லை. அவன் கற்பனையில் நடனமாடிக் கொண்டேயிருக்கிறான். என்ன ஆனது இவானிற்கு என்று அவனது சகோதரன் வியப்படைகிறான். சகோதரன் ஒரு புத்தகப் புழு. வெளியுலகம் அறியாதவன்.

ஒரு போதும் நடனவிருந்தில் கலந்து கொள்ளாத அவனது சகோதரன் மீது இவானுக்குத் திடீரென பரிதாபம் உருவாகிறது. தனது உடைகளைக் கூட மாற்றிக் கொள்ளாமல் அப்படியே படுக்கையில் விழுகிறான் இவான். மனது நிலை கொள்ள மறுக்கிறது. அவளது நினவு பற்றி எரிய ஆரம்பிக்கிறது. காட்டுத் தீ மரங்களை முறிப்பது போல அவளது நினைவு அவனது உறக்கத்தை முறித்து வெளியேற்றுகிறது. அவளை மறுபடி காண வேண்டும் என்ற வேட்கையுடன் வீட்டில் இருந்து வெளியேறி நடக்கிறான்.

வரிங்காவின் வீடு நகரை விலக்கியது. சுற்றிலும் வயல்கள் உள்ளன. அதிகாலை நேரம். காற்றில் ஈரம் நிரம்பியிருக்கிறது. ஆங்காங்கே தண்ணீர் தேங்கிக் கிடக்கிறது. மனதில் காதலோடு நடக்கும்போது உலகம் மிக வசீகரமாக இருக்கிறது. குளிரும் பனியும் பற்றிய பிரக்ஞை இன்றி அவள் வீட்டை நோக்கிச் செல்கிறான். வரிங்கா இந்த நேரம் உறங்கிக் கொண்டிருப்பாள். ஆனாலும் அவள் வீட்டின் முன்பு நின்றபடியே அவளுக்காக ஏங்கிக் காத்திருப்பது அவனுக்குப் பிடித்தமான ஒரு செயலைச் செய்வதுபோலவே தோன்றியது.

அப்போது ஒரு எதிர்பாராத சம்பவம் நடைபெறுகிறது. அவள் வீட்டின் அருகாமையில் உள்ள பரேட் மைதானம் ஒன்றில் ஒரு காட்சி தென்படுகிறது. முரசு அடித்தபடியே வரும் சப்தம் கேட்கிறது. தொலைவில் இருந்து ஒரு ஆளை அடித்து வதைத்து இழுத்துக் கொண்டு வருகிறார்கள் கறுப்பு உடை அணிந்த துப்பாக்கி ஏந்திய ராணுவ வீரர்கள். அந்த ஆள் கைகால்களில் சங்கிலி போடப்பட்டிருக்கிறது. பற்கள் உடைபட்டு ரத்தம் பீறிடுகிறது. தன்னை விட்டுவிடும்படியாகக் கெஞ்சுகிறான். வலியில் கத்துகிறான்.

அவனது உடல் அடிவாங்கி ரத்தம் சொட்டுகிறது. அவன் ஒரு தார்த்தாரியன் என்றும் கலகக்காரன் என அவனைக் கொல்வதற்காக ராணுவம் கொண்டு போகிறது. அதற்குத் தலைமை ஏற்று நடத்துபவர் வரிங்காவின் தந்தை என்றும் சொல்கிறான் அங்கிருந்த ஒரு கொல்லன்.

பிடிபட்ட மனிதனின் வலியும் அவமானத்துடன் என் மீது கருணை காட்டுங்கள் சகோதரனே என்ற கூக்குரலும் இவானைக் கடுமையாக மனஉளைச்சலுக்கு ஆளாக்குகிறது. தன்னை ஒரு நிமிசம் அந்த ஆளின் நிலையில் பொருத்திப் பார்த்துக் கொள்கிறான். அது அவனை நடுக்கம் கொள்ள வைக்கிறது. அந்த தார்த்தாரியனுக்காக வருத்தப்படுகிறான்.

எதையும் சட்டப்படி செய்யும் வரிங்காவின் தந்தையின் வன்முறை அவனை ஆத்திரமூட்டுகிறது. அதுவரை காதலின் வேகத்தில் வானத்தில் பறந்து கொண்டிருந்தவனைக் கண்முன்னே நடைபெறும் உண்மைச் சம்பவம் தரையில் விழச்செய்கிறது. இனி ஒருபோதும் தான் அந்த பெண்ணைச் சந்திக்கக் கூடாது என்று முடிவு செய்கிறான். அதே வேளையில் தன் வாழ்நாளில் அரசுப் பணி எதிலும் சேர்ந்துவிடக்கூடாது என்ற முடிவும் எடுக்கிறான். அவனது காதல் அந்த விடிகாலையோடு முடிந்து போகிறது. அவன் அதன்பிறகு வரிங்காவைத் தேடிப்போகவேயில்லை.

காலத்தால் சில கதைகள் மங்கிவிடுகின்றன. சில கதைகள் காலத்தால் மெருகேற்றபட்டு ஒளிர்கின்றன. டால்ஸ்டாயின் இக்கதை அந்த வகையைச் சேர்ந்தது. வைரக்கல் போல தனக்குள்ளிருந்த ப்ரகாசத்தை உலகின்மீது படரச் செய்கிறது. கதை சொல்லும் முறை, எழுத்துமானம், உணர்ச்சி வெளிப்பாடு யாவிலும் வெகு கச்சிதமானது. மன உணர்ச்சியின் துல்லியமும், காதலின் ஆவேசமும் கொண்ட இக்கதையை வாசிக்கையில் நவீன திரைப்படம் ஒன்றினைக் காண்பது போலவே உள்ளது.

'War and Peace' 'Anna Karenina' என இரண்டு சிகரங்களைப் போல மிக உன்னதமான நாவல்களை எழுதிய டால்ஸ்டாய் சிறுகதை என்ற வடிவத்தையே தனக்குச் சவால்விடும் எழுத்துப்பணியாகக் கருதினார். அதன் சாட்சி போலவே இக்கதை எழுதப்பட்டிருக்கிறது. இந்தக் கதையை எழுதிய நாட்களில் டால்ஸ்டாயின் மனதில் ரஷ்ய சமூகம் மீதான

கோபமும் அவர்களின் போலித்தனங்கள்மீது தாங்கமுடியாத எரிச்சலும் நிரம்பியிருந்தது.

அவர் நீதிக்கதைகள் போன்ற வடிவத்தில் சில சிறுகதைகள் எழுதிக் கொண்டிருந்தார். அதன் ஊடாகவே நடனத்திற்குப் பிறகு கதையை எழுதியிருக்கிறார்.

இசை, நடனம் இரண்டும் ரஷ்யர்களின வாழ்வின் பிரிக்க முடியாத அம்சம். டால்ஸ்டாய் இரண்டையும் பற்றி நிறையவே எழுதியிருக்கிறார். அவருக்கு பீத்தோவனின் இசை மிகவும் பிடித்தமானது. இசையை முக்கிய அம்சமாகக் கொண்டு க்ருஷயர் சொனடோ என்ற சிறுகதையை டால்ஸ்டாய் எழுதியிருக்கிறார். அது மிகுந்த சர்ச்சைக்குள்ளான சிறுகதை.

நடனத்திற்குப் பிறகு கதையின் மையப்பொருள் நடனம். அது எப்போது துவங்கும், எப்போது முடியும் என்று முன் முடிவு செய்ய முடியாதது. நடனம் ஒரு சுழற்சி. நிலைமாற்றம். மனதின் ஆசைகளே நடனமாகின்றன. வரிங்காவின் அழகு நடனத்தால் வெளிப்படுகிறது. அவள் தன்னை நடனத்தின் வழியே முழுமையாக வெளிப்படுத்திக் கொள்கிறாள். அவளைக் காதலிக்கும் இவான் இளவயதின் தடுமாற்றங்கள், ஆசைகள் நிரம்பியவன். அரசுப் பணியில் சேர வேண்டும், அழகான பெண்ணைக் காதலிக்க வேண்டும் என்ற ஆசைகள் அவனுக்குள் நிரம்பியிருக்கின்றன.

அவன் பெண்களை வசீகரிப்பதற்காகவே ஆடுகிறான். வரிங்காவோடு நடனமாடும்போது அவன் இருவரும் மொழியில்லாமல் பேசிக் கொள்வதை உணர்கிறான். இரண்டு உடல்களும் ஒன்றோடு ஒன்று தொடர்பு கொள்கின்றன. அது ஒரு ரகசியம் என்பதை உணர்கிறான். வரிங்காவோடு முடிவில்லாமல் ஆடிக் கொண்டேயிருக்க வேண்டும் என்று ஆசைப்படுகிறான். இதற்காகவே நூறு முறை நடனமாடுகிறான்.

எல்லா நடனமும் ஏதோவொரு புள்ளியில் முடிந்துவிடக்கூடியதே. சில வேளை அது சட்டென நிகழ்ந்துவிடுகிறது. சில நேரம் அது படிப்படியாக நடைபெறுகிறது. காதலும் அப்படியே. இவான் வரிங்கா மீது கொள்ளும் காதல் துவங்கும்போது வேகமாகிறது. பின் அதிவேகமாகிறது. வீட்டிற்குப் போனபோதும்

அது அடங்குவதில்லை. ஆனால் அந்த மனவேகத்தைக் கண்முன்னே ஒரு மனிதன் அவமதிக்கப்பட்டு சாவை நோக்கி இழுத்துக் கொண்டு செல்லப்படும் அதிர்ச்சி தடுத்து நிறுத்துகிறது. கற்பனையில் பறந்த சிறகுகள் முறிகின்றன. அவன் தன் யதார்த்தத்தை உணர்கிறான்.

சிறுகதை துவங்கும்போது ஒரு விவாதத்தில் துவங்கி முடியும்போது இன்னொரு விவாதத்தில் முடிகிறது. இந்த இரண்டு புள்ளிகளுக்கு நடுவில் ஒரு நடனவிருந்தும் அதில் ஏற்பட்ட காதலும் விவரிக்கப்படுகிறது. கதை மூன்று முக்கிய புள்ளிகளைக் கொண்டிருக்கிறது. ஒன்று இவான் வரிங்காவோடு கொள்ளும் ஈர்ப்பு. இரண்டு வரிங்காவிற்கும் அவள் அப்பாவிற்குமான உறவு. அவரது நடனம். மூன்றாவது பிடிபட்டு அடித்து இழுத்துவரப்படும் தார்த்தாரியன். இந்த மூன்று புள்ளிகளுக்கும் நெருக்கமான தொடர்பு உள்ளது. ஒன்றையொன்று இடைவெட்டுகின்றன. தார்த்தாரியன் பிடிபட்டுக் கொண்டுவரப்படும் காட்சி வாசக மனதில் ஏற்படும் அதிர்ச்சி மிக முக்கியமானது.

அந்த வரிகளை எப்போது வாசிக்கும்போதும் கோயாவின் புகழ்பெற்ற ஓவியமான The Third of May 1808 நினைவில் வந்து போகிறது. அது துப்பாக்கிமுனையில் சுடப்பட்டு நிற்கும் கலக்காரனின் தோற்றத்தை சித்தரிக்கிறது. அதுவும் விடிகாலை காட்சிதான். ஒரு பக்கம் துப்பாக்கிவீரர்கள் சுடுவதற்கு தயராக நிற்கிறார்கள். மறுபக்கம் சில உடல்கள் செத்து விழுந்துகிடக்கின்றன. பிடிபட்ட கலக்காரர்கள் சுட்டுக் கொல்லப்படுவதற்காக நிறுத்தப்பட்டிருக்கிறார்கள். சாவை எதிர்நோக்கியுள்ள ஒருவன முகம் இருண்டு போயிருக்கிறது. அவன் கைகளை விரித்திருக்கிறான். அவனது ஆடைகள் ஒளிர்கின்றன. ஆனால் பயம் முகத்தில் பீறிடுகிறது.

இந்தக் காட்சியைக் காண முடியாமல் ஒருவன் கைகளால் முகத்தைப் பொத்திக் கொண்டு அழுகிறான். சாவைத் தங்களால் தடுக்க முடியாதே என்று புலம்பும் சில உருவங்கள் பின்புலத்தில் தெரிகின்றன. செத்துக்கிடந்த மனிதனின் வாய் எதையோ சொல்ல முயன்று உறைந்து போயிருக்கிறது. பின்புலத்தில் விடிகாலை மென்னொளி எங்கும் பரவியிருக்கிறது. துப்பாக்கிவீரர்களின் முகங்கள் தெளிவாகத் தெரியவில்லை. யாவரும் ஒன்று போலவே

இருக்கிறார்கள். சாவை எதிர்நோக்கி மண்டியிட்ட மனிதனின் முகத்தோற்றம் டால்ஸ்டாயின் கதையை வாசிக்கையில் திரும்பத் திரும்ப வந்து கொண்டேயிருக்கிறது. சொற்களின் துணையில்லாமலே வலியை உருவாக்கிவிடும் கோயாவின் கலைத்திறன்தான் சொற்களின் வழியே காட்சிகளை உருவாக்கிக் காட்டும் டால்ஸ்டாயிடமும் இருக்கிறது.

காதல் ஒரு மனிதனை எவ்வளவு தடுமாற்றம் கொள்ள வைக்கிறது என்று விவரிக்கும் டால்ஸ்டாய், குளத்தின் சலனத்தை வீசி எறியப்படும் ஒரு கல் நீரின் சமன் கலைத்துவிடுவதைப் போல சூழலை ஒரு நிகழ்வு உருமாற்றிவிடக்கூடிய வல்லமை கொண்டது என்பதை அழுத்தமாக அடையாளம் காட்டுகிறார்.

நடனவிருந்தும் அதில் ஏற்படும் காதலும் ரஷ்ய சமூகத்தின் அன்றைய உயர்குடி கலாச்சாரத்தின் பிரதிபலிப்புகளாகப் பதிவாகின்றன. அதே நேரம் கதையின் அடிநாதம் போல அன்றுள்ள அரசிற்கு எதிராகப் புரட்சியாளர்கள் உருவாகி வருகிறார்கள். அவர்கள் எளிய அடித்தட்டு மக்கள். அவர்களை ஒடுக்க ராணுவம் மிகுந்த உக்கிரம் கொண்டுள்ளது என்பதும் விவரிக்கப்படுகிறது. அத்துடன் பல்கலைக்கழக மாணவர்கள் அரசியல் விழிப்புணர்வு கொள்ளத்துவங்கியது இப்படித்தான் என்றும் கோடுகாட்டுகிறார்.

பிரெஞ்ச் உயர்குடி கலாச்சாரம் மீதான மோகம் ரஷ்யாவை எவ்வளவு ஆட்டி வைத்தது என்பதற்கு இந்தக் கதையில் வரும் நடன விருந்தே சாட்சி. சாம்பெயின் மட்டுமே குடிப்பவன் என்று தன்னை இவான் அறிமுகப்படுத்திக் கொள்வதும் நடன இசை, நடன முறைகள், உடைகள், ஒப்பனை, உணவு என யாவிலும் பிரான்சின் தாக்கம் மேலதிகமாகவே இருந்தது என்பதை டால்ஸ்டாய் நுட்பமாகப் பதிவு செய்கிறார்.

அதே நேரம் இவான் தன்னுடன் விவாதித்துக் கொண்டிருக்கும் இளைஞர்களை விமர்சனமும் செய்கிறார். அந்தக் காலத்தில் ஆணும் பெண்ணும் உடலை வெளியே காட்டிக் கொள்வதிலோ, ஒருவர் மீது மற்றவர் உடல் இச்சை கொள்வதிலோ அதிக விருப்பம் காட்டவில்லை. சொல்லப்போனால் உடலை நிறைய ஆடைகள் அணிவித்து மறைத்துக் கொள்வதில் தான்

ஆர்வம் காட்டினோம். உடல்கள் ஒன்றையொன்று தொட்டுக் கொள்வதில், பிணைவதில் மனம் நாட்டம் கொள்ளவில்லை. எங்கள் காதலை உந்தியது உடல்கள் அல்ல. மனது மட்டுமே என்கிறார். இது மாறிவரும் ரஷ்ய இளையோர் சமூகத்தின்மீதான முந்தைய தலைமுறையின் குற்றச்சாட்டாகவும் கருதலாம் அல்லது அப்படித் தன்னைச் சித்தரித்துக் கொள்வதன் வழியே தனது இச்சைகளை அவர் மறைத்துக் கொள்ள முயற்சிக்கிறார் என்றும் அர்த்தப்படுத்திக் கொள்ளலாம்.

சிறுகதையின் சொல்முறையும். கதாபாத்திரங்களை பற்றிய சித்தரிப்பும், அவர்களின் உள்ளோடும் துல்லியமான மன உணர்ச்சியும் கதையின் போக்கினைத் திசைமாற்றம் செய்யும் ஒரு சம்பவமும் அதிலிருந்து உருவாகும் கதையின் முடிவும் சிறுகதையின் உச்சபட்ச சாதனைகளை அடையாளம் காட்டுகிறது.

இக்கதையில் குறிப்பிடப்படும் நடனம் ஙஹக்ஷன்ழ்ந்ஹ அது ஒரு போலந்தின் நாட்டுப்புறத் துள்ளல் இசையோடு கூடியது. பத்தொன்பதாம் நூற்றாண்டில் ஐரோப்பா எங்கும் நடனக்கூடங்களில் மசூர்கா ஆடுவது பிரபலமாக இருந்தது. இந்த இசைவகைமையில் பிரெடெரிக் சோபின் போன்ற இசைமேதைகள் கோர்வைகள் எழுதியிருக்கிறார்கள். பியானோ தனிஇசையில் உருவான மசூர்கா ரஷ்யாவில் பிரலமாக இருந்தது.டால்ஸ்டாய் இந்த நடனம் குறித்து தனது வாழ்க்கை வரலாற்று நூலில் விரிவாக எழுதியிருக்கிறார்.அன்னா கரீனினாவிலும் இதே மசூர்கா இடம் பெறுகிறது. துர்கனேவ் தனது தந்தையும் தனயர்களும் நாவலில் மசூர்கா நடனஇசை பற்றி மிகுந்த ரசனையோடு எழுதியிருக்கிறார். சிறுவயதில் தன்னால் திறமையாக மசூர்கா ஆட முடியவில்லை என்ற ஏக்கம் இருந்ததை டால்ஸ்டாயின் பால்ய நினைவுகள் என்ற நூல் குறிப்பிடுகிறது.

நவீன விஞ்ஞான கண்டுபிடிப்புகள் உருவான காலத்தில் அதை டால்ஸ்டாய் எதிர்கொண்ட விதம் அலாதியானது. சினிமா அறிமுகமானபோது அவர் படமாக்கப்பட்டிருக்கிறார். கிராமபோன் கண்டுபிடிக்கபட்டவுடன் அதில் இசைத்தட்டினைப் போட்டு அதிலிருந்து பீறிடும் இசையில் மயங்கி நடனமாடியவர் டால்ஸ்டாய். ஒவ்வொரு முறை

இசைத்தட்டு சுழலும்போதும் எல்லோரும் நடனமாடுங்கள் என்று உற்சாகமாகக் குரல் தந்தவர் அவர்.

எடிசன், எலக்ட்ரிக் பென் என்று மின்சாரத்தில் எழுதும் ஒரு பேனாவை உருவாக்கியிருந்தார். அதை டால்ஸ்டாய்க்குப் பரிசாக அளித்தார்கள். எலக்ட்ரிக் பேனாவால் தான் எழுதப் போவதைக் காணும்படி தன்னுடைய வீட்டையே ஒன்று திரட்டினார். ஆனால் அந்தப் பேனா வேலை செய்யவில்லை. இந்த ஏமாற்றத்தை தாங்கிக் கொள்ள முடியாமல் சிறுவனைப் போல மனம் உடைந்து போனார் டால்ஸ்டாய்.

விஞ்ஞானத்தின் வழியே கலைகள் மறுமலர்ச்சி கொள்ள முடியும் என்ற நம்பிக்கை அவரிடம் இருந்தது. அதன் வெளிப்பாடு இந்தக் கதையின் ஊடாகவும் காணப்படுகிறது. டால்ஸ்டாயை வழிநடத்தியது அவரது மெய்தேடல். அதிலிருந்து உருவான அன்பின் மீதான பற்று. அந்த வழிகாட்டலில் பெண்கள்மீதான பற்று மனிதனைக் கீழ்மையில் கொண்டுவிடும் என்ற அடிநாதம் ஒளிந்து கொண்டிருக்கிறது. அது பைபிளில் இருந்து டால்ஸ்டாய் உருவாக்கிக் கொண்டது. அந்த சாராம்சம் இக்கதையிலும் வெளிப்படுகிறது.

கதை முழுவதும் இசை ஊடாடிக் கொண்டேயிருக்கிறது. ஒரு இரவும் விடிகாலையும் வலிமையாக எழுத்தில் தோன்றி மறைகிறது. எழுதித் தேர்ந்த கை என்பதை ஒவ்வொரு வரிகளும் மெய்ப்பிக்கின்றன. டால்ஸ்டாயின் எழுத்து மனித மனதை எவ்வளவு நுட்பமாக ஆராய்ந்திருக்கிறது என்பதை இக்கதை என்றென்றும் நிரூபித்தபடியே உள்ளது.

14
இரவிலும் ஒளிரும் சூரியன்

தஸ்தாயெவ்ஸ்கியை வாசிப்பது என்பது பதற்றமுற்ற மனிதன் ஒருவனுடன் கைகுலுக்குவது போன்றது. அவனது நடுக்கமும் துயரமும் வலியும் நம்மிடம் உடனே தொற்றிக் கொண்டுவிடும். பின் ஏன் தஸ்தாயெவ்ஸ்கியை வாசிக்க வேண்டும். அதற்கொரு விசேசமான காரணமிருக்கிறது.

அது தஸ்தாயெவ்ஸ்கியைப் படிக்கும்போது நமது அந்தரங்கம் மிக நெருக்கமாக அவர் எழுத்தின் வழியே அடையாளம் காட்டப்படுகிறது. நமது மனதைத் திறந்து அதன் உள்ளே ரகசியங்கள், அவமானங்கள் என்று நாம் மூடிமூடி வைத்துள்ள அத்தனையும் மறுபரிசீலனை செய்வதற்காகவே அவரை வாசிக்க வேண்டியிருக்கிறது. நம்மில் பெரும்பான்மையினரின் பிரச்சனைகளே தஸ்தாயெவ்ஸ்கியின் கதாபாத்திரங்களின் மனஇயல்பு. அதாவது பேசமுடியாத, ஆனால் நிறைய பேச வேண்டும் என்று ஆசைப்படும் இளைஞர்களே அவரது முக்கிய கதாபாத்திரங்கள்.

தஸ்தாயெவ்ஸ்கியின் புதினங்களில் வரும் ஆண்கள் விசித்திரமானவர்கள். அவர்களை எனக்கு மிகவும் பிடிக்கும். அடிக்கடி அவர்களைப் பற்றி நினைத்துக் கொள்கிறேன். இயேசுநாதரின் சாயல் கொண்ட இளவரசன் மிஷ்கனில் இருந்து கலிகுலாவின் சாயல் கொண்ட கரமசோவ் வரையான எத்தனை வேறுபட்ட ஆண்கள். குறிப்பாக, அவரது கடைநிலை பாத்திரங்கள். அவர்களது மன அழுத்தங்கள் அற்புதமானவை

அவர்கள் சிக்கலான மனப்பிரச்சனைகள் கொண்டவர்கள். அதாவது தங்கள் மனதைத் தாங்களாகவே ஆழ்ந்து கவனித்து ஆய்வு செய்பவர்கள். தனக்குத் தானே பேசிக் கொள்ளக்கூடியவர்கள். தன்மீது எவருக்கும் நேசமில்லை

என்று மௌனமாக அழுபவர்கள். ஆனால் உலகத்தை நேசிப்பவர்கள். தன்னால் மற்றவர்கள் சந்தோஷப்பட முடியும் என்றால் அதற்காக அவமானத்தை ஏற்றுக் கொள்ளத் தயங்காதவர்கள்.

அவர்களின் தோற்றமும் மனதும் ஒன்றிலிருந்து மாறுபட்டது. புறத்தோற்றத்தை அவர்கள் பெரிதாக கவனம் கொள்வதில்லை. செயல்களே அவர்களது இயல்பை முடிவு செய்கின்றன. பெரும்பான்மையான சூழல்களில் காய்ச்சல் கண்ட மனிதன் தன்னை அறியாமல் சுரவேகத்தில் எதையெதையோ பேசுவதைப்போல இவர்கள் விழித்தபடியே தன்னுணர்வுள்ள நிலையில் பேசிக் கொள்கிறார்கள்.

எது அவர்களை இப்படி நடக்கச் செய்கிறது. ஏன் இந்தப் பதற்றம். நடுக்கம். குழப்பமான தடுமாற்றம். கடந்த காலத்தின் துயரம் அவர்களை மறுபடி உள்ளே இழுத்துக்கொண்டுவிடுமோ என்ற பயம் ஒரு காரணம். மற்றொரு காரணம், தன்னை எவருக்கும் பிடிக்காது. தான் தனித்து விடப்பட்டவன். கனவுகளில் மட்டுமே வாழ்ந்து முடியப்போகிறவன் என்ற காரணமற்ற நம்பிக்கை. இந்த இரண்டோடு அடுத்தவர்கள் தன்னைச் சரியாகப் புரிந்து கொள்ளாமல் போய்விட்டால், வெறுக்கத் துவங்கிவிட்டால் என்னாவது என்ற தீராத சந்தேகம். இவைதான் தஸ்தாயெவ்ஸ்கியின் கதாநாயகனை உருவாக்குகிறது.

சிறுவயதில் இருந்து அரவணைக்கப்படாத ஆத்மா தன் வாழ்நாள் முழுவதும் அதே ஏக்கத்துடன் நடுங்கியபடியே தானிருக்கும் என்கிறது தஸ்தாயெவ்ஸ்கியின் ஒரு கதாபாத்திரம். அது தஸ்தாயெவ்ஸ்கியின் குரலே.

ஒரு மனிதன் எப்படி வளர்க்கப்படுகிறான். எந்தச் சூழல் அவனை உருவாக்குகிறது. பதினைந்து வயதிற்குள் அவன் என்ன துயரங்களை, நெருக்கடிகளைச் சந்திக்கிறான், எதற்காக ஏங்குகிறான் என்பது அவன் வாழ்நாள் முழுவதும் தொடர்ந்து வரக்கூடியது. அதைப் பற்றி சாதனையாளர்கள் பலரும் தங்கள் சுயசரிதையில் மறக்காமல் குறிப்பிடுகிறார்கள். பத்து வயதில் பசித்த நேரத்தில் உணவில்லாமல் போனவன் தன் வாழ்நாளில் எவ்வளவு கோடி பணம் சேர்த்தாலும் அன்று இந்தப் பணம் தன்னிடம் இல்லையே என்ற ஆதங்கத்திலிருந்து விடுபட முடியாது. வறுமையும்

நிரகாரிப்பும் வாழ்நாள் முழுவதும் மனதிலிருந்து அகற்ற முடியாத வடுக்கள்.

தஸ்தாயெவ்ஸ்கியின் வாழ்வும் இப்படியானதுதான். அவரது அப்பா கோபக்காரர். பிள்ளைகளை வெறுப்பவர். மனைவியை அடித்து உதைத்து சித்ரவதை செய்தவர். அவரது நேசம் அவர்களுக்குக் கிடைக்கவேயில்லை. அப்பாவைப் பிடிக்காத எதிரிகள் அவருக்கு நாட்டுச்சாராயத்தை வாயில் ஊற்றி அவரைக் கொலை செய்து விட்டார்கள். நோயாளியான அம்மாவின் அன்பைப் பிள்ளைகள் பகிர்ந்து கொண்டார்கள். அம்மாவும் இறந்து போய்விட்டால் யாரை நம்பி வாழ்வது என்ற பயம் ஆழமாக அவருக்குள் வேர்விடத் துவங்கியது. கடவுள் கருணையற்றவர் என்று பல நாட்கள் தஸ்தாயெவ்ஸ்கி புலம்பி அழுதிருக்கிறார்.

சாவு குறித்த பயமும், கைவிடப்படுவோம் என்ற அச்சமும் அவருக்குச் சிறுவயதிலே துவங்கியிருக்கிறது. வளர்ந்து பெரியவனாகி அவர் சந்தித்த சிறைச்சூழல் மற்றும் நெருக்கடியான பொருளாதார நிலை அவரை மேலும் பலவீனமாகவே ஆக்கியது. பெருங்காற்றில் அலைபடும் புற்களின் நிலை கொள்ளாமை போன்றதே அவரது வாழ்க்கை.

அவரது கதையில் வரும் எல்லா கதாபாத்திரங்களிலும் தஸ்தாயெவ்ஸ்கியின் இயல்பும் குழப்பங்களும் ஒளிந்து கொண்டுதானிருக்கின்றன. அவரது படைப்பில் வரும் பெண்கள் ஆண்களை விட வலிமையானவர்கள். அவர்களால்தான் ஆண் தன்னைத் திருத்திக் கொள்கிறான். உருமாற்றத் துவங்குகிறான். காதலை உணர்கிறான். காதலை மனது ஒரு நிமிசம் முழுமையாக உணர்ந்து கொண்டால் அதுவே வாழ்நாள் முழுமைக்கும் போதுமானது என்ற ஒரு வரி தஸ்தாயெவ்ஸ்கியிடம் இடம் பெறுகிறது.

அவரது புகழ்பெற்றக் காதல்கதை வெண்ணிற இரவுகள். (White Nights, by Fyodor Dostoevsky) தலைப்பே மிகக்கவித்துவமானது. ஆறு முறை வேறுவேறு இயக்குனர்கள் இதைப் படமாக்கியிருக்கிறார்கள். இதில் Luchino Visconti மற்றும் Robert Bresson படங்கள் அற்புதமானவை. இதே கதையைத் தழுவி ஹிந்தியில் Ahista Ahista , Saawariya ஆகிய இரண்டு படங்கள் வெளியாகி உள்ளன.

வெண்ணிற இரவுகள் என்பதற்கு இரண்டு அர்த்தங்கள் உள்ளன. ஒன்று, உறக்கமில்லாத இரவு. மற்றது இரவிலும் சூரியன் ஒளிரக்கூடிய இரவு. கோடைகாலத்தில் பனிப்பிரதேசங்களில் இது போல நிகழ்வதுண்டு. இரவு பத்து மணி வரை சூரியன் இருக்கும். அது போலவே சூரியன் உதயமாவதும் விடிகாலை மூன்று மணிக்கே துவங்கிவிடும். அது போன்ற நாட்களில் முழுஇரவும் புலர்வெளிச்சம் போன்றதொரு ஒளி இருந்து கொண்டேயிருக்கும். மிக சிறிய இரவு கொண்ட நாட்கள் அவை.

மிட் சம்மர் என்று சொல்லக்கூடிய ஜூன்மாதத்தில் ரஷ்யாவில் இப்படியான நீண்ட பகல்கள் ஏற்படுவதுண்டு. இதை பீட்டர்ஸ்பெர்க் நகரில் விழாவாகக் கொண்டாடுகிறார்கள். தஸ்தாயெவ்ஸ்கி பீட்டர்ஸ்பெர்க்கில் வசித்தவர். அவரது இளமைப்பருவத்தில் வெண்ணிற இரவு கொண்டாட்டங்களில் கலந்து கொண்டிருக்கிறார். அந்த நினைவுகளில் இருந்தே இந்தத் தலைப்பை உருவாக்கியிருக்க வேண்டும்.

பீட்டர்ஸ்பெர்க் நகரின் சூரியன் ஒளிரும் இரவைப் பற்றி தஸ்தாயெவ்ஸ்கி விரிவாக எழுதுகிறார். அந்த சூரியன் நாம் அறிந்த சூரியன் இல்லை. அந்த வெளிச்சமும் வேறானது என்றே குறிப்பிடுகிறார். பகல் வெளிச்சத்தில் இருந்து பதுங்கிக் கொள்பவர்கள் இரவில்தான் சற்று ஆசுவாசத்துடன் நடமாடுகிறார்கள். நான் அது போன்ற ஒருவன் என்றே கதையின் நாயகன் தன்னை அறிமுகப்படுத்திக் கொள்கிறான். இந்த நீள்கதையின் உபதலைப்பு கனவுலகவாசியின் குறிப்புகள். அதாவது கனவு காண்பதில் மட்டுமே வாழ்வை அறிந்த ஒருவன் சந்தித்த நிகழ்வுகள்.

தஸ்தாயெவ்ஸ்கியின் ஆரம்ப காலப் படைப்புகளில் ஒன்று வெண்ணிற இரவுகள். 1848ஆம் ஆண்டு வெளியாகி உள்ளது. 162 ஆண்டுகள் கடந்தபோதும் இன்று வாசிக்கையிலும் கதாபாத்திரங்களின் அடங்காத இதயத்துடிப்பும் காதலின் பித்தேறிய மொழிகளும் புத்தம் புதியதாகவே இருக்கிறது. உலகில் தொடர்ந்து வாசிக்கப்பட்டுக் கொண்டாடப்பட்டு வரும் அரிய காதல்கதை இது.

இரண்டு ஆண்கள், ஒரு இளம் பெண். மூன்றே முக்கிய கதாபாத்திரங்கள். நான்கு இரவுகள் ஒரு பகலில் கதை முடிந்துவிடுகிறது. கதை முழுவதும் ஒரே இடத்தில் ஒரு ஆணும் பெண்ணும் சந்தித்துக் கொள்கிறார்கள். பேசிக் கொள்கிறார்கள். முடிவில் பிரிந்து போய்விடுகிறார்கள். இதில் எங்கேயிருக்கிறது காதல் என்ற யோசனை உருவாகக்கூடும். சந்திப்பு என்பதை இயல்பான ஒன்று என்ற தளத்திலிருந்து அபூர்வமானது என்ற தளத்திற்கு உயர்த்திக் கொண்டு செல்வதன் வழியே தஸ்தாயெவ்ஸ்கி காதல்கதையைத் துவக்குகிறார்.

ஆற்றங்கரையோரம் உள்ள ஒரு வீதியைக் கடந்து செல்லும் கதாநாயகன் அங்கே உள்ள ஒரு வீட்டினைக் கடந்து செல்கிறான். அவனால் ஒருபோதும் மறக்கமுடியாத பெண் வசித்த வீடது. அந்த வீடு இப்போது உருமாற துவங்கியிருக்கிறது. அதைப் பற்றிய தனது கடந்தகால நினைவுகளில் மூழ்கத் துவங்குகிறான்.

நீண்ட பகல்தான் கதையின் ஆதார காரணம். அது இரவின் ஊடாக மறைந்திருக்கிறது. தஸ்தாயெவ்ஸ்கியின் பெரும்பான்மை கதைகள் போல கதை தன்மையில் துவங்குகிறது. கதையைச் சொல்பவனுக்குப் பெயர் கிடையாது. வயது இருபத்தியாறு நடக்கிறது என்று ஒரு இடத்தில் குறிப்பிடுகிறான். அவன் அதுவரை எந்தப் பெண்ணோடும் பேசிப்பழகியது கிடையாது. அவன் கனவில் வந்த ஒன்றிரண்டு பெண்களைத் தவிர வேறு பெண்களை அவனுக்குத் தெரியாது. பெண்களைக் கண்டாலே கூச்சத்தில் ஒதுங்கிவிடுவான். பேச்சு தடுமாற ஆரம்பித்துவிடும்.

அவன் பீட்டர்ஸ்பெர்க்கின் விசித்திரமான சந்து ஒன்றில் குடியிருக்கிறான். அது பகலில்கூட சூரியன் வராத வீதி. அங்கே உண்மையில் வேறு ஒரு சூரியன் ஒளிர்கிறது. அதன் விசித்திரமான வெளிச்சத்தில் அவர்கள் ஒளிந்து கொண்டிருக்கிறார்கள். எது அந்த பீட்டர்ஸ்பெர்க்கின் இரண்டாம் சூரியன்.. தோற்றுப் போன, அடையாளமற்றுப் போன, கைவிட்டுப் போன பலரின் நிறைவேறாத ஆசைகள்தான் அங்கே இன்னொரு சூரியனாக ஒளிர்ந்துகொண்டிருக்கின்றன. அவை இரவிலும் மறைவதேயில்லை.

அவர்கள் இயலாமையால், வறுமையால் யாரும் தங்களை நேசிக்க மாட்டார்கள் என்ற துயரத்தால் பீடிக்கப்பட்டவர்கள். அதனால் கனவு காண்பதையே வாழ்க்கையாகக் கொண்டிருக்கிறார்கள். கனவுகள் அவர்களது நெருக்கடியிலிருந்து விடுபட்டு சந்தோஷம் கொள்ள வைக்கின்றன. பெயரில்லாத கனவுலகவாசிகளில் ஒருவன் இக்கதையை விவரிக்கிறான்.

சில வருசங்களுக்கு முன்பாக ஒரு இரவில் தான் சந்தித்த பெண்ணைப் பற்றிச் சொல்கிறான். அவள் குழப்பமானவள். செய்வதறியாமல் தடுமாறுகின்றவள். யாரோ ஒருவன் அவளை அழைக்க அவனை விலக்கி கத்துகின்றவள். இதுவரை எந்தப் பெண்ணிடமும் பேசியிராத அவனை அந்தப் பெண்ணின் துயரநிலை பேசவைக்கிறது. தன்னை மீறி அவளிடம் அறிமுகப்படுத்திக் கொள்கிறான். எதை எதையோ பேசுகிறான். தன்னால் கோர்வையாகப் பேசமுடியாது என்பதைப் பற்றி விரிவாகப் பேசுகிறான். மனம் தடுமாறுகிறான். அவளோ அவனிடம் எந்த வேறுபாடும் காட்டாமல் மிக இயல்பாகப் பேசுகிறாள். மறுநாள் சந்திக்கலாம் என்று விடைபெற்றுப் போகிறாள். அந்த இரவு முடியும்போது அந்தப் பெண்ணின் பெயர்கூட அவனுக்கு தெரியாது.

இரண்டாம் இரவில் அவளுக்காகக் காத்திருக்கிறான். தன்னோடும் ஒரு பெண் பேசுகிறாள் என்பதே அவனைச் சந்தோஷம் கொள்ள வைக்கிறது. அவள் வருகிறாள். தயக்கம் குறைந்து அவளிடமே என்றாவது ஒரு நாள் தன்னோடும் ஒரு பெண் பேசுவாள் என்று கனவு கண்டுகொண்டிருந்தேன். அது நிஜமாகிவிட்டது என்று பிதற்றுகிறான். அவள் ஏன் இவ்வளவு பதற்றம் கொள்கிறான் என்று வியப்படைகிறாள்.

உண்மையில் பெண்கள் விசித்திரமானவர்கள். அவர்கள் என்ன நினைக்கிறார்கள், என்ன பிடிக்கிறது, எதற்காக அழுகிறார்கள் என்று எளிதாகப் புரிந்துகொள்ளவே முடியாது. அது ஒரு வேளை ஆண்களின் தவறாகவும் இருக்கலாம் அல்லது பெண்களின் இயல்பே அப்படியானதாகவும் இருக்கலாம் என்று அவனது தெளிவற்ற எண்ணங்களையும் அதற்கு அவள் சொல்ல வேண்டிய பதில்களையும் அவனே பேசுகிறான். அது அவளை வசீகரிக்கிறது.

நீ மிகவும் நல்லவன். பெண்ணோடு பேசுவது பெரிய விசயமில்லை என்று ஆறுதல் சொல்கிறாள். அவனோ நான் எதிர்பாராமல் அறைக்கு வரும் நண்பனுடன் பேசுவதற்கே தயங்கக் கூடியவன். என்னிடம் இப்படியான சூழலில் ஒரு பெண் பேசுகிறாள் என்பது இயல்பானதில்லை என்று துடிக்கிறான். அப்படியில்லை, எந்தப் பெண்ணும் தன்னோடு ஒரு ஆண் சில நிமிசங்கள் பேசுவதை வேண்டாம் என்று பிடிவாதமாக விலக்கிப் போகிறவள் இல்லை. நீ பேசத் தயங்கியிருக்கிறாய். உன்னை வெளிப்படுத்திக் கொள்வது தான் உனது பிரச்சனை என்கிறாள்.

சந்தித்த மறுநிமிசம் தனது மனதைப் படித்துவிட்டவள் போல சொல்கிறாளே என்று வியந்த அவன் ஆச்சரியமாக இருக்கிறது, சாமர்த்தியமும் அழகும் ஒன்று சேர்வது அபூர்வம். நீ இரண்டும் ஒன்றாகக் கொண்டிருக்கிறாய் என்கிறான்.

அவள் புன்னகையுடன், நீ பிரமாதமாகப் பேசுகிறாய். உண்மையில் கூச்சப்படும் ஆண்களைப் பெண்களுக்கு பிடிக்கும் என்கிறாள். அவன் உடனே என்னிடம் உள்ள ஒரே கவசம் கூச்சம்தான். அதை இழந்துவிட்டு என்னசெய்வது என்று அப்பாவி போல கேட்கிறான். மறுநிமிசமே அய்யோ உன்னிடம் நான் இப்படிப் பேசியிருக்கக் கூடாது. என் மனதில் உள்ளதை மறைக்காமல் சொல்லிவிட்டேன் என்று வெட்கத்துடன் புலம்புகிறான்.

இப்படியாக கடிகாரத்தின் பெண்டுலம் செல்வது போல அவனது தடுமாற்றம் ஊசலாடிக் கொண்டேயிருக்கிறது. அவளைப் பிரிந்து போனால் தன்னால் மறுபடி சந்திக்கவே முடியாமல் போய்விடும் என்று வேதனை கொள்கிறான். அவள் யாருக்கோ காத்திருக்கிறாள். ஏதோ துயரம் அவளை வீட்டிலிருந்து துரத்தி வெளியே அனுப்புகிறது என்பதைப் புரிந்து கொள்கிறான். இவ்வளவு அழகான தூய்மையான பெண்ணைக் கூட கஷ்டப்படுத்தி வேதனை கொள்ள வைப்பது யார் என்று தெரியாமல் குழம்பிப் போகிறான்.

கண்ணாடியில் பட்டு ஒளி பிரதிபலிப்பதைப் போல அவள் முன்னால் அவனது எண்ணங்கள் ஒவ்வொன்றாகப் பிரதிபலிப்பாகின்றன. அதுவரை மனதில் ஊறிக்கிடந்ததை அவளது வருகையே வெளிப்படுத்த வைக்கிறது. எது அவனை இப்படி நிலை கொள்ளாமல் தள்ளாடச்செய்கிறது.

உண்மையில் தனது தனிமையை கண்டே நடுங்குகிறான். நண்பர்களும் கைவிட்டுப் போனார்கள் என்ற சூழலில் தனிமையை எதில் கரைத்துக் கொள்வது என்று அவனுக்கு தெரியவில்லை. அவன் மனது வெறுமையால் எதைஎதையோ கற்பனை செய்கிறது. அந்தக் கற்பனை அவனை மேலும் உலகை நோக்கி ஆசையுடன் உந்தித் தள்ளுகிறது. ஆனால் புறஉலகை நேர் கொள்ளும் தைரியம் அவனிடமில்லை.

அவன் பகலில் ஒளிந்து கொள்கிறான். இரவில் மட்டுமே வெளியே வருகிறான். இரவில் உறக்கமற்று நடமாடுபவர்கள் நிம்மதியற்றவர்கள். வீடு அவர்களைச் சாந்தம் கொள்ளச் செய்ய முடியவில்லை என்று கூறுகிறான். இயற்கையின் மாறுபாடு போன்றதே அவன் மனப்போக்கும்.

இரவில் ஒளிரும் சூரியனால் என்ன பயனிருக்கிறது. பகல் ஏன் நீண்டு போகிறது. பகல் அடங்காமல் இரவு வருவதில்லை. ஆனால் கோடைகால இரவு ஏன் சிறியதாக இருக்கிறது. தனது மனதின் நிறைவேறாத காதலைப் போன்றதே இத்தகைய இரவுகள் என்று நம்புகிறான் அவன்.

அவனது இரண்டாவது இரவில் அவள் பெயர் நாஸ்தென்கா என்று அறிந்துகொள்கிறான். அந்தப் பெயரை சொல்வதிலே தித்திப்பு கொள்கிறான். திரும்பத் திரும்பச் சொல்லிக் களிப்புறுகிறான். திடீரென அவளது பெயர் சுவைக்கப்படும் இனிப்பு மிட்டாய் போலாகிறது. அந்தச் சொல்லைத் தன் நாவில் கரைந்துபோகச் செய்கிறான். நாஸ்தென்கா அவனது மிதமிஞ்சிய உணர்ச்சிப்பீறடலைப் புரிந்து கொள்கிறாள். தனது கதையை அவனிடம் பகிர்ந்து கொள்கிறாள்.

நாஸ்தென்காவிற்கு வயது பதினேழாகிறது. அவள் பாட்டியுடன் ஒரு வீட்டில் வசிக்கிறாள். பாட்டிக்குக் கண்தெரியாது. அவர்கள் வீட்டின் ஒரு அறையை வாடகைக்கு விட்டிருக்கிறார்கள். அங்கே ஒரு இளைஞன் குடிவருகிறான். பாட்டி அவனோடு பேசக்கூடாது.,பழக்கூடாது என்று கண்டிப்பாக இருக்கிறாள். எங்கே தன்னை மீறி பேத்தி போய்விடுவாளோ என்று அவளது பாவாடையைத் தன்னோடு ஊக்குபோட்டு குத்திக் கொள்கிறாள். அதனால் நாஸ்தென்காவால் எழுந்து போக முடியாது.

அப்படியிருந்தும் நாஸ்தென்கா அந்த இளைஞனால் வசீகரப்படுகிறாள்.

அவன் அவளுக்காகப் படிக்க புத்தகங்கள் தருகிறான். அந்தப் புத்தகங்கள் அவளை மாற்றத் துவங்குகின்றன. உலகம் வெளியில் எப்படி இயங்கிக் கொண்டிருக்கிறது என்பதைப் புத்தகங்களே உணர்த்துகின்றன. புத்தகங்கள் இல்லாமல் வாழ முடியாது என்ற நிலைக்கு வந்துவிடுகிறாள். அதைப் பயன்படுத்தியே அவளைக் காதலிக்கத் துவங்குகிறான். அவளையும் பாட்டியையும் அழைத்துக் கொண்டு ஒபரா பார்க்க செல்கிறான். அவன்மீது தீராத காதல் கொள்கிறாள் நாஸ்தென்கா. அவன் ஊருக்கு கிளம்பும் நாளில் தானும்கூட வருவதாகப் பெட்டியோடு கிளம்புகிறாள். அதை எதிர்பாராத அவன் திரும்பி வந்து அவளை அழைத்துப்போவதாக வாக்குறுதி தந்து விடைபெறுகிறான். அன்றிலிருந்து அவனுக்காகவே நாஸ்தென்கா காதலுடன் காத்திருக்கிறாள்.

நாஸ்தென்காவின் காதலையும் தனிமையே உந்தித் தள்ளுகிறது. அவள் பாட்டியோடு பிணைக்கப்பட்டு இருப்பதில் இருந்து விடுபட விரும்புகிறாள். அதுவே ஒருவனைக் காதலிக்கும்படியாகச் செய்கிறது. அந்தக் காதலை அவன் உணர்வதேயில்லை. அவள் தீவிரமாகக் காதலை நம்பத் துவங்குகிறாள். காத்திருப்பதன் வழியேதான் காதல் உறுதியாகிறது என்று சொல்கிறாள்.

நாஸ்தென்காவின் பாட்டி அற்புதமான கதாபாத்திரம். அவளுக்குப் பார்வை மங்கிவிட்டிருக்கிறது. ஆனால் கடந்த காலம் நினைவில் பசுமையாக இருக்கிறது. அவளது இளம்பருவத்தில் அடித்த வெயில் அழகாக இருந்தது. அது போல இப்போது இல்லை என்று அடிக்கடி குறிப்பிடுகிறாள். இயலாமைதான் அவளது குருட்டுத்தனம். அடுத்த அறையில் உள்ள ஆண் தன் பேத்தியை வசீகரிப்பது அறியாத முட்டாள் இல்லை. மாறாக, அதுதான் தனக்கிருக்கும் ஒரே சாத்தியம். வேறு வழியில் தன் பேத்திக்கு உரிய மாப்பிள்ளையைத் தன்னால் தேடித்தர இயலாது என்று அவள் அறிந்திருக்கிறாள்.

நாஸ்தென்காவைக் காதலிப்பவன் The Barber of Seville என்ற ஒபராவைக் காண அழைக்கும்போது அவளிடம் துளிர்ப்பது

அவளது கடந்த கால காதலே. அது சொல்லப்படாமல் கடந்து போகிறது. இந்த ஓபராவின் கதாநாயகி காதலுக்காக ஏங்குபவள். Gioachino Rossini ஓபராவும் நாஸ்தென்காவின் வாழ்க்கையும் ஒரு தளத்தில் ஒன்று போலவே உள்ளது. அதைச் சுட்டிக் காட்டுவதற்காகவே இதைப் பயன்படுத்தினாரோ என்னவோ.

ருஷ்ய கலாச்சாரத்தின் மீது பிரெஞ்சு கலாச்சாரம் ஏற்படுத்திய பாதிப்பு குறித்து செகாவ், டால்ஸ்டாய் போன்றவர்கள் நிறைய எழுதியிருக்கிறார்கள். இக்கதையிலும் நாஸ்தென்கா பிரெஞ்சுப் புத்தகங்களைத்தான் படிக்கிறாள். பிரெஞ்ச் கலாச்சாரம் தங்களை விட உயர்வானது என்ற மனப்பாங்கு ரஷ்யாவில் மேலோங்கியிருந்திருக்கிறது.

வெண்ணிற இரவுகளில் வரும் ஆணும் பெண்ணும் காதலின்மீது அதீத நம்பிக்கை கொண்டிருக்கிறார்கள். காதல் மட்டுமே தங்களுக்கான விடுதலை என்று உணர்கிறார்கள். நாஸ்தென்கா தன்னைக் காதலித்து கைவிட்டவன்மீது கோபம் கொள்ளவில்லை. தன்னை அவன் புரிந்து கொள்ளவில்லையே என்றே வருத்தப்படுகிறாள். அதே மனநிலைதான் கனவுலகவாசிக்கும் ஏற்படுகிறது.

அவர்களுக்கு வார்த்தைகள் போதுமானதாகயில்லை. பேசிக் களைத்துப் போகிறார்கள். ஆனால் இருவருமே உடலைப் பெரிதாக எண்ணவில்லை. உடல் இல்லாமல் வார்த்தை வழியாகவே ஒருவரையொருவர் கட்டிக் கொள்ளவும் அரவணைக்கவும் விரும்புகிறார்கள். தனது உருவத்தைக் கண்ணாடியில் பார்ப்பது போலவே நாஸ்தென்கா வழியாகத் தனது ஆசைகளைக் காண்கிறான். காதல் அவர்களைப் பித்தேற்றுகிறது.

அந்தப் பெண்ணிற்கு உதவுவதற்காக அவள் காதலனைத் தேடிப் போகிறான். அவளது கடிதத்தை தருகிறான். ஆனால் காதலன் நாஸ்தென்காவைப் பிடிக்கவில்லை என்று விலக்கவே அவளுக்காகத் துயரம் கொள்கிறான். முடிவில் நாஸ்தென்கா காதலன் உடன் ஒன்று சேர்ந்துவிடுகிறாள்.

அப்போது திடீரெனக் காதலன் முன்பாகவே நாஸ்தென்கா ஓடிவந்து கனவுலகவாசியைக் கட்டிக் கொள்கிறாள். அந்த அரவணைப்பு பிரிவின் வலியை அவனுக்குள் நிரப்புகிறது.

நிமிச நேரம் அந்த அணைப்பு நீள்கிறது. பின்பு அவள் காதலன் உடன் போய்விடுகிறாள். இந்த ஒரு நிமிசம் போதும் வாழ்வதற்கு என்று பெருமூச்சுவிடுகிறான் கனவுலகவாசி.

வெண்ணிற இரவுகள் இரவின் ஊடாக அலைவுறும் மனித ஆசைகளையே வெளிப்படுத்துகிறது. கதாபாத்திரங்கள் வழியாக மனதின் இருண்ட கதவுகள் திறக்கப்படுகின்றன. இரவினுள் அடங்க மறுக்கும் பகல் போலதான் காதலும். அது மனிதர்களை நிம்மதியிழக்கச் செய்கிறது. ஆனால் அந்த அலைக்கழிப்பும் வலியும் காதலுக்கு அவசியம் என்றே தோன்றுகிறது. வலியில் இருந்தே காதல் வளர்கிறது.பிரிவே காதலை உணரச் செய்கிறது.

அவ்வகையில் எப்போது வாசிக்கையிலும் வெண்ணிற இரவுகள் நிராசையின் முடிவில்லாத பாடலை எப்போதும் முணுமுணுத்துக் கொண்டேயிருக்கின்றன.

15
தஸ்தாயெவ்ஸ்கியின் குதிரை

எந்தச் சாவி கதவைத் திறக்கப் பயன்படுகிறதோ அதுவே கதவைப் பூட்டவும் பயன்படுகிறது என்று ஒரு யூதநீதி மொழியிருக்கிறது, நாவல்களுக்குள்ளும் அப்படித்தான் நடைபெறுகிறது.

எல்லா நாவலினுள்ளும் சில திறப்புகளும் சில முடிச்சுகளும் இருக்கின்றன. நாவலின் கதையை மட்டும் தொடர்ந்து செல்லும் வாசகன் பலவேளைகளில் இந்தச் சாவித்துளையை அடையாளம் கண்டுகொள்ளாமலே கடந்து போய்விடுவான். அதனால் நாவலின் முழுமையான தரிசனத்தை அவனால் அனுபவிக்க முடியாமல் போய்விடுகிறது.

ஒரு நாவலின் நோக்கம் கதையைச் சொல்வது மாத்திரமில்லை. எழுத்தாளன் கதையின் வழியாக விவாதங்கள். சந்தேகங்கள், அனுமானங்கள். கேள்விகள், நம்பிக்கைகள், கண்டுபிடிப்புகள், ஆதங்கங்கள் என பல்வேறு தளங்களை வெளிப்படுத்துகிறான். நாவல் ஒரு கூட்டுவடிவம். ஒரு சிம்பொனி இசை போல அதற்குள் பல எழுச்சிகளும் தாழ்நிலைகளும் இருக்கின்றன.

நாவலின் வழியாக எதுசார்ந்த கேள்விகள், எது சார்ந்த விவாதம் பேசப்படுகிறது என்பது ஒவ்வொரு எழுத்தாளனுக்கும் மாறுபடுகிறது.

நல்ல நாவல்கள் வாழ்க்கையை அப்படியே படம்பிடித்துக் காட்டுவதோடு ஒதுங்கிக் கொள்வதில்லை. மாறாக, வாழ்க்கையின் சுகமோ சந்தோஷமோ எதனால் ஏற்படுகிறது, அதன் விளைவுகள் அகபுற உலகை எவ்வாறு பாதிக்கின்றன என்பதைக் குறித்து நுட்பமாக விவரிக்கின்றன. அதற்கான சில காரணிகளையும் அடையாளம் காட்டுவதோடு, கதாபாத்திரங்கள் இயங்கும் சமூக நிகழ்வுகளின்மீதான தனது விமர்சனத்தையும் விவாதத்தையும் முன்வைக்கின்றன.

எழுத்தாளன் நாவலின் ஊடாக சில கனவுகளை உருவாக்குகிறான். அது வாழ்க்கை குறித்து நமக்குள் உள்ள பிம்பங்களை விலக்கிய உன்னதமான கனவு. அந்தக் கனவில் வாழ்வதற்காகவே நாவலை விரும்பி வாசிக்கிறோம் என்று கூடச் சொல்லலாம்.

டால்ஸ்டாயும் தஸ்தாயெவ்ஸ்கியும் இதைத்தான் செய்திருக்கிறார்கள். சாக்லெட்டை நாக்கில் கொஞ்சம் கொஞ்சமாகக் கரைய விட்டு ருசிப்பதைப் போல இவர்களின் நாவலைச் சுவைத்து வாசிக்க வேண்டும். அதற்காகவே ஒரு நாவலை ஐந்தாறு முறை வாசிக்க வேண்டிய அவசியம் ஏற்படுகிறது.

தஸ்தாயெவ்ஸ்கியின் குற்றமும் தண்டனையும் நாவலின் துவக்கத்தில் ஒரு கனவு விவரிக்கப்படுகிறது, நாவலின் நாயகன் ரஸ்கோல்நிகோவ் காணும் கனவு அது. அந்தக்கனவில் அவன் ஏழு வயதிற்கு உருமாறியிருக்கிறான், அவனது அப்பா அவனை விடுமுறை நாளொன்றின் மதிய நேரம் புறநகரில் உள்ள கல்லறைத் தோட்டத்திற்கு அழைத்துப் போகிறார்.

அந்தக் காட்சி மிகத் துல்லியமாக அவனுக்குத் தெரிகிறது. தொலைவில் நகரம் வீழ்ந்துகிடக்கிறது. இடையில் மரங்கள் எதுவுமில்லை. பட்டுப்போய் நிற்கின்ற ஒரேயொரு மரம் தொலைவில் தென்படுகிறது. அதைக் காணும்போது அச்சம் தருவதாக இருந்தது.

அந்த இடத்தைக் கடந்து அவனும் அப்பாவும் போகிறார்கள். அங்கே ஒரு இடத்தில் ஒரே கூச்சலும் குழப்பமுமாக இருக்கிறது. குடிகார முகங்களைக் காண்பது பயமுறுத்துவதாக இருக்கிறது. அப்பாவின் கைகளைப் பிடித்துக் கொண்டு பதுங்கிக் கொள்கிறான்.

அங்கே ஏதோவொரு சிறப்புவிழாக் கொண்டாட்டம் நடப்பது போலிருக்கிறது. ஊரே கூடி அலங்காரமான உடை அணிந்து கொண்டு ஆடிப்பாடிக் கொண்டிருக்கிறார்கள். அந்த இடத்தில் ஒரு குதிரைவண்டி நின்றிருந்தது. அது வெறும் சரக்கு வண்டியில்லை. பயணிகளை ஏற்றிச் செல்லும் பெரியவண்டி. ஆனால் காலியாக இருந்தது, அந்த வண்டியில் ஒரு கிழட்டுக்குதிரை பூட்டப்பட்டிருந்தது.

குதிரை வண்டிக்காரன் குடிவெறியில் உற்சாகம் மிகுதியாகி வண்டியில் எல்லோரும் ஏறிக் கொள்ளுங்கள் என்று கத்திக் கொண்டேயிருக்கிறான். போதுமான அளவிற்கும் மேலாக ஆட்கள் வண்டியில் ஏறி நிரம்பிவிட்டார்கள். குதிரையால் வண்டியை இழுக்க முடியவில்லை.

வண்டிக்காரன் சவுக்கால் குதிரையை அடிக்கிறான். மக்கள், குதிரையின் மூக்கில் அடி சவுக்கால் முடிந்தமட்டும் அடி, வயிற்றில் உதை என்று கூச்சலிடுகிறார்கள். அவன் வண்டியை இழுக்கச் சொல்லி குதிரையைச் சாட்டையால் மாறி மாறி அடிக்கிறான். தன்னால் இழுக்க முடியாத போது குதிரை திணறுகிறது.

வேடிக்கை பார்க்கின்ற கூட்டம் குதிரையின் வலியைக் கண்டுகொள்ளவேயில்லை. குதிரை மாறிமாறி அடித்து இம்சிக்கப்படுகிறது. கூட்டம் அதை ஆரவாரமாக ரசிக்கிறது. வண்டிக்காரன் அது தன்னுடைய குதிரை என்பதால் அதை அடிப்பதற்கும் அழிப்பதற்கும் உரிமையிருக்கிறது என்று கூச்சலிடுகிறான்.

குதிரையின் கண்களில் கண்ணீர் கசிகிறது. பாரம் தாங்கமுடியாமல் கால் தாங்குகிறது. தனது சொல்லை மதிக்காத குதிரையைக் கோபத்தில் கொன்றுவிடப்போவதாகக் கத்துகிறான். அதைக் கொல் கொல் என்று மக்களே தூண்டிவிடுகிறார்கள். கோடாரியைப் பயன்படுத்தி வெட்டிப் போடு என்கிறது ஒரு குரல்.

குதிரை இம்சிக்கப்படுவதை வேடிக்கை பார்த்த சிறுவன் பயந்து போய்விடுகிறான். அவன் குதிரையின் அருகாமைக்குப் போகிறான். அடிபட்ட குதிரையின் மூச்சுக்காற்று சிறுவன் கைகளில்படுகிறது. சிறுவன் குதிரையின் வலி நிரம்பிய கண்களைக் காண்கிறான். அதன் உடல் தளர்ந்து நடுங்குவதை உணர்கிறான்.

முடிவில் அடிதாங்க முடியாமல் குதிரையின் வாயில் ரத்தம் வழிகிறது. மூச்சடங்கி கீழே விழுவது போல் தள்ளாடுகிறது. அக்குதிரை சாக இருப்பதை அந்தசிறுவன் உணர்கிறான்.

வண்டிக்காரன் தனது மகிழ்ச்சிக்காகக் குதிரையைத் தொடர்ந்து இம்சிப்பதை சிறுவனால் தாங்கிக் கொள்ளவே முடியவில்லை.

கூட்டத்தில் இருந்த அப்பா அவனை இழுத்துக் கொண்டு புறப்படச்சொல்கிறார்.

அப்பா, வயதான குதிரையை ஏன் இப்படி மாறிமாறி அடிக்கிறார்கள் என்று பயமும் நடுக்கமுமாக அந்தச் சிறுவன் கேட்கிறான்.

அவர்கள் குடித்திருக்கிறார்கள். அது நமக்கு சம்பந்தமில்லாத வேலை. வா போகலாம் என்று இழுத்துக் கொண்டு நடக்கிறார்.

அவனுக்குக் குதிரை கொல்லப்படப் போவது நன்றாகவே தெரிகிறது.

சட்டென விழிப்பு வந்து ரஸ்கோல்நிகோவ் கண்விழித்து கொள்கிறான். எவ்வளவு கோரமான கனவு. என்று அந்தப் பதைபதைப்பிலிருந்து விடுபட முடியாமலே இருக்கிறான்.

கடவுளே, நல்ல வேளை இது வெறும் கனவுதான் என்று மனதை சாந்தம் செய்து கொள்கிறான்.

பிறகு எனக்கு ஏன் இந்தக் கனவு வந்தது? ஒருவேளை காய்ச்சல் கண்டிருக்கிறதா என்று யோசிக்கிறான்.

இந்த துர்சொப்பனம் தன் வருங்காலத்தின் அடையாளம் என்று அவன் வெளிப்டையாகச் சொல்லிக் கொள்ளவில்லையே தவிர, உள்ளுணர்ந்து கொண்டுதானிருக்கிறான்.

தஸ்தாயெவ்ஸ்கியின் நாவலில் வரும் கனவு வெறும் துர்சொப்பனமல்ல. அதுதான் நாவலுக்கான திறவுகோல். குதிரையின் கொலை, சமூகம் தனது கருணையால் வாழ்கின்ற எதையும் அடித்துக் கொல்வதற்கான உரிமையைக் கொண்டிருக்கிறது. அதற்கு எந்த சிறப்புக் காரணமும் தேவையில்லை. உரிமையாளன் விரும்பினால் வன்முறையைக் கட்டவிழ்த்துவிடுவதற்கு அவனுக்குப் பூரண உரிமையிருக்கிறது என்பதை அடையாளம் காட்டுகிறது.

அது போலவே வாழ்நாள் முழுவதும் உழைத்த குதிரை அதன் எஜமானாலே அடித்துக் கொல்லப்படும்போது அது தன்னை ஒப்புக் கொடுத்ததைப் போல நடந்து கொள்வதையும் சுட்டிக்காட்டுகிறார்.

மூன்றாவது, சமூகம் வன்முறையை ஆதரிக்கிறது. உருவாக்குகிறது. கொல் கொல் என்று தூண்டுகிறது, வன்முறையைக் கண்டு ஆரவாரம் செய்கிறது. ஆயுதம் தருகிறது. யாரோ வலியால் துடிப்பதைக் கண்டு பரிகாசம் செய்கிறது. இந்த சமூகத்தையா நாம் மேலானது என்று கருதுகிறோம் என்றும் கோபம் கொள்கிறார்.

நான்காவது, குடிவெறியில் மனிதன் தனது இயல்பை இழந்துவிடுவதோடு அவனுக்கு சேவை செய்பவர்களைக் கூட காரணமில்லாமல் அவமதிக்கத் தயங்குவதில்லை என்பதையும் எடுத்துச் சொல்கிறது.

நாவலின் நாயகன் ரஸ்க்கோல்நிகோவ் பல நேரங்களில் அந்தக் குதிரையைப் போலவே இருக்கிறான். அவனை புறவாழ்க்கையின் நெருக்கடி தொண்டையை இறுக்கும் போது அவன் செய்வதறியாமல் உழலுகிறான். அப்போது அவனுக்குத் தீர்வாக மிஞ்சுவது ஒரு கொலை மட்டுமே.

இது போலவே வண்டிக்காரன் போலவே சோபியாவின் அப்பா மர்மலதேவ் இருக்கிறான். அவன் தன்னைப் பிரியமாக நடத்தும் குடும்பத்தை அடித்து நொறுக்கி சொந்த வீட்டிலே திருடி இம்சை செய்கிறான். அவனுக்குத் தன்னை நேசிப்பவர்களை ஏற்றுக் கொள்ள முடியவில்லை. அவனுக்குள் குதிரைவண்டிக்காரனின் மனநிலையே இருக்கிறது.

நாவலில் இது வெறும் கனவில்லை, கனவின் வழியாக தஸ்தாயெவ்ஸ்கி அழிக்கமுடியாத நினைவு ஒன்றை மீள்உருவாக்கம் செய்து காட்டுகிறார்.

நிராகரிப்பும் கைவிடப்படுதலுமே மனிதனின் ஆறாத துயரங்கள் என்று அடையாளப்படுத்துகிறார்.

வன்முறையை ரசிக்கும் மனிதர்கள் பெருகிவிட்டார்கள். இவர்களை வைத்துக் கொண்டு அடிப்படை மனித அறங்களையும் நேசத்தையும் எப்படிக் கைக்கொள்வது என்று தஸ்தாயெவ்ஸகி ஆதங்கப்படுவது இன்றும் உண்மையாகவே இருக்கிறது.

மனிதனுக்குள் உள்ள கீழ்மைகளை அவன் அடையாளம் கண்டுகொள்வதேயில்லை. அதை உணரும் தருணங்களில் கூடப் பெருமிதமே கொள்கிறான். குற்றவுணர்ச்சி

கொள்ளாதவரை கீழ்மைகளில் இருந்து விடுபட முடியாது என்பதையும் தஸ்தாயெவ்ஸ்கி சுட்டிக்காட்டுகிறார்.

சவுக்கடிபட்டு ரத்தக்காயங்களுடன் நடுங்கும் கால்களுடன் கண்ணீர்கசிந்த அந்தக் குதிரையின் சித்திரம் அழியாத உருவமாக நாவலில் இருந்து வாசகனின் மனதிற்குள் பதிவாகிறது. அதுதான் கலையின் வெற்றி.

இந்தக் குதிரை நாவலில் வரும் சித்திரம் மட்டுமில்லை, இது எல்லா காலத்திலும் இருந்து கொண்டேயிருக்கின்ற ஒன்று.

குதிரையாக சில நேரத்தில் நாம் இருக்கிறோம். சில நேரம் நாம் குதிரைவண்டிக்காரன் ஆகிவிடுகிறோம்.

உலகெங்கும் பெண்களும் அடித்தட்டுமக்களும், வாழ்விடம் இழந்தவர்களும், குழந்தைகளும் இதே குதிரைகளாக அடிவாங்கிக் கொண்டேயிருக்கிறார்கள்.

இன்றும் அதே கேளிக்கை நிரம்பிய கூட்டம் வன்முறையை ரசித்தபடியே இருக்கிறது. துர்சொப்பனத்தின் நிகழ்களமாகியிருக்கிறது நம்காலம்.

நல்லவேளை, இது வெறும் துர்க்கனவு என்று சமாதானம் செய்து கொள்ள முடியாதபடி இன்றைய உலகில் வன்முறைகளும் அவமதிப்புகளும் பெருகிவிட்டன.

அதனாலே தஸ்தாயெவ்ஸ்கியின் குற்றமும் தண்டனையும் நாவல் இன்றும் வாசிக்கவும் விவாதிக்கவும் படவேண்டிய முக்கியமான புத்தகமாக இருக்கிறது.

16
கார்க்கியின் இசெர்கீல்

I never meet my lovers after I had left them. It would be bad to meet them - like meeting the dead   கார்க்கி

மாக்சிம் கார்க்கியின் (Maxim Gorky) தாய் நாவலை விடவும் அவரது சிறுகதைகளை எனக்கு அதிகம் பிடிக்கும். கார்க்கியின் வாழ்க்கை ஆலிவர் ஸ்டுவிட் கதாபாத்திரத்தினைப் போன்றது. டிக்கன்ஸின் நாவலில் வரும் அந்த சிறுவனைப் போலவே தான் வறுமையோடு போராடியபடி இளமையில் இருந்ததாக கார்க்கியே குறிப்பிடுகிறார்.

சிறுவயதிலே பெற்றோரை இழந்து வறுமையால் வேலைக்குச் சென்ற கார்க்கி தன் வாழ்நாளில் செருப்புக்கடை, ரொட்டிக்கடை, இரும்புப் பட்டறை, சமையற்காரன், திருடன், பூட்டு சரிசெய்கின்றவன். பழக்கடைக்காரன். பிச்சைக்காரன், துணிக்கடையாள். மீன்பிடிப்பவன், ரயில்ரோட்டு போடுகின்றவன் உப்புக் காய்ச்சுகின்றவன் என்று முப்பதுக்கும் மேற்பட்ட வேலைகளைச் செய்திருக்கிறார். அத்தனையும் அடித்தட்டு உலகைச் சேர்ந்தவை.

ஆகவே அவரது கதையுலகம் பெரும்பாலும் எளிய மனிதர்களின் தினசரி வாழ்வையே பேசுகின்றது. மாக்சிம் கார்க்கி ஒரு தேர்ந்த கதைசொல்லி. ஜிப்சிகளைப் போல அவர் அறிந்த உலகை கதைகளின் வழியே பகிர்ந்து கொள்கிறார்.

வறுமையால் பல்கலைக்கழகத்தில் சேர்ந்து படிக்க முடியாமல் போன கார்க்கி தானே இலக்கியங்களைக் கற்றுக் கொண்டார். எழுதவும் துவங்கினார். எழுத்தாளனாக விரும்பிய முயற்சிகளுக்கு ஆரம்ப நாட்களில் பெரிய வரவேற்பு கிடைக்கவேயில்லை. மனம் உடைந்து ஒரு முறை தற்கொலை முயற்சிகூட செய்து பார்த்தார். ஆனால்

பிழைத்துக் கொண்டார். ஒவ்வொரு மனிதனின் பிறப்பிற்கும் ஏதோவொரு உயர்வான காரணமிருக்கிறது என்பதை அன்று தான் உண்மையாக உணரத் துவங்கினேன் எனும் கார்க்கி, தொடர்ந்து தனது வாழ்க்கை அனுபவங்களைக் கதைகளாக எழுதத் துவங்கினார்.

அத்தோடு வேலை தேடி ருஷ்யா முழுவதும் தொடர்ந்து சுற்றியலைந்து கொண்டுமிருந்தார். கசாக்கிய கிராமம் ஒன்றில் சில மாதங்கள் கூலித் தொழிலாளியாகப் பணியாற்றினார். மால்டா பிரதேசத்தின் விவசாயப் பண்ணையில் வேலை செய்திருக்கிறார். அந்த நாட்களில்தான் ஜிப்சிகள் மற்றும் நாடோடி இனக்குழுவினர்களுடன் நேரடியான பரிச்சயமும் அனுபவங்களும் ஏற்பட்டிருக்கின்றன. ரஷ்யப் புரட்சி காலத்தில் நேரடியான அரசியல் மாற்றங்களுடன் தொடர்பு கொண்டதால் அவர் கைது செய்யப்படும் சூழல் உருவானது. புரட்சிக்கான நிதி திரட்டுவதற்காக அவர் வெளிநாட்டுப் பயணங்களை மேற்கொண்டார்.

கார்க்கியின் எழுத்து பெரிதும் சமூக அக்கறை சார்ந்ததாகவே இருந்தது. ஸ்டாலின் அரசால் அரசியல் காரணங்களுக்காக எழுத்தாளர்கள் காரணமில்லாமல் கைது செய்யப்பட்டு சிறையில் அடைக்கப்பட்ட காலங்களில் அவர்களை விடுவிக்கச் சொல்லி கார்க்கி எழுதிய கடிதங்களைக் காணமுடிகிறது. அதில் கார்க்கிமீது அரசிற்கு இருந்த நன்மதிப்பும் அவரை ஒரு கலாச்சார நாயகன் போல ரஷ்ய மக்கள் உயர்ந்த இடத்தில் வைத்திருந்ததையும் அறிந்துகொள்ள முடிகிறது.

கார்க்கி தனது பயணத்தின் ஊடாக நிறைய காதல் அனுபவங்களைக் கொண்டிருந்தார். அவரது காதல்கதைகளை அவர் விவரித்துக் கேட்பது வேடிக்கையாக இருக்கும் என்று செகாவ் குறிப்பிடுகிறார். கார்க்கி தனது முன்னோடி படைப்பாளியாக டால்ஸ்டாயைக் குறிப்பிடுகிறார். அவரை தேடிச் சென்று சந்தித்து உரையாடியதோடு தனது பயண அனுபவங்களை விவரித்திருக்கிறார். செகாவின்மீதும் கார்க்கிக்குத் தனிப்பட்ட அன்பிருந்திருக்கிறது. இருவரும் நண்பர்களாக இருந்திருக்கிறார்கள்.

கார்க்கியின் எழுத்துகளில் தஸ்தாயெவ்ஸ்கியின் பாதிப்பு இருப்பதையும் காணமுடிகிறது.

அர்தமனோவ் நாவல் தஸ்தாயெவ்ஸ்கியின் கரமசோவ் சகோதரர்கள் போலவேதானிருக்கிறது.

கார்க்கியின் கதைகளில் அதிகம் வயதானவர்களும் குழந்தைகளுமே வருகிறார்கள். அவர்கள் தங்களது கடந்த காலத்துயரைப் பரிகாசத்துடன் பகிர்ந்து கொள்கிறார்கள். தனிமையும் புறக்கணிப்புமே பசியின் துரத்துதலால் உருவான அவமானங்களும் அவர்களது முக்கியப் பிரச்சனைகளாக இருந்தன. அன்றாட வாழ்விற்கான போராட்டத்தில் மனிதர்கள் தங்கள் சுய இயல்பை மறந்துவிடுகிறார்கள். அவர்களை ஆறுதல்படுத்தும் ஒரேயொரு அம்சம், காதல் மட்டுமே. பெண்களின் வசீகரத்தால் மட்டுமே உலகம் தன் இயல்பைக் கைவிடாமல் இருக்கிறது என்று கார்க்கியின் ஒரு கதாபாத்திரம் கூறுகிறது.

அதை நிஜமாக்குவது போல அவரது இருபத்தியாறு பேரும் ஒரு அழகியும் என்ற சிறுகதை விவரிக்கிறது. ஒரு ரொட்டிக்கடையில் வேலை செய்யும் இருபத்தியாறு இளைஞர்கள் சாலையைக் கடந்து செல்லும் ஒரு அழகியைத் தினமும் சந்திக்கிறார்கள். அவளின் வருகைக்காகக் காத்திருக்கிறார்கள். அவளை மானசீகமாகக் காதலிக்கிறார்கள். அவள் இந்தக் காதலைப்பற்றி அறிந்து கொள்ளவேயில்லை. ஆனால் கடினமான, இருட்டடைந்து மூச்சுமுட்டும் தங்கள் தினசரி உழைப்பின் நடுவில் அவர்களை ஆசுவாசப்படுத்திக் கொள்ள அந்த அழகியின் வருகை அவசியமாகிறது. அவளை ஒரு தேவதை போலவே அவர்கள் நினைக்கிறார்கள். அந்தப் பெண்ணைப் பற்றி நிறைய கனவு காண்கிறார்கள். கார்க்கியின் முக்கியமான காதல்கதையது.

அதுபோலவே அவரது நான் பயின்ற பல்கலைக்கழகம் நூலில் செருப்புக்கடையில் வேலை பார்த்தபோது ஒரு பெண் தினமும் கடைக்கு வந்து விதவிதமான செருப்புகளைத் தொட்டுப் பார்த்து ஆதங்கப்பட்டு செல்வதையும். கடைத்தெருவில் உள்ள பிச்சைக்காரர்களின் உலகைப்பற்றியும், பாலியல் தொழிலாளிகளின் இருண்ட உலகையும் பற்றி மிக நுட்பமாக எழுதியிருக்கிறார்.

ஒரு நாவலைப் படிப்பதைவிடவும் இந்தக் கட்டுரைகள் மிக சுவாரஸ்யமாக வாழ்வை அடையாளம் காட்டுகிறது. வாழ்க்கையின் அடர்த்தியை அறிந்து கொள்ள விரும்புகின்றவர்கள் அவசியம் இதை ஒரு முறை வாசிக்க வேண்டும்.

கார்க்கி கதைகளில் கதைகள் பெரும்பாலும் ஒற்றை மையம் கொண்டவையல்ல. இரண்டோ மூன்றோ கதைகள் ஒன்று சேர்ந்து ஒரு கதையை உருவாக்கியதுபோலத் தான் அவரது சிறுகதைகள் இருக்கின்றன. கதையின் தனித்துவம் அவரது கதாபாத்திரங்கள். அவர்கள் தனித்துவமானவர்கள். கார்க்கி அவர்களை சொற்களில் மிக துல்லியமாக உருவாக்கிக் காட்டிவிடக்கூடியவர்.

கார்க்கியின் கதைகளில் கிழவி இசெர்கீல் (The Old Woman Izergil) என்ற சிறுகதையைப் பலமுறை படித்திருக்கிறேன். கொண்டாடப்பட வேண்டிய ருஷ்யக் கதைகளில் ஒன்று. இந்தக் கதை வழக்கமான கார்க்கியின் கதைகளில் இருந்து பெரிதும் மாறுபட்டது.

ஆராயிரத்து ஒரு அற்புத இரவுகளில் வரும் கதை சொல்லும் பாணியில் அமைந்த சிறுகதையிது. ஒரு கதையில் துவங்கிய மற்றொரு கதைக்குச் சென்று அதன் ஊடாக சுய அனுபவம் கலக்கும் விந்தை இக்கதையில் சாத்தியமாகியுள்ளது.

பெசராபியாவில் உள்ள திராட்சைத் தோட்டத்தில் வேலை செய்த கார்க்கி அன்றாட வேலைக்குப் பிறகு தனது உரிமையாளர் கடற்கரைப் பகுதிக்கு உல்லாசமாகச் சென்றதால் திராட்சைத் தோட்டத்தில் ஒரு இரவைக் கழிக்கிறார். அவருடன் இசெர்கீல் என்ற ஒரு கிழவி துணையாக இருக்கிறாள். அவள் நீ ஏன் அந்தக் குழுவோடு நடனமாடப் போகவில்லை என்று கேட்கிறாள்.

தனக்குக் களியாட்டங்கள் பிடிக்கவில்லை என்று கார்க்கி சொன்னதும் அவள் இரவின் தனிமையைப் போக்கிக் கொள்ள தனக்குத் தெரிந்த கதைகளை அவனோடு பகிர்ந்து கொள்கிறாள். அதில் ஒன்று அவளது கதை. இசெர்கீல் கதை மூன்று மாறுபட்ட கதைகளின் தொகுப்பு. மூன்றுமே ஸ்டெப்பியில் வாழ்ந்த ஜிப்சிகளின் பூர்வகதைகளைப் போலவே சொல்லப்படுகிறது. மூன்று மாறுபட்ட

கதாபாத்திரங்களின் வழியே கார்க்கி மனித சுதந்திரத்தின் முக்கியத்துவம் மற்றும் வாழ்வின் உன்னதமான தருணங்களைக் குறித்துப் பேசுகிறார்.

பரந்துவிரிந்த ஸ்டெப்பியை இரவு மூடிக் கொண்டிருக்கிறது. அங்கே நிழல் போல இருள் அசைந்து அசைந்து போகிறது. அது வெறும் நிழல் இல்லை, லாரா தான் நடந்து போகிறான் என்று அடையாளம் காட்டுகிறாள் கிழவி. அப்படி யாரையும் தனக்குத் தெரியவில்லை. நிழல் மட்டுமே அசைந்து போகிறது என்கிறான் கதை கேட்பவன். அந்த நிழல்தான் லாரா. அவன் ஒரு சாபத்தால் இப்படி அலைந்து கொண்டேயிருக்கிறான். அவனால் நிம்மதியாக இருக்கவே முடியாது என்று உறுதியாகச் சொல்கிறாள் இசெர்கீல். யார் லாரா என்ற கேட்டதற்கு அவனைப் பற்றிய கதையைச் சொல்லத் துவங்குகிறாள்.

பல ஆயிரம் வருசத்தின் முன்பு ஒரு கழுகு வானிலிருந்து பறந்துவந்து ஸ்டெப்பியில் உள்ள அழகான இளம்பெண் ஒருத்தியைத் தூக்கிக் கொண்டு போய்விடுகிறது. அதை வீரர்கள் அம்பு எய்து தடுக்க முயன்றபோது அக்கழுகு தப்பிப் போய்விடுகிறது. அதன்பின்னால் அந்தப் பெண்ணை ஊர்க்காரர்கள் மறந்துவிடுகிறார்கள்.

இருபது வருசத்தின் பிறகு அந்தப் பெண் கழுகிற்கும் தனக்கும் பிறந்த மகனான லாராவைக் கூட்டிக் கொண்டு சொந்த ஊருக்குத் திரும்பி வருகிறாள். காலம் அவள் அழகை மாற்றவேயில்லை. தான் கழுகைத் திருமணம் செய்து கொண்டு மலையின் உச்சியில் வாழ்ந்து வந்ததாக அவள் உறவினர்களிடம் குறிப்பிடுகிறாள். லாரா கழுகின் உக்கிரமான குணங்களை, மூர்க்கத்தைக் கொண்டிருக்கிறான்.

ஸ்டெப்பியில் வாசிக்கும் தாயின் இனக்குழுவோடு லாரா சேர்ந்து வாழ மறுக்கிறான். மனம் போன போக்கில் அலைந்து கொண்டு எந்த நியாய தர்மத்திற்கும் கட்டுப்பட மறுக்கிறான். பெண்களைப் பலவந்தமாக அடைய முயற்சிப்பது, வம்புச் சண்டையிடுவது என்று அவனது குற்றங்கள் பெருகுகின்றன. அவனை எப்படித் தண்டிப்பது என்று இனமே கூடி விவாதிக்கிறது. லாரா எந்த தண்டனையாலும் திருந்திவிட மாட்டான் என்றே

நினைக்கிறார்கள். ஆகவே அவன் சாவேயில்லாமல் தனித்து அலைந்து கொண்டிருக்கட்டும் என்று விட்டுவிடுகிறார்கள்.

அதுதான் லாராவின் தண்டனை. அன்றிலிருந்து லாரா மரணமேயில்லாமல் காற்றில் தனி ஆளாக அலைந்து கொண்டேயிருக்கிறான். முடிவில்லாத தனிமையின் அடையாளமாகயிருக்கிறான் லாரா. அது அவனை வேதனைப்படுத்துகிறது. உண்மையில் லாரா சாக விரும்புகிறான். ஆனால் அது அவனால் இயலாது. ஆகவே மரணமில்லாத இருப்பை வெறுத்தபடியே ஸ்டெப்பியில் அலைந்து கொண்டிருக்கிறான் என்று அவன் கதையை சொல்கிறாள் இசெர்கீல்.

இந்தக் கதை அப்படியே மகாபாரதத்தில் வரும் அஸ்வத்தமாவின் கதையை நினைவுபடுத்துகிறது. அஸ்வத்தமா யுத்த முடிவில் இது போன்று சாவே இல்லாமல் தனித்து அலையும்படியாக சாபமிடப்படுகிறான். அவன் நேசித்த தந்தை, நண்பர்கள் என அத்தனை பேரும் இறந்து போய்விட்டார்கள். ஆனால் பாண்டவர்களின் வாரிசுகளைக் கொன்ற குற்றத்திற்காக அஸ்வத்தமா மட்டும் காலம் காலமாகக் காற்றில் அலைந்து கொண்டேயிருக்கிறான். லாராவின் இருப்பும் அஸ்வத்தமாவின் இருப்பும் ஒன்று போலவே உள்ளது.

இன்னொரு தளத்தில் ஒரு இளம்பெண்ணைக் கழுகு தூக்கிச் சென்றுவிட்டது என்பது நிஜமான கழுகு இல்லை. அது ஒரு நாடோடி இனம். கழுகு அந்த இனத்தின் அடையாளச் சின்னம். அழகான இளம்பெண்களை நாடோடி இனக்குழுவினர் தூக்கிப் போய் திருமணம் செய்து கொள்வது வழக்கம். அப்படித்தான் ஸ்டெப்பி புல்வெளியில் வாழ்ந்த ஒரு பெண்ணை ஒரு நாடோடித் தலைவன் தூக்கிக் கொண்டு போய் திருமணம் செய்து கொண்டுவிடுகிறான்.

அவனது மகன்தான் லாரா. அவன் திரும்பி வந்த போது தாயின் இனக்குழு அவனைத் தங்களோடு சேர்த்துக் கொள்ள மறுக்கிறது. அவனுக்கும் அது தனது இனமில்லை என்ற கோபமிருக்கிறது. ஆகவே அவன் அதன் சட்டதிட்டங்களை மீறி குற்றம் புரியத் துவங்குகிறான். ஆகவே தங்கள் வழிவந்த பெண்ணின் மகன் என்று அவனைக் கொல்ல

மறுத்து விட்டுவிடுகிறார்கள். லாராவை சுதந்திரமான கட்டுப்பாடற்ற மனப்போக்கின் அடையாளமாகவும் எடுத்துக் கொள்ளலாம்.

இந்த மனப்பாங்கின் இன்னொரு பிம்பம் போலவே கிழவி இசெர்கீலின் கதையிருக்கிறது. அவள் அடிமைப் பெண்களில் ஒருத்தியாகப் பிறந்தவள். ஆனால் ஒரு போதும் அவள் அடிமையாக வாழவில்லை. சுதந்திர வேட்கையில் அவள் ஒவ்வொரு இடமாக மாறிமாறி அலைவுறுகிறாள். இசெர்கீல் நிறைய ஆண்களைக் காதலித்திருக்கிறாள். ஆனால் எந்த ஆணோடும் தன்னை முழுமையாக ஒப்புக் கொடுக்கவில்லை.

ஆண்களால் முத்தமிடவும் கொஞ்சிப் பேசவும் மட்டுமே முடியும். பெரும்பான்மை ஆண்கள் தங்கள் சுயநலத்திற்காகவே பெண்களைக் காதலிக்கிறார்கள், அதற்கு உடலின்பமே முக்கிய காரணம். தன்னைக் காதலித்த போலந்தைச் சேர்ந்த ஒருவன் காதல் வசப்பட்டபோது இனிமையான சொற்களைப் பேசுவான். அதுவே உடல் உறவு முடிந்த பிறகு வாய்கூசாமல் திட்டுவான். அவன் ஒரு கோழை. ஆனால் வீரமானவன் போல கத்துவான் என்கிறாள்.

அவனை ஒரு நாள் இசெர்கீல் மிரட்டி ஆற்றில் தள்ளிவிட்டு அவன் தத்தளிப்பதை வேடிக்கை பார்க்கிறாள். அவன் பயத்தில் அலறிக் கத்துகிறான். அது அவளுக்குச் சந்தோஷம் தருகிறது. தனது காதலைத் தானே பெரும்பாலும் முறித்துக் கொண்டுவிடுவேன் எனும் இசெர்கீல் அப்படிப் பிரிந்த காதலர்களை மீண்டும் ஒருபோதும் சந்திப்பதேயில்லை. அது செத்த பிணத்தை மறுபடி காண்பதை ஒத்தது என்று கூறுகிறாள். அவளை ஒருமுறை துருக்கிய பதின்வயது பையன் தீவிரமாகக் காதலித்தான். அவன்மீது அவளுக்குப் பரிதாபம் உருவானது. அவன் அழகாக இருந்தான். ஆகவே அவனைச் சில காலம் இசெர்கீல் காதலிக்கிறாள். அதுவும் ஒரு நாளில் முறிந்து போகிறது. அதற்கு இசெர்கீல் சொல்லும் உதாரணம் முக்கியமானது. இளஞ் செடி அதிகமான சூரிய வெப்பத்தைத் தாங்கமுடியாமல் சுருண்டு வதங்கிவிடுவதைப் போல தனது காதலைத் தாங்க முடியாமல் அவன் முறிந்துவிட்டான் என்கிறாள்.

இசெர்கீலின் காதல் அனுபவங்கள் கார்க்கியின் இளம்பருவத்தின் சாட்சி போலவே இருக்கிறது. அத்தனை காதலுக்குப் பின்னும் முதிய வயதில் இசெர்கீல் தனியாக வாழ்கிறாள். இன்று அவளோடு எந்த ஆணும் இல்லை. இப்போது அவள் யாரையும் நேசிக்கவும் இல்லை. லாராவின் மறுபிம்பம் போல இசெர்கீலும் இருக்கிறாள். தனிமையின் தீவிர மனப்பாங்குதான் இருவரின் பொது அடையாளம்.

மூன்றாவது கதை ஸ்டெப்பி இனமக்களை வழிநடத்திச் சென்ற டாங்கோ என்ற நாயகனின் கதை. ஸ்டெப்பி இனமக்கள் நெடுங்காலத்தின் முன்பு அடர்ந்த காட்டிற்குள் வாழ்ந்துவந்தனர். ஒரு சமயம் காட்டில் வாழமுடியாத நெருக்கடியான சூழல் உருவாகவே காட்டில் இருந்து மக்கள் வெளியேற நினைத்தனர். ஆனால் அடர்ந்த காட்டிலிருந்து அவர்களால் வெளியேறிச் செல்ல வழி தெரியவில்லை. ஒரு பக்கம் எதிரிகள். மறுபக்கம் புதைகுழி, மற்றும் அடர்ந்த புதர்வழிகள். அவர்களைத் தான் வழிநடத்திச் செல்வதாகச் சொன்ன டாங்கோ தனது இதயத்தை அறுத்துக் கையில் ஏந்தி அதன் வெளிச்சத்தில் அவர்களை நடத்திக் கூட்டிக் கொண்டு சென்றான் என்கிறது பழங்கதை.

அதையே இசெர்கீலும் நினைவு கொள்கிறாள். அப்படி அவர்கள் நடந்து சென்றதன் அடையாளமாகவே இப்போதும் இரவில் மின்மினி போல வெளிச்சம் ஊர்ந்து போகிறது என்கிறாள்.

டாங்கோ சுதந்திரமான மனப்போக்கின் தூய்மையான அடையாளம் போலிருக்கிறான். மக்களை வழிந த்துகிறான். அவ்வகையில் அவன் லாராவின் எதிர்உருவம்.

கதைகளைக் கேட்டு முடித்த பிறகு இசெர்கீலை கதைகேட்டவன் வியப்போடு பார்த்துக்காண்டிருக்கிறான். இந்தக் கிழவிக்குள் இது போல இன்னும் எவ்வளவு கதைகள் இருக்கும் என்று நினைத்துவியப்படைகிறான்.

கதையின் ஆதாரப்புள்ளி அன்பிற்கான தேடுதல் அதில் அடையும் ஏமாற்றங்களே. ஸ்டெப்பியின் தனிமையான இரவுதான் அவர்கள் கதை கேட்பதற்கான முக்கிய காரணம்.

கிழவி இசெர்கீல் நெடுநாட்களாகத் தனித்துவாழ்கிறாள். நினைவுகள் மட்டுமே அவளுக்குத் துணை. அவள் கடந்த

காலத்தில் இருந்து தன்னை மீட்டுக் கொள்ளவேயில்லை. ஆகவே அவளுக்கு நடந்தச் சம்பவங்கள் யாவும் இப்போதும் அரூபமாகத் தன்னைச் சுற்றி அலைந்து கொண்டிருப்பதாகத் தோன்றுகிறது.

இசெர்கீல் கதைகளின் தாய் போலவே இருக்கிறாள். நமது புராதன நினைவுகள் மறுபடி மறுபடி சொல்லப்பட்டுக் கொண்டேயிருக்கின்றன. மனிதர்கள் கதைகளின் வழியாகவே கடந்தகாலத்தை அதிகம் அறிந்து கொள்கிறார்கள் என்கிறாள்.

மூன்று மாறுபட்ட கதாபாத்திரங்களின் வழியாக ருஷ்யாவின் கட்டுப்பாடற்ற ஆன்மாவே இக்கதைப் வெளிப்படுகிறது.

கார்க்கி இக்கதையை ஜிப்சிகளின் கதைப்பாடல் போன்ற மொழியிலே எழுதியிருக்கிறார். தன் அழகைப் பற்றிச் சொல்லும் போது இசெர்கீல் சொல்லும் உவமைகள் அற்புதமானவை.

கிழவி இசெர்கீலின் மாற்றுவடிவம் போலவே தாய் நாவலில் வரும் பாவெலின் தாய் சித்தரிக்கப்பட்டிருக்கிறாள்.

ஸ்டெப்பியின் ஊடாக மினுமினுக்கும் வெளிச்சம் போல ருஷ்ய சிறுகதைப் பரப்பில் கார்க்கியின் இசெர்கீல் எப்போதும் ஒளிர்ந்து கொண்டேதானிருக்கிறது.

17
பனித்துளிகளைச் சேகரிப்பவள்

இலக்கியத்தில் பதிவான சில சித்திரங்களை வாழ்நாளில் நாம் மறக்கமுடியாது. முதன்முறையாக வாசிக்கும்போது அடைந்த சந்தோஷத்தை இன்று வாசிக்கும்போதும் அந்த வரிகள் தருகின்றன.

பனித்துளிகளைச் சேகரித்து வந்து அந்தப் பனிநீரால் முகத்தைக் கழுவிக் கொண்டால் அழகி ஆகிவிடுவாள் என நினைத்து ஒரு பேதைப் பெண் பனித்துளிகளைச் சேகரிக்கச் செல்லும் பாஸீ அலீயெவா Fazu Aliyeva நாவலில் வரும் அந்தக் காட்சி எத்தனை அற்புதமாக எழுதப்பட்டிருக்கிறது.

இவ்வளவு அழகான ஒரு நாவலைத் தமிழில் மொழியாக்கம் செய்த பூ. சோமசுந்தரம் மிகுந்த பாராட்டிற்குரியவர்.

ஏன் இந்த நாவலைத் தமிழ் இலக்கிய உலகம் கொண்டாடவில்லை. கவனப்படுத்தவேயில்லை. நான் நாலைந்து முறை இந்நாவலைப் பற்றி எழுதியிருக்கிறேன். இளம்படைப்பாளிகள் இதை அவசியம் வாசிக்க வேண்டும். இந்நூல் தற்போது அச்சில் இல்லை என்கிறார்கள். ஒருவேளை நூலகத்தில் கிடைக்கக் கூடும்.

வாசிக்கக் கிடைக்காத நூல்களைத் தேடி நானும் கோணங்கியும் எங்கெங்கோ சுற்றியிருக்கிறோம். நூலகத்திலே அமர்ந்து படிக்க மட்டுமே கிடைக்கும் என்ற சூழலில் நாட்கணக்கில் நூலகத்திற்குச் சென்று வாசித்திருக்கிறோம். இன்று வீடு தேடிப் புத்தகங்கள் வந்து சேருகின்றன. ஆனால் எதை வாசிப்பது, கிடைக்காத புத்தகங்களை எப்படிக் கண்டறிவது எனப் பலருக்கும் தெரியவில்லை.

பாஸீ அலீயெவா தாகெஸ்தானின் ஒரு மலைக் கிராமத்தில் பிறந்தவர், தனது 11 வயதில் தனது முதல் கவிதையை எழுதினார். அது பள்ளி நாளிதழில் வெளியானது. அன்றிலிருந்து அவள் கனவு காணத்துவங்கினாள்.

அவருக்கு ரஷ்ய மொழி தெரியாது. தானே அதைக் கற்றுக் கொண்டார்.

அவருக்குப் பிடித்தமான கலைஞர் யாரெனக்கேட்டபோது மைக்கேலேஞ்சலோ என்று பதில் சொன்னார்.. அத்தோடு, என்றாவது ஒருநாள் இத்தாலிக்குச் சென்று, டேவிட் சிற்பத்தைப் பார்த்து, சிலையின் நரம்புகளில் உண்மையான ரத்தம் ஓடுகிறதா என்பதைக் கண்டறிய விரும்புவதாகச் சொன்னார்.

பின்னாளில் தனது எழுத்தில் அப்படியான அபூர்வமான மனிதர்களைச் சிருஷ்டித்து அழியாப்புகழ் பெற்றார் அலீயெவா.

. . . . . .

இதெல்லாம் தொடங்கியது 1948ஆம் ஆண்டு இளவேனில் காலத்துக் காலைப் பனித்துளிகளுடன் எங்கள் அண்டை வீட்டுக் கிழவி ஹலீமாத் ஊசியில் நூல் கோத்துத் தரும்படி என்னைக் கேட்டுக்கொண்டாள். அவளுக்கு இந்த உதவியை நான் எப்போதும் உவப்புடன் செய்வேன்.

இதற்குக் கைம்மாறாக அவள் அழகின் மர்மத்தை எனக்கு அறிவித்தாள் (எங்கள் வீட்டு வராந்தாவில் மேஜை மேல் பொருத்தப்பட்டிருந்த சிறு கண்ணாடியில் நான் முகம் பார்த்துக் கொள்வதை அவள் கவனித்திருக்க வேண்டும். அவள் சொன்ன ரகசியம் இதுதான்: உராஷ் பைராம் பெருநாள் அன்று பலபலவென்று விடியும்போது ஒரு கன்னிப் பெண் புல்வெளிக்கு வந்து, தூய பீங்கான் கிண்ணத்தில் பனித்துளிகளைத் திரட்டிச் சேர்த்து, அந்தப் பனிநீரால் முகத்தைக் கழுவிக்கொண்டால் அவள் அழகி ஆகிவிடுவாள்.

இதைத் தெரிந்து கொண்ட பிறகு உராஷ் பைராம் பெருநாளுக்கு முந்திய இரவு என்னால் தூங்கவே முடியவில்லை என்பதைச் சொல்லவும் வேண்டுமா? நான் விடை கொள்ளாமல் தவிப்பதைக் கண்டு அம்மா வியப்படைந்தாள். பல்வலி என்னைத் தொல்லைப்படுத்துவதாக அவளுக்குச் சமாதானம் கூறினேன்.

வானில் விண்மீன்கள் ஒவ்வொன்றாக மறையத் தொடங்கியதுமே சிறு கிண்ணத்தை மறைத்து

வைத்துக்கொண்டு வெளியேறி மலை நடுவை அடைந்தேன். என் கண்கள் கூசின. சுற்றிலும் அழகழகாகக் கணக்கற்ற பூக்கள்! ஒவ்வொன்றின் இதழ் மகுடத்திலும் ததும்பத் ததும்ப நிறைந்த பனிநீர். நெடுநேரம் அவற்றைக் கண் குளிரப் பார்த்துக் கொண்டிருந்தேன். எனக்கு மலர்கள் மேல் இரக்கம் உண்டாயிற்று. பனிநீரை நான் வடித்துக் கொண்டால் அவற்றின் வனப்பும் தளதளப்பும் குறைந்துவிடுமே என்று தயங்கினேன். ஆனால் என் வயதுப் பெண்கள் எல்லோரையும் விட அழகி ஆகவேண்டும் என்ற விருப்பமே முடிவில் வென்றது.

நீல மலருக்கு முன் மண்டியிட்டு அதிலிருந்த பனிநீரை ஜாக்கிரதையாகக் கிண்ணத்தில் வடித்துக் கொண்டேன். திடீரென்று பக்கத்தில் பார்த்தேன். அங்கே இன்னும் பூச்செடி ஒன்று இருந்தது. ஆனால் அது கோணலாக வளர்ந்திருந்தது. அதன் அருகே, அது தழைக்கவிடாமல் தடுத்தவாறு நீட்டியிருந்தது ஒரு பெரியகல். அந்த மலர் மன வேதனையால் தலை கவிழ்ந்தது போலவும் பனிநீரை அல்ல, கண்ணீரைச் சிந்துவது போலவும் எனக்குத் தோன்றியது. கல்லைப் புரட்டி அகற்ற முயன்றேன், ஆனால் நான் முழுபலத்துடன் கல்லை ஆட்டி அசைத்துப் பெயர்த்து நகர்த்தினேன். அக்கணமே அது முன்பு கிடந்த இடத்தில் அப்பாடா என்று பெருமூச்சு விடுவது போன்ற ஓர் ஒலி எனக்குக் கேட்டது.

'குபுக்', 'குபுக்' கென்ற மெல்லிய சப்தம் உண்டாயிற்று. எழில் நிறைந்த இந்த உலகைக் கண்டு பரவசம் அடைந்த தெளிந்த விழி ஒன்று என்னை நோக்குவது போல் இருந்தது. தூயக் குளிர் நீர் மலையின் மார்பகத்தில் இருந்து பொங்கி வந்தது. பிறகு வரவர அதிகமாகக் கலகலத்துக் கொண்டு சுரந்து பெருகியது புதிய மலை காற்று. இந்தக்காட்சியைக் கண்ணாறக் காண எனக்கு வாய்த்தது. நான் வீடு திரும்பியபோது சூரியன் உயரே வந்துவிட்டது.

மலையடிவாரத்தில் என் தாயாரைக் கண்டேன். வேறொரு சமயமாயிருந்தால் அம்மாவிடமிருந்து தக்கபடி செம்மையாகக் கிடைத்திருக்கும் எனக்கு. ஆனால் இப்போது புது ஊற்று பெருகத் தொடங்கிய செய்தியைத் தூரத்திலிருந்தே அவளுக்கு அறிவித்தேன்.

"நீ என்ன வேண்டிக்கொண்டாய்?" என்று கத்தினாள் அம்மா.

"நான் என்ன வேண்டிக் கொண்டிருக்க வேண்டும்?"

"புதிய ஊற்று பொங்கத் தொடங்குவதைக் காண மிகுந்த அதிர்ஷ்டசாலிகளுக்குத்தான் வாய்க்கும் என்று நான் உன்னிடம் சொல்லவில்லையா? இப்படி வாய்ப்பது நிரம்ப அபூர்வம். புது ஊற்று பெருகுவதைக் காண் பவன் ஏதேனும் வேண்டிக்கொண்டால் அவனுடைய வேண்டுதல் பலிக்கும். இந்த வாய்ப்பை நீ நழுவ விட்டாய். வா, வேகமாகப் போவோம். அங்கே இன்னும் நேரம் கடந்துவிடவில்லையோ என்னவோ!"

அம்மாவின் அருகாக நடந்தவாறு நான் வழியில் சிந்தனை செய்தேன், என்ன வேண்டிக்கொள்வது என்று. எனக்கோ, எத்தனையோ ஆசைகள் இருந்தன. நான் அழகி ஆக வேண்டும். ஆய்ஷாத்திடம் இருப்பது போன்ற குஞ்சம் வைத்த நாகரிக நீல உடை எனக்கும் இருக்க வேண்டும். முந்தாநாள் நான் ஊற்றருகே உடைத்துவிட்ட குடத்தைப் பற்றி அம்மாவுக்குத் தெரியக்கூடாது என்று எத்தனையோ ஆசைகள். ஆனால் எல்லாவற்றையும்விடத் தீவிரமான, பெரிய ஆசை அப்பா வீட்டுக்குத் திரும்பி வர வேண்டும் என்பதுதான். அம்மா ஊற்றருகே மண்டியிட்டு. மெலிந்த கைகளை வானை நோக்கி உயர்த்தியதும் நான் கிசுகிசுத்தேன்: "ஊற்றே. என் வேண்டுதல் பலிக்கச் செய்! என் தகப்பனார் வீட்டுக்குத் திரும்பி வரட்டும்!"

"இறந்தவர்கள் 2 பிரித்து எழுவதில்லை!" என்று சொல்லி விட்டுத் தலை வணங்கி, "அல்லாவே, இந்த உலகில் போர்கள் மறுபடி மூள விடாதே! எங்கள் ஆண்களைக் காப்பாற்று!" என்று இறைஞ்சினாள். அகலத்திறந்த அவளுடைய சாம்பல் நிற விழிகளிலிருந்து பெருத்த கண்ணீர்த் துளிகள் சொட்டி பொங்கும் ஊற்றில் கலந்தன. என் நெஞ்சு பதைத்தது. அம்மா இவ்வளவு சோர்ந்து தளர்ந்ததை முன்பு ஒரு போதும் நான் கண்டதில்லை.

புல்வெட்டியின் அரிவாளுக்கு முன் இளம் புல் போல், "போர்" என்ற இந்தப் பயங்கரச் சொல்லுக்கு முன் அவள் நடுநடுங்கினாள். நான் அம்மாவைத் தழுவிக்கொண்டு அழுதேன். அன்று பகல் முழுவதும் என் மனம் நிலை

கொள்ளாமல் தவித்தது. முட்டை ஓட்டை உடைத்து விடுதலை பெறத் துடிக்கும் பறவைக் குஞ்சுபோல் நெஞ்சு படபடத்தது. ஏதோ சொல்ல ஆசை உண்டாயிற்று. என்ன என்பதுதான் எனக்கே தெரியவில்லை.

மாலையில் நான் மேஜை அருகே அமர்ந்து ஒரு கவிதையை எழுதி முடித்தேன். 'சமாதானப் பதாகை' என்று அதற்கு மகுடமிட்டேன். உடனேயே தாயாருக்கும் சகோதரிக்கும் அதைப் படித்துக் காட்டினேன். அவ்வளவுதான், என் மதிப்பு "எட்ட முடியாத உயரத்துக்கு" வளர்ந்துவிட்டது.

அம்மா தன்னுடைய வெல்வெட் உடையை எனக்குப் பொருந்தும்படி மாற்றித் தைப்பதில் முனைந்தாள் (இப்படிப்பட்ட "மேதை" பழைய சீட்டி உடை அணிந்து வளைய வருவது நாகரிகக் குறைவாக அவளுக்குப்பட்டது போலும்). மறுநாள் காலையில் நான் பள்ளிக்கூடம் செல்கையில் என் தங்கை நுத்ஸலாய் சாலையில் நிற்கக் கண்டேன். அவள் ஒரு பையனுடன் சச்சரவிட்டுக் கத்திக் கொண்டிருந்தாள்: "என் வழிக்கு வந்தாயோ, தெரியும் சேதி! என் அக்காள் கவியாக்கும்!" இடைவேளையில் மேல் வகுப்பு மாணவ மாணவிகள் என்னைச் சூழ்ந்து கொண்டார்கள். ஒரு வாரத்திற்கெல்லாம் என் கவிதை பள்ளிக்கூடச் சுவரொட்டிப் பத்திரிகையில் வெளியிடப்பட்டது.

அதன் பிறகு மலைகளில் எத்தனையோ புதிய ஊற்றுக்கள் பொங்கிப் பெருகியிருக்கின்றன. எனது எத்தனையோ கவிதைகள் பதிப்பிக்கப்பட்டுவிட்டன. ஆனால் பள்ளிக்கூடச் சுவரொட்டிப் பத்திரிகையில் என் கவிதை முதன் முதல் வெளியானபோது எனக்கு ஏற்பட்ட பேருவகையும் பெருமையும் என் நினைவில் யாவற்றிலும் பெரிதாகவும் ஒளி வீசுவதாகவும் எப்போதும் திகழும்.

(ரஷ்யப் பெண் எழுத்தாளரான பாஸீ அலீயெவா "மண்கட்டியைக் காற்று அடித்துப் போகாது" நாவலுக்கு எழுதிய முன்னுரை.)

18
இதயத்திலிருந்து எழும் குரல்

எப்போது தஸ்தாயெவ்ஸ்கிக்குத் தான் ஒரு எழுத்தாளராக வேண்டும் என்ற எண்ணம் முதன்முறையாகப் பிறந்தது என்பதைப் பற்றி Jacques Catteau புத்தகத்தில் ஒரு தகவலைப் படித்தேன்.

1837இல் பொறியியல் புகுமுக வகுப்பில் பயிலுவதற்காகத் தனது சகோதரன் மிகேலுடன் பீட்டர்ஸ்பெர்க் வந்த தஸ்தாயெவ்ஸ்கி, புஷ்கின் சண்டையிட்டுக் கொல்லப்பட்ட இடத்தைக் காணச் சென்றார். சில மாதங்களுக்கு முன்பு தான் அந்தச் சம்பவம் நடந்தேறியது. புஷ்கின்மீது தஸ்தாயெவ்ஸ்கியும் அவரது சகோதரனும் தீராத காதல் கொண்டிருந்தார்கள். ஆகவே புஷ்கின் டூயல் சண்டை செய்த இடத்தைத் தேடிச் சென்று பார்த்தார்கள்.

அந்த நாட்களில் மிகேல் நிறையக் கவிதைகள் எழுதிக் கொண்டிருந்தான். தஸ்தாயெவ்ஸ்கி தனது மனதிற்குள்ளாக ஒரு நாவலைக் கற்பனை செய்து கொண்டிருந்தார். 1839 ஆகஸ்ட் 16 தனது 17 வயதில் எழுதிய ஒரு குறிப்பில் தான் ஒரு எழுத்தாளராக வேண்டும் என்ற எண்ணத்தைத் தஸ்தாயெவ்ஸ்கி பதிவு செய்திருக்கிறார்.

நாவலாசிரியன் தன்னுடைய இதயத்திலிருந்து எழும் குரலைக் கேட்க வேண்டும். அவன் தலைக்குள் கதாபாத்திரங்கள் உலவிக் கொண்டேயிருக்க வேண்டும். அப்படி மனதிற்குள் நாவல் வளர்ந்தபிறகே அதைக் காகிதத்தில் எழுத வேண்டும் என்கிறார் தஸ்தாயெவ்ஸ்கி.

சிக்கலான கதாபாத்திரங்களின் உளவியலைக்கூடத் தஸ்தாயெவ்ஸ்கி ஒரே மூச்சில் துல்லியமாக எழுத முடிந்ததற்கு இதுவே காரணம் என்கிறார்கள்.

ஷேக்ஸ்பியர்மீது பெரும் விருப்பம் கொண்டிருந்த தஸ்தாயெவ்ஸ்கி அவரது முதல் நாவலின் கதாபாத்திரங்களை

ஷேக்ஸ்பியர் ஜாடையில் உருவாக்கியுள்ளார் என்கிறார் ஸ்டராட்ஸ்கி.

ஷேக்ஸ்பியரின் அவல உணர்வுகளை மட்டுமே தஸ்தாயெவ்ஸ்கி எடுத்துக் கொண்டார் என்றே எனக்குத் தோன்றுகிறது. நாவல் எழுதுவதற்கான தூண்டுதலை அவருக்கு உருவாக்கியது பிரெஞ்சு இலக்கியமே. அதிலும் குறிப்பாக பால்சாக். அவரது நாவல்களை விரும்பி வாசித்த தஸ்தாயெவ்ஸ்கி அவரைப் போலவே தானும் நாவல் எழுத விரும்பினார்.

கனவு நிலைப்பட்ட யதார்த்தமே தஸ்தாயெவ்ஸ்கியின் புனைவுலகம். தன் இளமையில் ஒரு நாள் நேவா ஆற்றங்கரையில் சூரியன் மறையும் காட்சியினைப் பார்த்துக் கொண்டிருந்தார். சட்டெனப் பகல் மறைந்து இருள் பரவத் துவங்கியபோது அவரது மனதில் சொல்லமுடியாத ஒரு உணர்வு பீறிட்டது. தான் இதுவரை அடையாத பேருணர்வு ஒன்று தன்னை ஆக்கிரமிப்பது போல அவர் உணர்ந்தார். அந்த நிமிஷம் அவரது உடல் அவரது கட்டுப்பாட்டில் இல்லை. இந்தத் தருணத்தின் பிறகு அவரது புற உலகம் குறித்த பார்வை மாறிவிட்டது எனலாம்.

எளிமையான எண்ணங்கள்கூட அவருக்குள் தீப்பற்றிக் கொண்டது போலத் தீவிரமான உணர்வெழுச்சியை உருவாக்கியது. ஆகவே அவர் தினசரி நிகழ்வுகளிலிருந்தே பேரனுபவங்களை உருவாக்கினார். அதுதான் தஸ்தாயெவ்ஸ்கியின் பலம் என்கிறார் ஸ்டராகோவ்.

தனக்குப் புத்தி பிசகிவிடும். தான் பித்தேறிப்போய்விடுவேன் என்று அவர் உள்ளுக்குள் பயந்து கொண்டேயிருந்தார். அது பற்றி அவரது குறிப்பிலும் காணமுடிகிறது. இந்த அச்சம் அவரது படைப்பினுள் வெளிப்பட்டது என்கிறார்கள். அவரது கதாபாத்திரங்கள் Burning Head and Weak Heart கொண்டவர்கள் என்கிறார் ஸ்டராகோவ். அது உண்மையே.

தன் இளமையில் தஸ்தாயெவ்ஸ்கி நிறைய வாசித்தார். ஆழ்ந்துவாசித்து அதிலேயே ஊறிக்கிடந்த காரணத்தால் அவருக்கு எழுத்தின் அடிப்படைகள் எளிதாகக் கைவசமாகின. தஸ்தாயெவ்ஸ்கி வீட்டிலிருந்த நூலகத்தைப் பற்றியும் அவர் படித்த புத்தகங்களின் கேட்லாக்கினையும்

காணும்போது அவர் விரிவாகப் படித்திருப்பதை அறிந்துகொள்ள முடிகிறது. பொறியியல் பயின்றபோது பௌதீகம், கணிதம், வேதியியல் மற்றும் கட்டிடக்கலை, இயந்திரவியல் என அறிவியலின் பல்துறைகளையும் ஆழ்ந்து படித்திருக்கிறார். இதன் வெளிப்பாடே அவரது படைப்பில் வெளிப்படும் அறிவியல் பார்வை மற்றும் அறிவியலின் தேவை குறித்த விவாதங்கள்.

தனது ஐரோப்பிய வாழ்க்கையின்போது உலகப் புகழ் பெற்ற சிற்பங்களையும் ஓவியங்களையும் அவர் ரசித்துப் பார்த்து வியந்திருக்கிறார். இசையில் அவருக்கு இருந்த ஈடுபாடு மிக அதிகம். இசையின் வழியேதான் தனது அகம் மீட்சியுறுகிறது என்கிறார் தஸ்தாயெவ்ஸ்கி. பீத்தோவன், மொசார்ட், லிசட், சோபின் போன்றவர்களை விரும்பிக் கேட்டிருக்கிறார். இத்தாலிய ஒபராவும் அவருக்குப் பிடித்தமானது.

அடர்ந்த இருளில்தான் சுடரின் வெளிச்சம் பிரகாசமாக இருக்கும். அது போலவே தனது கதாபாத்திரங்கள் ஒளிர்வதற்கு இருண்ட பின்புலமாக அவர்களின் வாழ்க்கை இருக்க வேண்டும் என்று விரும்பினார். கரமசோவ் சகோதரர்களில் தந்தை மோசமான மனிதராக இருப்பது தான் பிள்ளைகளின்மீது நாம் அதிகக் கவனம் கொள்வதற்கு முக்கியக் காரணம். தேவாலயத்தின் பிரம்மாண்டமான கோபுரத்தைப் போல நாவல் அண்ணாந்து பார்க்கும் படியாக உருவாக்கப்பட வேண்டும். அதே நேரம் கனவுகளும் யதார்த்தமும் ஒன்று கலந்து எழுதப்பட வேண்டும். அந்த வகையில் விக்டர் கியூகோவும் டிக்கன்சும் தனது நாவலை மிகச்சிறப்பாக உருவாக்கியிருக்கிறார்கள். அவர்களே எனது ஆதர்சங்கள் என்கிறார் தஸ்தாயெவ்ஸ்கி.

தினசரி வாழ்விற்குள் ஒரு புதிர் தன்மையும் மர்மமும் கலந்திருக்கிறது. மனிதர்களின் செயல்கள் எல்லாவற்றையும் காரணங்களால் விளக்கிவிட முடியாது. சில செயல்களைப் புரிந்து கொள்வது இயலவே இயலாது. இதையே தஸ்தாயெவ்ஸ்கி தனது படைப்புகளில் கவனம் கொள்கிறார்.

ரஸ்கோல்நிகோவ் கொலையைச் செய்வதற்கு முன்பாகத் துல்லியமாகத் திட்டமிடுகிறான். ஒத்திகை பார்க்கிறான். குறிப்பாகத் தனது வீட்டினைக் கடந்து செல்கிறவர்களின்

எண்ணிக்கையைக் கூட அவன் கணக்கெடுக்கிறான். எதற்காக இந்தக் கணக்கு. தினசரி வாழ்க்கை ஒன்றுபோலத் தோன்றினாலும் அது ஒன்று போலவே இருப்பதில்லை. ஒவ்வொரு நாளும் மாறிக் கொண்டேயிருக்கிறது. அதன் அடையாளம் போலவே வட்டிக்கடைப் பெண்ணைக் கொல்லச் சென்ற ரஸ்கோல்நிகோவ் அவளது தங்கை லிசாவெதாவையும் கொலை செய்கிறான். அது எதிர்பாராமையின் அடையாளம்.

தனது வீட்டின் ஜன்னல் வழியாகக் கடந்து செல்பவர்களின் உடைகளை ரஸ்கோல்நிகோவ் அவதானித்தபடியே இருக்கிறான். பகட்டான உடை அணிந்தவர்கள் எவருமில்லை. அது தொழிலாளர்கள் வசிக்கும் பகுதி. ஆனாலும் மற்றவர்களின் உடையைக் காணும்போது தனது தோற்றம் குறித்துக் கவலை கொள்கிறான்.

தஸ்தாயெவ்ஸ்கி துல்லியமாக அந்தப் பகுதியை விவரித்துள்ளார். அங்கு வசிக்கும் ஜெர்மானியர்கள், விளையாட்டுச் சிறுமிகள், துணிதுவைப்பவர்கள், கேரேஜ் தொழிலாளர்கள்,பரத்தைகள் எனப் பலரையும் நுணுக்கமாகச் சித்தரிக்கிறார். இதன்வழியே வாசகருக்குக் கதையின் களம் துல்லியமாகக் கண்ணுக்குத் தெரிந்துவிடுகிறது. கற்பனையான கதைப்பரப்பினை உருவாக்காமல் நிஜமான பீட்டர்ஸ்பெர்க் நகரில் தனது நாயகனை உலவ விடுகிறார் தஸ்தாயெவ்ஸ்கி. அதுதான் அவரது தனிச்சிறப்பு.

தஸ்தாயெவ்ஸ்கியின் மனைவியான அன்னா தனது நாட்குறிப்பில் தங்களுக்குத் திருமணமான புதிதில் ஒரு நாள் தஸ்தாயெவ்ஸ்கி தன்னை இடிந்து போன சுவர் ஒன்றைக் காண அழைத்துப் போனதாகவும் அது ரஸ்கோல்நிகோவ் கொலைக்குப் பின்பு பொருட்களை ஒளித்து வைத்த சுவர் என்று சொன்னதாகவும் குறிப்பிடுகிறார். நாவலின் களத்தை எவ்வளவு நுட்பமாக அறிந்து வைத்திருக்கிறார் என்பதன் அடையாளமே இந்த நிகழ்வு.

நகரமே அவரது நாவலின் மையம். கிராமிய வாழ்க்கை குறித்தோ, பண்ணையடிமைகள் பற்றியோ அவர் கவனம் கொள்ளவில்லை. அதிலும் நகரத்தில் தனக்கென அடையாளம் இல்லாமல் போனவர்களைத்தான் அவர் திரும்பத் திரும்ப எழுதியிருக்கிறார்.

கனவும் குழப்பமான எண்ணங்களும் கொண்ட அவரது நாவலின் நாயகர்கள் உலகின் குற்றங்களுக்காக வருந்துகிறார்கள். தன் தவறுகளுக்கான தண்டனையைத் தானே வழங்கிக் கொள்கிறார்கள். உலகத்தால் மட்டுமின்றி உறவுகளாலும் வஞ்சிக்கப்படும் மனிதனின் நிலையைப் பற்றியே தஸ்தாயெவ்ஸ்கி எழுதுகிறார். தனது வேதனைகளைத்தான் மனிதன் நினைவில் வைத்துக் கொள்கிறான். சந்தோஷங்களை அல்ல எனும் தஸ்தாயெவ்ஸ்கி தன்னையே ஒரு பகடையாக மாற்றி உலகோடு விளையாடுகிறார்.

what is time ? time does not exist. time is numbers .time is the relationship of being to non being - - Notebook and crime and Punishment.

என்ற அவரது வரி காலம் பற்றிய அவரது ஆழ்ந்த புரிதலின் வெளிப்பாடாகும். இந்த வரியின் மூலமே அவரது நாவல்களைப் புரிந்துகொள்ள முடியும்.

19

தஸ்தாயெவ்ஸ்கியின் ஐரோப்பியப் பயணம்

WINTER NOTES ON SUMMER IMPRESSIONS தஸ்தாயெவ்ஸ்கியின் ஐரோப்பியப் பயண அனுபவம் குறித்த நூலாகும்.

1862ஆம் ஆண்டு, தஸ்தாயெவ்ஸ்கி மேற்கு ஐரோப்பாவுக்குப் பயணம் சென்றார். அப்போது அவருக்கு வயது 41. சைபீரியாவில் சிறைத்தண்டனையை அனுபவித்துவிட்டு பீட்டர்ஸ்பெர்க் திரும்பியிருந்தார். மிகுந்த மனச்சோர்வும் உடல் வேதனையும் கொண்டிருந்த அவர் அதிலிருந்து விடுபட வேண்டி நீண்ட பயணத்தை மேற்கொள்ள விரும்பினார். இதுவே அவரது முதல் வெளிநாட்டுப் பயணமாகும்.

7 ஜூன் 1862இல் பயணத்தினை மேற்கொண்டார். இதில், கொலோன், பெர்லின், டிரெஸ்டன், வைஸ்பேடன், பெல்ஜியம் மற்றும் பாரீஸ் ஆகிய இடங்களுக்குச் சென்றார். லண்டனில், அவர் ஹெர்சன் என்ற பத்திரிகையாளரைச் சந்தித்து அவருடன் ஒரு வார காலம் தங்கினார். பின்பு நிக்கோலே ஸ்ட்ராக்கோவுடன் இணைந்து சுவிட்சர்லாந்து வழியாகவும், டுரின், லிவோர்னோ மற்றும் புளோரான்ஸ் உள்ளிட்ட வட இத்தாலிய நகரங்கள் வழியாகவும் பயணம் செய்தார்.

இந்தப் பயணத்தில் அவர் ஒரு மாதகாலத்திற்கும் மேலாக பாரீஸ் நகரில் தங்கியிருந்தார். லண்டன் நகரம் அளவிற்கு அவருக்கு பாரீஸ் பிடிக்கவில்லை. லண்டனின் அழகை வியந்து எழுதியிருக்கிறார்.

ஐரோப்பிய வாழ்க்கை மற்றும் பண்பாடு ரஷ்ய மேல்தட்டு வர்க்கத்தில் ஏற்படுத்திய பாதிப்பு மிக அதிகம். தான் படித்த புத்தகங்கள் வழியாகவே அவர் ஐரோப்பியா குறித்த எண்ணங்களை உருவாக்கியிருந்தார். இந்த எண்ணங்கள் சரியானதே என்பதை அவரது

பயணம் உறுதிப்படுத்தியது. எதற்காக ரஷ்யர்கள் தங்களது சொந்தப் பண்பாட்டினை விட்டு இப்படி ஐரோப்பிய மோகம் கொண்டு அலைகிறார்கள் என்ற கேள்வியை தஸ்தாயெவ்ஸ்கி தொடர்ந்து எழுப்புகிறார்.

பயண அனுபவத்தை விவரிக்கும் ஒன்பது கட்டுரைகள் கொண்ட நூல் என்றபோதும் இதில் பயணியின் கண்ணோட்டத்தில் புகழ்பெற்ற இடங்கள், கலைக்கூடங்கள், வரலாற்றுச் சின்னங்கள் பற்றி எதுவும் எழுதப்படவில்லை. உண்மையில் தனது புனைகதை போலவே இதிலும் தஸ்தாயெவ்ஸ்கி தானே கேள்விகளை எழுப்பித் தானே பதிலைக் கண்டுபிடிக்கிறார் அல்லது குறிப்பிட்ட சமூக வெளிப்பாட்டினை ஆராய்ந்து விவாதிக்கிறார். ரஷ்ய இலக்கியம் மற்றும் ஆளுமைகளின் நினைவுகளுடன் அவரது பயணத்தில் கண்ட அனுபவங்களும் ஒன்று சேர்ந்திருக்கின்றன.

பொதுவாக உல்லாசப் பயணிகள் தான் செல்லும் நகரிலுள்ள புகழ்மிக்க இடங்களைக் காணுவது வழக்கம். லண்டனுக்குச் செல்பவர்கள் அவசியம் St Paul தேவாலயத்திற்குச் செல்வார்கள். ஆனால் தான் லண்டனில் ஒரு வாரம் இருந்தபோது அந்தத் தேவாலயத்திற்குப் போக விரும்பவில்லை என்கிறார். காரணம், அவர் ஒரு உல்லாசப்பயணியில்லை. உண்மையில் அவர் என்ன தேடுகிறார், பயணத்தின் வழியே எதைக் கண்டறிந்தார் என்ற விசாரணையைத் தனக்குத் தானே தஸ்தாயெவ்ஸ்கி நிகழ்த்திக் கொள்கிறார்.

கட்டுரையின் ஊடாக நிஜமான உரையாடல்கள் எழுதப்பட்டிருக்கின்றன. அப்படி எழுதுவது அந்த நாளில் புதுமையானது.

அவரது புனைகதைகளில் காணப்படும் மொழியின் அடர்த்தியும் கவித்துவ வெளிப்பாடும் இதில் கிடையாது. பத்திரிகை மொழியில்தான் எழுதியிருக்கிறார். ஆனால் பின்னாளில் தஸ்தாயெவ்ஸ்கியின் படைப்புகளில் மையம் கொண்ட சமூகப்பார்வைகள், அரசியல், சமயப் பிரச்சனைகள் இங்கே முளைவிடுவதைக் காணமுடிகிறது.

ரஷ்யப் பண்பாட்டின்மீது ஐரோப்பா செலுத்திய ஆதிக்கம் மிகப்பெரியது. ரஷ்யப் பிரபுக்கள் வீட்டிலும் விருந்திலும் பிரெஞ்சு மற்றும் ஜெர்மனியே பேசினார்கள்.

ஐரோப்பிய இலக்கியங்கள். இசை, நாடகம், உடை இவையே ரஷ்யாவில் புகழ்பெற்று விளங்கின. ஜெர்மன் இசை ஆசிரியர்களிடம் இசை கற்றுக் கொண்டார்கள். மேல்மட்டத்தில் ரஷ்யத்தன்னமையைப் புறக்கணிப்பது மேலோங்கியிருந்தது. இதனாலே அவர்கள் புஷ்கினைப் புறந்தள்ளினார்கள்.

இந்த விஷயத்தைத் தனது பயண அனுபவத்தின் ஊடாக தஸ்தாயெவ்ஸ்கி கேள்வி கேட்கிறார்.

தஸ்தாயெவ்ஸ்கி ஒரு வாரம் லண்டனிலும், மூன்று பாரீஸிலும் கழித்தார்; இந்த நகரங்களில் அவருக்குக் கிடைத்த அனுபவங்களை அவரே ஒப்பீடு செய்கிறார். பாரீஸ் நகரில் வசித்தபோது நடந்த ஒரு நிகழ்வைக் குறிப்பிடும் தஸ்தாயெவ்ஸ்கி ரயிலில் வெளிநாட்டுப் பயணிகளைப் போலீஸ் ரகசியமாகக் கண்காணிப்புச் செய்தார்கள் என்று எழுதுகிறார். இது போலவே அவர் தங்கியிருந்த விடுதி உரிமையாளர் அவரது உயரம், தலைமுடியின் நிறம், கண்களின் நிறம் மற்றும் அவரது வருகையின் நோக்கம் உள்ளிட்ட அத்தனையும் விசாரணை செய்து பதிவேட்டில் பதிந்து கொண்டார் என்பதையும் அரசாங்கத்தின் கண்காணிப்பு அதிகமிருந்தது சங்கடத்தை உருவாக்கியதாகச் சொல்கிறார்.

ஆனால் லண்டனில் இது போன்ற அனுபவம் எதுவும் ஏற்படவில்லை. பாரீஸை விடவும் லண்டன் உயிர்ப்புடன் இயங்குகிறது. இரண்டு நகரங்களிலும் ஏழைகள் மிகவும் கஷ்டப்படுகிறார்கள். பணக்காரர்கள் உல்லாசமாக வாழுகிறார்கள். ரஷ்யாவைப் போலின்றி இளம் பெண்கள் சுதந்திரமாக பாரீஸ் வீதிகளில் நடந்து போகிறார்கள். இரவில் பயமின்றித் தனித்துச் செல்கிறார்கள். இது ரஷ்யாவில் சாத்தியமில்லை என்று குறிப்பிடுகிறார். ஆனால் திருமண விஷயத்தில் பாரீஸில் வசிப்பவர்கள் மணப்பெண்ணின் வங்கிக் கணக்கும் மணமகன் வங்கிக் கணக்கும் சமமாக இருக்க வேண்டும் என்று நினைக்கிறார்கள். ஏற்றத் தாழ்வு இருந்தால் அந்தத் திருமணம் நடைபெறுவது எளிதில்லை என்கிறார்கள். பிரெஞ்சுக்காரர்களின் சிறப்பான பண்பாக இருப்பது பாசாங்குத்தனம் என்று தஸ்தாயெவ்ஸ்கி குறிப்பிடுகிறார்.

தஸ்தாயெவ்ஸ்கி ஜெர்மனி வழியாகப் பயணம் செய்தார். அவர் ஒரேயொரு நாள் பெர்லினில் தங்கினார். அவரை அந்த நகரம் கவரவில்லை. அது பீட்டர்ஸ்பெர்க் போலவே இருக்கிறது. அதே நீண்ட வீதிகள். அதே வாசனை. எந்த நகரை விட்டு தப்பிவந்தேனோ அதே நகருக்குத் திரும்பி விட்டது போலிருந்தது என்று எழுதுகிறார்.

கொலோன் நகரில் உள்ள புதிய பாலத்தைப் பற்றி ஊரே பெருமை பேசுவதைக் கண்டு அவர் எரிச்சலடைந்தார். அதிலும் வெளிநாட்டுக்காரர்களுக்கு மட்டும் பாலத்தைக் கடக்கக் கட்டணம் வசூலிக்கப்படுவதைப் பற்றிக் கண்டித்து எழுதியிருக்கிறார். இந்தக் கட்டுரைகளை தஸ்தாயெவ்ஸ்கி உரையாடுவது போன்ற ஒரு தொனியிலே எழுதியிருக்கிறார்.

இலக்கிய விஷயங்களை எழுதிவிட்டு இதற்கும் தனது பயணத்திற்கும் ஒரு தொடர்புமில்லை. ஆனால் இந்த நினைவுகளை விட்டு எப்படிப் பயண அனுபவத்தைப் பேச முடியும் என்று வாசகரை நோக்கி நேரடியாகக் கேட்கிறார். அத்துடன் ஒரு உல்லாசப்பயணி போலச் சுவாரஸ்யமாக, மிகத் துல்லியமான தகவல்களைத் தர தன்னால் முடியாது என்று ஒப்புக்கொள்கிறார்.

தனது கல்லூரி படிப்பின்போது கட்டிடக்கலை பயின்றவர் என்பதால் தஸ்தாயெவ்ஸ்கி தேவாலயத்தின் வரைபடங்களைப் பாடமாக வரைந்திருக்கிறார். நேரில் புகழ்பெற்ற தேவாலயத்தைக் காணும்போது அது மிகப்பெரிய பேப்பர் வெயிட் போலத் தோன்றியதாகச் சொல்கிறார். அப்படித் தோன்றியதற்குக் காரணம், சலிப்பான தனது மனநிலை மற்றும் அலுப்பூட்டும் நீண்ட தூரப்பயணம் எனும் தஸ்தாயெவ்ஸ்கி திரும்பிச் செல்லும் வழியில் எத்தனை அழகாகத் தோற்றம் கொண்டிருக்கிறது என்று தேவாலயத்தை வியந்தும் போற்றுகிறார்.

அவரது நாவலில் வரும் நாயகர்கள் போலவே பயணத்திலும் பதற்றமும் குழப்பமும் சுயபரிசோதனை செய்து கொள்ளும் மனிதராகவே தஸ்தாயெவ்ஸ்கி வெளிப்படுகிறார்.

வார இறுதி நாட்களில் லண்டனின் வீதிகள் உழைக்கும் மக்களால் நிரம்பி வழிகிறது என்பதைக் கண்டு தஸ்தாயெவ்ஸ்கி வியப்படைகிறார். எல்லாப்

பிரெஞ்சுக்காரர்களும் கச்சிதமான உடற்கட்டு கொண்டிருக்கிறார்கள், உல்லாசமாக வாழ விரும்புகிறார்கள், இனிப்பாகப் பேசி எந்தப் பொருளையும் உங்கள் தலையில் கட்டிவிடுவார்கள். சுதந்திரமான நகரமாக பாரீஸினை உணரவில்லை என்றும் குறிப்பிடுகிறார். டால்ஸ்டாய் தனது பயணத்திலும் இது போன்ற அபிப்ராயத்தையே பதிவு செய்திருக்கிறார்.

இந்தப் பயணம் தஸ்தாயெவ்ஸ்கிக்கு ஐரோப்பாவின் சிறப்புகளை அறிந்துகொள்ளச் செய்ததை விடவும் ரஷ்யாவினைப் புரிந்து கொள்ளவும் ரஷ்யர்கள் ஏன் இப்படி அந்நியமோகம் கொண்டிருக்கிறார்கள், ரஷ்யாவின் ஆன்மாவை ஏன் எவரும் புரிந்து கொள்ளவில்லை என்பது குறித்து அதிகம் யோசிக்கச் செய்திருக்கிறது.

தஸ்தாயெவ்ஸ்கியின் நாவல்களைப் போல இந்தக் கட்டுரைத் தொகுப்பு புகழ்பெறவில்லை.

தஸ்தாயெவ்ஸ்கி காலத்தில் இப்படி வெளிநாட்டுப் பயண அனுபவங்களை எழுதுவது விரும்பி படிக்கப்படும் விஷயம் என்பதாலே இந்தக் கட்டுரைகளை எழுதியிருக்கிறார்.

எந்த ஒரு தேசத்தையும் சில நாட்கள் கண்ணில் பார்த்துவிட்டு எழுதிவிட முடியாது. அது ஒரு பருந்துப் பார்வையில் நாம்பெற்ற அனுபவத்தை மட்டுமே பதிவு செய்வதாக இருக்கும். அப்படியான ஒரு முயற்சியாகவே இதை எழுதுகிறேன் என்று தஸ்தாயெவ்ஸ்கி தனது அறிமுகவுரையிலே குறிப்பிடுகிறார்.

கையில் குறைவான பணத்துடன். இரண்டாம் தரமான விடுதிகளில் தங்கிக் கொண்டு போலீஸ் எங்கே சந்தேகப்பட்டுக் கைது செய்துவிடுவார்களோ என்ற மறைமுக அச்சத்துடன், தெரிந்த நண்பர்கள் உதவியோடு ஐரோப்பாவினுள் பயணம் செய்திருக்கிறார். பீட்டர்ஸ்பெர்க்கை விட்டு நீங்கி வெளிநாடு போயிருந்தபோதும் அவரது மனதிலிருந்து அந்த நகரம் விலகிப்போகவில்லை. அதன் சாயல்களைப் பல இடங்களில் காணுகிறார். இரண்டு மாதங்களுக்கும் மேலான இந்தப் பயணத்தில் எங்கும் அவர் மகிழ்ச்சி அடையவில்லை. மிகுந்த உற்சாகமாக நடந்து கொள்ளவில்லை. மறக்கமுடியாத அனுபவம் எதையும் பெறவில்லை.

இன்று அதே ஐரோப்பிய நகரங்களில் தஸ்தாயெவ்ஸ்கி மாபெரும் ஆளுமையாகக் கொண்டாடப்படுகிறார். ஆனால் அன்று அடையாளம் தெரியாத ஒரு நபராக நிழலைப் போல அலைந்து திரிந்திருக்கிறார்.

பணம் உள்ளவர்கள் ஒரு நகரைக் காணுவதும் பணமில்லாதவன் ஒரு நகரைக் காணுவதும் ஒன்றில்லை என்கிறார் தஸ்தாயெவ்ஸ்கி. அது என்றைக்கும் உண்மையான விஷயம்.

20
ரஸ்கோல்நிகோவின் ட்வீட்

உலகம் முழுவதும் தஸ்தாயெவ்ஸ்கியை எப்படி எல்லாம் படிக்கிறார்கள், எப்படி எல்லாம் கொண்டாடுகிறார்கள் என்பது வியப்பளிக்கிறது.

1866இல் குற்றமும் தண்டனையும் (Crime and Punishment) நாவல் தொடராக 12 மாதங்கள் வெளியானது. பின்பு 1867இல் அந்த நாவல் முழுமையான ஒரே நூலாக வெளியானது. அன்று முதல் இன்றுவரை எவ்வளவு பிரதிகள் இந்த நாவல் விற்றுள்ளது என்று துல்லியமாக எவராலும் சொல்ல முடியாது. நூற்றுக்கும் மேற்பட்ட மொழிகளில் வெளியாகியிருக்கிறது.

1867 முதல் 2021 வரை எத்தனை தலைமுறை அந்த நாவலை வாசித்திருக்கிறது என்று நீங்களே கணக்கிட்டுக் கொள்ளுங்கள்.

குற்றமும் தண்டனையும் தொடராக வெளிவந்து கொண்டிருந்த நாட்களில் தான் டால்ஸ்டாயின் போரும் அமைதியும் நாவலும் தொடராக வெளிவந்தது என்பது குறிப்பிடத்தக்கது.

1885இல் முதல் ஆங்கில மொழியாக்கம் வெளியானது. அதன்பிறகு இன்று வரை பதினைந்து வேறுவேறு மொழிபெயர்ப்புகள் வெளிவந்துள்ளன. இதுமட்டுமின்றி 25 முறை திரைப்படமாக வெளியாகியிருக்கிறது. மேடை நாடகமாகவும், இசைநாடகமாகவும் இதனை நிகழ்த்தியிருக்கிறார்கள். காமிக்ஸ் புத்தகம் துவங்கி தற்போதைய கிராபிக் நாவல் வரை உருமாற்றம் கொண்டிருக்கிறது.

நூற்றுக்கும் மேற்பட்ட பல்கலைக்கழகங்களில் பாடமாகக் கற்பிக்கப்பட்டிருக்கிறது. இந்த நாவலை ஆய்வு செய்து பட்டம் பெற்றவர்களின் எண்ணிக்கை 3127 என்கிறது ஒரு புள்ளிவிவரம். இத்தனை பேர் இந்த

நாவலைப் பற்றி ஆராய்ந்து டாக்டர் பட்டம் உள்ளிட்ட பல்வேறு பட்டங்களைப் பெற்றிருக்கிறார்கள். உலகின் மிகச்சிறந்த புத்தகப் பட்டியலில் சிறந்த ஐம்பது நூல்களில் ஒன்றாக இடம்பெற்றிருக்கிறது. உலகம் முழுவதும் சேர்ந்து ஒவ்வொரு ஆண்டும் குறைந்தபட்சம் ஐந்து லட்சம் பிரதிகள் விற்பனையாகிறது என்கிறார்கள்

செப்டம்பர் 1865இல் ஃபியோதர் தஸ்தாயெவ்ஸ்கி ஜெர்மனியின் வைஸ்பேடனில் தங்கியிருந்தபோது அவரால் அறைக்கான வாடகையைத் தர முடியவில்லை. சூதாட்டத்தில் ஈடுபட்டுத் தனது பணம் முழுவதையும் இழந்திருந்தார். சூதாட்ட வெறி அவரை ஆட்டுவித்தது. இதைப்பற்றிச் சூதாடி என்ற நாவலில் மிக அழகாக எழுதியிருக்கிறார்.

தனது வீட்டு உரிமையாளருக்குத் தர வேண்டிய பாக்கி அதிகமாகிவிட்டதால் தனக்கு முன்பணம் அனுப்பித் தரமுடியுமா என ரஷ்ய ஹெரால்டின் ஆசிரியரான மிகைல் கட்கோவுக்கு ஒரு கடிதம் எழுதினார்.

அதில் தான் ஒரு புதிய நாவலை எழுதத் திட்டமிட்டுள்ளதால் அந்த நாவலுக்கான முன்தொகையாக 300 ரூபிள் தந்து உதவும்படி கேட்டுக் கொண்டிருந்தார். குறிப்பிட்ட காலக்கெடுவிற்குள் கைப்பிரதியை அனுப்பி வைக்கவேண்டும் என்ற நிபந்தனையோடு மிகைல் கட்கோவ் முன்பணம் அனுப்பி வைத்தார். அப்படிக் கடனை தீர்ப்பதற்காகப் பெற்ற பணத்திற்காக எழுதிய நாவல்தான் குற்றமும் தண்டனையும்.

நாவல் தொடராக வெளியான நாட்களில் இளைஞர்கள் இதைக் கொண்டாடினார்கள். இன்றும் உலகெங்கும் இளைஞர்கள் இந்த நாவலைக் கொண்டாடுகிறார்கள்.

1881 ஆம் ஆண்டு ரஷ்யாவில் அலெக்சாண்டர் மிமி படுகொலை செய்யப்பட்டார். இந்த நிகழ்வு தஸ்தாயெவ்ஸ்கியின் நாவலில் வரும் கொலையின் சாயலிலிருந்த காரணத்தால் தஸ்தாயெவ்ஸ்கியின் தீர்க்கதரிசனம் முன்னதாகவே வெளிப்பட்டதாக வாசகர்கள் கருதினார்கள்.

இந்த 155 ஆண்டுகளில் உலகில் எத்தனையோ விஷயங்கள் மாறியிருக்கின்றன. ரஷ்யாவில் புரட்சி ஏற்பட்டது. சோவியத்

யூனியன் உருவாகி வளர்ந்து முடிவில் அது உடைந்தும் போய்விட்டது. உலகில் இரண்டு பெரிய யுத்தங்கள் நடந்து முடிந்திருக்கின்றன. புதிய தொழில்நுட்பத்தின் வருகை, நகரமயமாக்கம், மக்கள்தொகை பெருக்கம் என எவ்வளவோ மாற்றங்கள். அத்தனையும் தாண்டி இந்த நாவல் தொடர்ந்து வாசிக்கப்படுகிறது, கொண்டாடப்படுகிறது.

குற்றமும் தண்டனையும் நாவல் வெளியாகி 150 ஆண்டுகள் ஆனதை முன்னிட்டு 2016ஆம் ஆண்டில் ஒரு புதிய முயற்சி நடைபெற்றது.

இந்த நாவலின் நாயகன் ரஸ்கோல்நிகோவ் தன் பார்வையில் நாவலின் நிகழ்வுகளை விவரிக்கும் விதமாகத் தினம் ஒரு ட்வீட் வெளியிட்டிருக்கிறார்கள்.

ரஸ்கோல்நிகோவின் ட்வீட்டுகள் இந்த நாவலுக்குப் புதிய தோற்றத்தை உருவாக்கியது. ரஸ்கோல்நிகோவிற்கு ஆதரவாகவும் எதிராகவும் பலரும் தங்கள் கருத்துகளை ட்வீட் செய்திருக்கிறார்கள்.

ஒரு நாவலை இப்படி ட்வீட் செய்வது இன்று புதிய பாணியாக வளர்ந்து வருகிறது. வட அமெரிக்க தஸ்தாயெவ்ஸ்கி சங்கம் சார்பில் சாரா ஹட்ஸ்பித் இந்த ட்வீட்களைச் செய்திருக்கிறார். பிரிட்டனில் வசிக்கும் இவர் ஒரு பேராசிரியர் மற்றும் தஸ்தாயெவ்ஸ்கி குறித்து ஆய்வுகள் செய்து வருபவர்.

இன்றைய டிஜிட்டல் தொழில்நுட்பத்தைப் பயன்படுத்திக் தஸ்தாயெவ்ஸ்கியைக் கொண்டாட வேண்டும் என நினைத்த சாரா டுவிட்டரில் இப்படி ஒரு புதிய முயற்சியை மேற்கொண்டிருக்கிறார்.

இதற்கு முன்பு இந்த நாவலில் தஸ்தாயெவ்ஸ்கி விவரித்துள்ள வீதிகள், இடங்கள், பாலம் மற்றும் காவல்நிலையம் போன்ற முக்கியத் தொடர்புகளை மேப்பிங் பீட்டர்ஸ்பர்க் என்ற திட்டத்தின் கீழே கூகிள் உதவியோடு அடையாளப்படுத்தியிருக்கிறார். இதனால் நாவலின் முக்கிய இடங்களை வாசகர்கள் நேரடியாகக் கண்டுணர முடியும்.

குற்றமும் தண்டனையும் நாவலுக்கு இப்படி ஒரு புதுப் பரிமாணத்தை உருவாக்கியதால் இதனைப் பயன்படுத்திக் கல்லூரி மாணவர்கள் பலர் நாவலுடன் ஒரு பயணம்

என்று பீட்டர்ஸ்பெர்க் வீதிகளில் தஸ்தாயெவ்ஸ்கியின் உலகைக் கண்டிருக்கிறார்கள். பல்கலைக்கழகங்களில் நாவல் கற்பித்தலுக்கு இது புதுவகைக் கருவியாக மாறியிருக்கிறது.

நாவலை ட்வீட் செய்வதற்கு முன்னதாக இந்த நாவலின் பின்புலம் மற்றும் தஸ்தாயெவ்ஸ்கி இதை எழுதிய விதம் பற்றிய அறிமுகத்தை சாரா தந்திருக்கிறார். அதன்பிறகு ரஸ்கோல்நிகோவ் பெயரில் ஒரு ட்வீட் கணக்கைத் துவங்கி அவன் பார்வையில் அந்த நாவலின் உலகை விவரிக்கும் விதமாகத் தொடர்ந்து ட்வீட் செய்திருக்கிறார்.

இளந்தலைமுறையினருக்கு இந்த ட்வீட்கள் வசீகரமாக இருக்கவே உடனடியாக எதிர்வினை அளித்திருக்கிறார்கள். பிற கதாபாத்திரங்களோடு ரஸ்கோல்நிகோவிற்கு உள்ள உறவை வெளிப்படுத்தும் விதமாக சாராவின் நண்பர்கள் ஒன்று சேர்ந்து அந்தப் பகுதிகளை ட்வீட் செய்திருக்கிறார்கள். தஸ்தாயெவ்ஸ்கியின் வாசகங்களைக் கொண்டே இந்த ட்வீட்டுகள் வெளியாகியிருக்கின்றன.

ரஸ்கோல்நிகோவ் தானே ட்வீட் செய்வதால் அவனுக்கு நேரடியாக அறிவுரைகள் சொல்லும்விதமாகப் பலரும் ட்வீட் செய்திருந்தார்கள். இது இந்த நாவலுக்குப் புதியதொரு தளத்தை உருவாக்கியது.

இந்த ட்வீட்களைத் தொகுத்துத் தற்போது சிறிய நூலாக வெளியிட்டிருக்கிறார்கள்.

டுவிட்டர் உலகில் ரஸ்கோல்நிகோவ் யார், அவனது உலகம் இன்றுமிருக்கிறதா அல்லது அவன் வெறும் கற்பனை மனிதன் மட்டும்தானா என்ற கேள்வி நமக்கு எழுகிறது.

அவன் நாவலின் நாயகன் மட்டுமில்லை. அவன் ஒரு அடையாளம். உலகிலிருந்து ஒதுங்கி வாழும் பகற்கனவு காணும் இளைஞனுக்குள் ரஸ்கோல்நிகோவ் ஒளிந்திருக்கிறான். எந்த ஊராக இருந்தாலும் வட்டிக்குப் பணம் வாங்க கையேந்தி நிற்கும் மனிதனுடன் அவன் தோழனைப் போலத் துணை நிற்கிறான். புறக்கணிக்கப்பட்ட மனிதனின் நிழல்தான் ரஸ்கோல்நிகோவ்.

பிரிட்டிஷ் கவிஞரும் மொழிபெயர்ப்பாளருமான டேவிட் மெக்டஃப் குற்றமும் தண்டனையும் நாவலுக்குப் புதிய ஆங்கில மொழியாக்கத்தை வெளியிட்டிருக்கிறார்கள்.

இது போலவே ரிச்சர்ட் பேவர் மற்றும் லாரிசா வோலோகான்ஸ்கி இணைந்து புதிய மொழியாக்கம் ஒன்றை வெளியிட்டிருக்கிறார். இந்த இரண்டு புதிய மொழியாக்கங்களும் நுட்பமான அளவில் வேறுபடுகின்றன. பேவரின் மொழியாக்கம் சிறப்பாக உள்ளது. இந்த இரண்டினையும்விடக் கான்ஸ்டன்ஸ் கார்னெட்டின் மொழியாக்கம் எளிமையானது. பலநேரம் அது தரும் நெருக்கத்தைப் புதிய மொழியாக்கம் தரவில்லை என்பதே உண்மை. கார்னெட் தானே சுயமாக ரஷ்யமொழி கற்றுக் கொண்டவர்.

ஜார்ஜ் பாட்டனின் மகளான கார்னெட் இங்கிலாந்தின் பிரைட்டனில் பிறந்தவர். கேம்பிரிட்ஜில் உள்ள நியூன்ஹாம் கல்லூரியில் லத்தீன் மற்றும் கிரேக்க மொழியைப் படித்தவர்.

1883ஆம் ஆண்டில் அவர் லண்டனுக்குக் குடிபெயர்ந்தார், அங்கு அரண்மனை நூலகத்தில் நூலகராகவும் பணியாற்றத் தொடங்கினார். அந்த நாட்களில், பிரிட்டிஷ் அருங்காட்சியகத்தின் காப்பாளராக இருந்த டாக்டர் ரிச்சர்ட் கார்னெட்டின் மகன் எட்வர்ட் கார்னெட்டையும் சந்தித்தார். அவருடன் நெருங்கிப் பழக ஆரம்பித்தார். அந்தக் காதல் திருமணமாக மாறியது.

ஆகஸ்ட் 31, 1889இல் பிரைட்டனில் எட்வர்ட் கார்னெட்டினைத் திருமணம் செய்து கொண்டார். 1891 ஆம் ஆண்டு அரசியல் காரணங்களுக்காக நாடு கடத்தப்பட்டு லண்டனில் தலைமறைவு வாழ்க்கை மேற்கொண்ட ஃபெலிக்ஸ் வோல்கோவ்ஸ்கியின் அறிமுகம் ஏற்பட்டது. அவரிடமே ரஷ்ய மொழியைக் கற்றுக் கொண்டார். தனது சொந்த விருப்பத்தின் காரணமாகவே அவர் ரஷ்ய இலக்கியங்களை மொழிபெயர்ப்பு செய்யத் துவங்கினார்.

1894ஆம் ஆண்டின் முற்பகுதியில் அவர் ரஷ்யாவிற்குத் தனது முதல் பயணத்தை மேற்கொண்டபோது நேரடியாக டால்ஸ்டாயைத் தேடிச் சென்று சந்தித்தார். துர்கனேவுடன் நெருக்கமான நட்பு இருந்தது. ரஷ்ய எழுத்தாளர்களின் முக்கியப் படைப்புகள் அனைத்தையும் இவர் மொழியாக்கம் செய்திருக்கிறார்.

1920களின் பிற்பகுதியில், தொடர்ந்து படித்தும் மொழிபெயர்ப்பு செய்தும் வந்த கார்னெட் கண்பாதிப்பிற்கு

உள்ளாகி எதையும் படிக்க இயலாத நிலைக்கு உள்ளானார். எழுபது தொகுதிகள் ரஷ்ய இலக்கியங்களை ஆங்கிலத்தில் மொழியாக்கம் செய்திருக்கிறார் என்பது இவரது பெருஞ்சாதனையாகும்.

தஸ்தாயெவ்ஸ்கி பயன்படுத்தி சில வார்த்தைகளை நேரடியாக அர்த்தம் கொள்ள முடியாது. அந்த வார்த்தைகளுக்குச் சொந்த வரலாறு இருக்கிறது. அதை தஸ்தாயெவ்ஸ்கி கவனமாகவும் விசேசமாகவும் பயன்படுத்தியிருக்கிறார்.

குற்றமும் தண்டனையும் நாவலில் மட்டுமின்றி The Idiot, The Possessed, and The Brothers Karamazov ஆகிய மூன்று நாவல்களிலும் கொலை முக்கியப் பங்கினை வகிக்கிறது. கொலையை ஒரு லென்ஸைப் போலவே தஸ்தாயெவ்ஸ்கி கையாளுகிறார். அந்த லென்ஸ் வழியாகக் கொலையாளியின் மனதை ஊடுருவி ஆராய்வதுடன் மற்றவர்களின் அகபுற வாழ்க்கையினையும் ஆய்வு செய்கிறார். குற்றவாளியே துப்பறியும் நிபுணராக மாறும் விநோதம் தஸ்தாயெவ்ஸ்கியிடம் காணப்படுகிறது. வழக்கமான த்ரில்லர் நாவல்களில் கொலைகாரனைக் கண்டறிவதே நாவலின் முக்கிய நோக்கமாக இருக்கும். ஆனால் தஸ்தாயெவ்ஸ்கி கொலைக்கான காரணத்தையே ஆராய்கிறார். கொலைகாரன் யார் என்று வாசகனுக்கு முதலிலே தெரிந்துவிடுகிறது. குற்றம் பற்றி ரஸ்கோல்நிகோவ் எழுதிய கட்டுரையைப் போலீஸ் இன்ஸ்பெக்டர் படித்திருக்கிறார். அதில் சாமானியனுக்கும் அசாதாரண மனிதனுக்குமான வேறுபாட்டினை ரஸ்கோல்நிகோவ் சுட்டிக்காட்டுகிறான். தன்னை அசாதாரண மனிதனாகக் கருதுகிறான். அதை நிரூபிக்கவே அவன் கொலை செய்கிறான்.

ரஸ்கோல்நிகோவின் ட்வீட்களில் நாம் அவன் தன் முடிவுகளை எப்படி எடுக்கிறான், எவ்வளவு உணர்ச்சிப்பூர்வமாக நடந்து கொள்கிறான், எப்படித் தன்னைத் தானே சுயவிசாரணை செய்து கொண்டிருக்கிறான் என்பதைத் தெளிவாக அறியமுடிகிறது.

வாசிப்பை புதிய தளத்திற்குக் கொண்டுபோவதற்கு இது போன்ற முயற்சிகள் பெரிதும் துணை செய்கின்றன. தமிழில்

பல்லாயிரம் பேர் ட்வீட் செய்கிறார்கள். சினிமா, அரசியல் கிரிக்கெட், சமூகப்பிரச்சனைகள் மட்டுமே அவர்களின் உலகம். அதைத் தாண்டி இது போலத் தனக்குப்பிடித்த தமிழ் நாவல், சிறுகதை, கவிதைகள் குறித்த ட்வீட்களை உருவாக்கி அதன் வழியே வாசிப்பினை மேம்படுத்தலாம் தானே.

எங்கோ பிரிட்டனிலிருந்தபடியே ரஷ்ய இலக்கியத்தினை இன்றைய தலைமுறைக்கு எடுத்துச் சொல்லும் சாராவை போலத் தமிழகத்தில் பத்து பேர் முயன்றால் நவீனத் தமிழ் இலக்கியத்திற்கான புதிய வெளியினை உருவாக்க முடியும். எல்லாத் தொழில்நுட்பங்களும் வெறும் பொழுதுபோக்கிற்கானது மட்டுமில்லை. நாம் அதை உணருவதேயில்லை.

21

லேர்மன்தேவின் காதல்

ரஷ்ய நாவல்களில் மிகவும் தனித்துவமானது மிகையில் லேர்மன்தேவ் (Mikhail Lermontov) எழுதிய நம் காலத்து நாயகன் (A Hero of Our Time).

லேர்மன்தேவ் ஒரேயொரு நாவல்தான் எழுதியிருக்கிறார். சில நாடகங்களையும் ஐந்து கவிதை தொகுதிகளையும் வெளியிட்டுள்ளார். தனது 27 ஆவது வயதில் Duel எனப்படும் துப்பாக்கிச் சண்டையில் கொல்லப்பட்டார் லேர்மன்தேவ். புஷ்கினைத் தனது ஆதர்சமாகக் கொண்ட லேர்மன்தேவ் அவரைப் போலவே நேருக்கு நேராக நின்று துப்பாக்கிச் சுடும் சவாலில் இறந்து போனது துரதிருஷ்டமே.

லேர்மன்தேவின் ஆதர்சம் அவரது அம்மா. தந்தை மிகவும் கண்டிப்பானவர். அம்மாவின் அரவணைப்பிற்குள்ளாகவே வளர்ந்தவர். அம்மா தினமும் அவருக்குக் கதைகள் சொல்லுவார். பாட்டுப் பாடுவார்.

தான் கவிதைகள் எழுதுவதற்காக உந்துதல் அம்மா வழியேதான் கிடைத்தது என்கிறார் லேர்மன்தேவ். அம்மா இறந்தபிறகு அப்பா அவரைப் பாட்டி வசம் ஒப்படைத்துவிட்டுப் பிரிந்து போனார்.

பாட்டி மிகவும் வசதியானவர். ஆகவே லேர்மன்தேவின் பால்ய காலம் இனிமையாகக் கழிந்தது. லேர்மன்தேவின் தந்தை தனது மகனைக் கூட்டிக் கொண்டு போய்விடுவாரோ என்று பயந்து அவரது பாட்டி தனது சொத்து முழுவதையும் லேர்மன்தேவின் மீது உயில் எழுதி வைத்தார். ஒரே நிபந்தனை, அவர் எந்தச் சூழலிலும் தந்தையிடம் போகக்கூடாது என்பதே.

பாட்டியின் வீட்டில் வளர்ந்த லேர்மன்தேவ் இசையிலும் நடனத்திலும் ஆர்வம் கொண்டிருந்தார். பத்து வயதில் திடீரென அவருக்கு உடல்நலமற்றுப் போனது. எத்தனையோ வைத்தியர்கள் வந்து சிகிச்சை

கொடுத்தாலும் குணமடையவில்லை. ஒரு ஜெர்மனி வைத்தியர் வருகை தந்து உணவு முறையை மாற்றியதோடு அவரை இயற்கையான சூழலுக்கு இடம்பெற வேண்டும் என்று காகசஸ் மலைப்பகுதிக்குப் போகச்சொன்னார். இயற்கைதான் லேர்மன்தேவைக் குணப்படுத்தியது.

தனது முதற்காதல் பனிரெண்டு வயதிலே துவங்கிவிட்டது. அழகான சிறுமி ஒருத்தியைக் காதலித்தேன் என்கிறார் லேர்மன்தேவ். அவளை மகிழ்ச்சிப்படுத்த தான் பாடியதாகவும் அவளுக்காகவே மலர்களைப் பறித்துக் கொண்டு காத்திருந்ததாகவும் நாட்குறிப்பில் எழுதியிருக்கிறார்.

ராணுவத்தில் சேர்ந்து பணியாற்ற வேண்டும் என்ற ஆசை உந்தவே லேர்மன்தேவ் பாட்டியிடம் விடைபெற்று ராணுவப் பயிற்சி கல்லூரிக்குச் சென்றார். அங்கே வாள் பயிற்சி மற்றும் துப்பாக்கி சுடுவதில் முதலிடத்தில் வெற்றி பெற்றார். ஆகவே ராணுவத்தில் எளிதாக உயர் பதவி கிடைத்தது. வசதியான வீடு, வேலையாட்கள், அதிகாரம் என வாழ்ந்த லேர்மன்தேவ் ஒரு விருந்தில் யெகாடெரினா சுஷ்கோவா என்ற அழகியைச் சந்தித்தார்.

அவர் வாசித்த கவிதைகளைக் கேட்டு அவள் வியந்து பாராட்டினாள். அவள்மீதான காதலால் அவளைத் தனியே சந்தித்து உரையாட விரும்பினார். அந்தச் சந்திப்பில் யெகாடெரினா அவரைக் கேலி செய்வது போலப் பேசவே அவர் கோபமுற்று விலகிப் போனார்.

அதீதமான கோபம் கொண்ட லேர்மன்தேவ் தனது நண்பர்களிடம்கூடச் சண்டையிட்டார். சில நேரம் இந்தச் சண்டை பகையாக மாறியது. அலெக்சி மட்டுமே அவரைப் புரிந்துகொண்ட தோழனாக இருந்தார்.

புஷ்கின் இறந்தபோது லேர்மன்தேவ் எழுதிய கவிதை நாடெங்கும் வாசிக்கப்பட்டுப் புகழ்பெற்றது. அதே நேரம் அவர் போதையில் எழுதிய "The Call for the Revolution" கவிதை மன்னரின் கவனத்திற்குக் கொண்டு செல்லப்பட்டு அரசிற்கு எதிரான கவிதையாக முன்னிறுத்தப்பட்டது. இதன் காரணமாக லேர்மன்தேவ் கைது செய்யப்பட்டதுடன் பதவி மாற்றப்பட்டு பெட்ரோபாவ்லோவ்ஸ்கயா கோட்டை முகாமிற்கு மாற்றம் செய்யப்பட்டார். இந்தப் பயண வழியில்

லேர்மன்தேவ் நோயுற்றார். சில மாதங்கள் ஓய்விலிருந்தார். இரண்டு ஆண்டுகள் எளிய பதவி வகித்த பிறகு பாட்டியின் முயற்சியால் அவருக்கு உரிய பதவி கிடைத்தது.

பாட்டி மாதம் ஆயிரம் ரூபிள் அவரது செலவிற்கு அனுப்பி வைத்தார். குதிரைகள் வாங்குவதுதான் லேர்மன்தேவின் விருப்பம். ஆகவே மிகப்பெரிய விலை கொடுத்து அழகிய குதிரைகளை வாங்கித் தனது லாயத்தில் வைத்திருந்தார்.

பதினாறு வயதில் வர்வரா லோபுகினாவை என்ற இளம் பெண்ணைக் காதலித்தார். அவளுடன் நெருக்கமாக இருந்தார். அவள் திருமணம் செய்து கொள்ளத் தயாரான நேரத்திலே லேர்மன்தேவ் காரணமேயில்லாமல் அதை ஒரு கடிதம் மூலம் தடுத்து நிறுத்தினார். அந்த ஆத்திரத்தில் அவள் நிகோலாய் பக்மதியேவ் என்ற பிரபுவைத் திருமணம் செய்து கொண்டாள். அந்தத் திருமணம் லேர்மன்தேவை மிகவும் மனவருத்தமடைய வைத்தது. அவள்மீதான காதலை அவரால் விலக்க முடியவேயில்லை. அந்தத் துயரமே அவரை பிச்சோரின் என்ற நாயகனை உருவாக்க வைத்தது.

1838இல், லேர்மன்தேவ் புதிய படைப்பிரிவில் சேர நோவ்கோரோட் வந்தார்.

அப்போதுதான் நம் காலத்து நாயகன் நாவலின் முதற்பகுதியை எழுத ஆரம்பித்தார். ஐந்து பகுதிகளாக உள்ள இந்த நாவல் பிச்சோரின் என்ற இளைஞனின் காதலைப் பற்றியது. ரஷ்ய இலக்கியத்தில் பிச்சோரின் மறக்கமுடியாத கதாபாத்திரம். இந்நாவலை ஆங்கிலத்தில் நபகோவ் மொழியாக்கம் செய்திருக்கிறார். அற்புதமான மொழியாக்கம்.

லேர்மன்தேவ் ராணுவ விருந்து ஒன்றில் சக அதிகாரியான மார்டினோவை இரக்கமின்றிக் கிண்டல் செய்தார். இதனால் ஆத்திரமான மார்டினோ துப்பாக்கி சண்டைக்குச் சவால் விடுத்தார். இதன் இரண்டு நாட்களுக்குப் பிறகு மாஷூக் மலையின் அடிவாரத்தில் சண்டை நடந்தது. லேர்மன்தேவ் அப்போது மனக்குழப்பத்துடன் இருந்தார். மார்டினோவ் தான் முதலில் துப்பாக்கியை உயர்த்திச் சுட்டார். தோட்டா லேர்மன்தேவ் நேராக இதயத்தைக் குறிவைத்துப் பாய்ந்தது. அதே இடத்தில் லேர்மன்தேவ் இறந்து போனார்.

புஷ்கினைப் போல தேசமே கொண்டாடும் கவியாக வர வேண்டும் என்று விரும்பிய லேர்மன்தேவ் புஷ்கினின் வாரிசாகவே இன்று கொண்டாடப்படுகிறார்.

நம் காலத்து நாயகன் நாவல் பூ.சோமசுந்தரம் மொழியாக்கத்தில் தமிழில் வெளியாகியுள்ளது.

22
டால்ஸ்டாய் கேட்கிறார்

மாஸ்கோவில் பிச்சைக்காரர்களைச் சந்திக்காமல் ஒரு தெருவைக் கடந்து செல்ல முடியாது. நகரத்துப் பிச்சைக்காரர்கள் கிராமப்புறப் பிச்சைக்காரர்களைப் போல இயேசு உருவம் பதித்த துணிப்பை வைத்திருப்பதில்லை. தனது தொப்பியைக் கழற்றி நம்முன்னால் நீட்டி பிச்சை கேட்கிறார்கள். நாம் காசு தரவில்லை என்றால் அலட்சியமாகப் பார்த்தபடியே கடந்து போய்விடுகிறார்கள் என்கிறார் லியோ டால்ஸ்டாய்.

நாட்டுப்புறத்திலிருக்கும் பிச்சைக்காரனுக்கும் நகரத்திலிருக்கும் பிச்சைக்காரனுக்கும் நிறைய வேறுபாடுகள் இருக்கின்றன என்பதை லியோ டால்ஸ்டாய் விரிவாக எழுதியிருக்கிறார்.

இனி நாம் செய்ய வேண்டியது என்ன? என்ற அவரது கட்டுரைத் தொகுப்பில் மாஸ்கோ நகர வாழ்க்கையில் அவர் கண்ட பிச்சைக்காரர்கள், சாலையில் வசிப்பவர்கள், மோசடிப் பேர்வழிகள் பற்றி விரிவாக எழுதியிருக்கிறார். சமூகக் குற்றங்களுக்கு யார் காரணம் என்பதை ஆராயும் இந்த நூல் படிக்க மிகவும் சுவாரஸ்யமானது.

பெருநகரங்களில் காணப்படும் பிச்சைக்காரர்கள் ஆளைப் பார்த்த பிறகு தான் யாசகம் கேட்பதா, வேண்டாமா என முடிவு செய்கிறார்கள். அதுவும் குரல் எழுப்புவதில்லை. வெறுமனே தொப்பியை நீட்டுகிறார்கள். சில நேரம் அதையும் முழுமையாக நீட்டுவதில்லை. பார்வையிலே யாசகம் போடுகிறவரா இல்லையா என்பதைத் தெரிந்து கொண்டு விடுகிறார்கள்.

நாட்டுப்புறத்திலிருக்கும் பிச்சைக்காரன் உரத்த குரலில் யாசகம் கேட்பதே வழக்கம். சாரட் வண்டியில் யாராவது ஆள் வருவது தெரிந்தால் அதிகமாகக் கத்துவான். ஆனால் நகரத்துப் பிச்சைக்காரன் அப்படித் தனது சக்தியை

வீணடிப்பதில்லை. அவன் ஏதோ யோசனையில் நடப்பவன் போலவே செல்கிறான். சில நேரம் உதவி கேட்பது போல மெல்லிய குரலில் யாசகம் கேட்கிறான். நகரத்துப் பிச்சைக்காரர்கள் எப்படி உருவானார்கள்.. எவ்வாறு பிச்சைக்கார வாழ்க்கைக்கு மாறினார்கள் என்பதை டால்ஸ்டாய் விசாரித்து அறிந்து கொண்டிருக்கிறார்.

மாஸ்கோவில் முப்பதாயிரத்திற்கும் மேற்பட்ட பிச்சைக்காரர்கள் இருக்கிறார்கள். இதில் நல்லவர் பாதி, கெட்டவர் பாதி. மூன்று வகையான பிச்சைக்காரர்கள் இருக்கிறார்கள் என்று அவர்களை டால்ஸ்டாய் வகைப்படுத்துகிறார்.

இது போலவே வீடற்ற மனிதர்கள் வசிக்கும் கிட்ரோவ் சந்தைப் பகுதிக்குச் சென்று அவர்கள் வாழ்க்கைப் போராட்டத்தை நேரடியாக அறிந்து கொள்கிறார். அதில் ஒருவன் பசிக்கிறது எனச் சொன்னதும் அவனுக்குச் சாப்பாடு வாங்கித் தருகிறார். அதை அறிந்து மக்கள் மொய்த்துக் கொண்டுவிடுகிறார்கள். சிலர் டால்ஸ்டாயை ஏமாற்றிக் காசு வாங்கிக்கொண்டு விடுகிறார்கள்.

பிச்சைக்காரர்களைக் காணும்போது தனது பணக்கார வாழ்க்கை மிகவும் ஆடம்பரமானது என்ற குற்றவுணர்ச்சி கொள்கிறார் டால்ஸ்டாய்.

ஒரு பிச்சைக்காரன் தனக்கு வேலை கிடைப்பதாக இருந்தால் பிச்சை எடுப்பதை விட்டுவிடுகிறேன் என்று டால்ஸ்டாயிடம் சொல்கிறான். மர அறுவை நடக்கும் இடத்தில் வேலை கிடைக்கிறது என்கிறார் டால்ஸ்டாய். தன்னிடம் ரம்பம் இல்லை என்று அந்த மனிதன் வருந்துகிறான். அதை வாங்குவதற்கு அவனுக்குப் பணம் தருகிறார். அதைப் பெற்றுக் கொண்டு அவன் போய்விடுகிறான். ஆனால் அவர் நினைத்தது போல அவன் வேலைக்குப் போகவில்லை. குடித்துவிட்டு வேறு பகுதியில் பிச்சை எடுக்கப் போய்விடுகிறான்.

தன்னை ஏமாற்றியிருக்கிறான் என்று தெரிந்தபோதும் ஏன் இப்படி வறுமையில் வாழுகிறான் என்று அவனது நிலையை நினைத்துக் கவலை கொள்கிறார்.

மாஸ்கோவில் பிச்சை எடுப்பது சட்டப்படி குற்றம். இதனால் பிச்சைக்காரர்களைக் கைது செய்து அழைத்துக்

கொண்டு போவது வழக்கம். அப்படிக் கைது செய்யப்பட்ட பிச்சைக்காரர்களைத் தொடர்ந்து காவல் நிலையத்திற்குப் போய் ஏன் இவர்களைக் கைது செய்திருக்கிறீர்கள் என்று டால்ஸ்டாய் வாக்குவாதம் செய்கிறார். சட்டத்தின்படியே நடப்பதாகச் சொல்கிறார் இன்ஸ்பெக்டர். ஒரு மனிதன் பிச்சை கேட்பது சட்டத்திற்கு எதிரானதில்லை என்று டால்ஸ்டாய் வாதிடுகிறார்.

மாஸ்கோவில் மட்டுமின்றி அன்றைய லண்டனிலும் இப்படி ஆயிரக்கணக்கான பிச்சைக்காரர்கள் இருக்கிறார்கள். அது ஒரு சமூக குற்றம் என்று நண்பர் ஒருவர் டால்ஸ்டாயிடம் வாதிடுகிறார். பிச்சைக்காரர்கள் சமூகத்தால் உருவாக்கப்படுகிறார்கள் என்று அந்த நண்பருடன் கடுமையாக வாதம் செய்கிறார் டால்ஸ்டாய்.

சமுதாயத்தில் பரவியுள்ள எல்லாத் தீமைகளுக்கும் காரணம் பணம்தான் என்று உறுதியாக நம்புகிறார் டால்ஸ்டாய்.

பணம் உள்ள ஒரு மனிதன் மொத்த தானியத்தையும் வாங்கி வைத்துக் கொண்டு இன்னொருவனைப் பட்டினி போட முடிகிறது. பட்டினி கிடப்பவன் மெல்ல அடிமையாக்கப்படுவான் அல்லது பிச்சை எடுக்கும் நிலைக்குத் தள்ளப்படுவான். பணக்காரன் பலரது வாழ்க்கையைச் சூறையாடுகிறான் என்பது ஒரு குற்றமாக எவர் கண்ணுக்கும் தெரிவதில்லை. சாலையிலிருந்து பிச்சைக்காரர்களைத் துரத்த முற்படும் நாம் அவர்களை உருவாக்கிய மனிதர்களுக்கு எதிராகக் குரல் கொடுப்பதேயில்லை என்கிறார் டால்ஸ்டாய்.

பிறர் துயரங்களுக்காகத் தன்னை வருத்திக் கொள்ளும் டால்ஸ்டாய் இந்தத் துயரங்களின் மூலகாரணம் எதுவென்று ஆராய்கிறார். டால்ஸ்டாய் எழுப்பிய கேள்விகள் அவரது காலத்திற்கு மட்டுமில்லை, இன்றும் பொருந்தக்கூடியதாகவே இருக்கிறது.

23
கண் தெரியாத இசைஞன்

விளாதீமிர் கொரலன்கோ எழுதிய கண்தெரியாத இசைஞன் ரஷ்ய நாவல்களில் குறிப்பிடத்தக்கது.

நாவல் ஒரு குழந்தையின் அழுகையொலியில் துவங்குகிறது. ரஷ்யாவின் தென்மேற்குப் பகுதியில் வசித்து வரும் பணக்காரக் குடும்பம் ஒன்றில் நள்ளிரவில் ஒரு ஆண் குழந்தை பிறக்கிறது. தாய் மயங்கிய நிலையிலிருக்கிறாள். குழந்தையின் அழுகையொலி கேட்டுக் கண்விழித்து ஏன் இப்படி அழுகிறது எனக்கேட்கிறாள். தாதி பயப்படத் தேவையில்லை என ஆறுதல் சொல்கிறாள். ஆனால் குழந்தையின் அழுகையொலி ஏதோ ஒன்றின் அறிகுறி போலவே இருக்கிறது.

குழந்தை வளர ஆரம்பிக்கையில் அதற்குக் கண்தெரியவில்லை என்பதைக் கண்டறிகிறார்கள். அந்தக் குடும்பமே வேதனைப்படுகிறது. பியோதர் எனப்படும் அந்தக் கண்தெரியாத பையனின் கதைதான் இந்த நாவல். பார்வையில்லாதபோதும் அவனைச் சந்தோஷமாக வளர்க்க அந்தக் குடும்பம் முயல்கிறது. பியோதர் ஒலியால் உணர்வுகளைத் தெரிந்துகொள்ள ஆரம்பிக்கிறான். ஒலி தான் அவனது உலகம். அதன் வழியே அவன் தன்னைச் சுற்றிய இயக்கத்தை அறிந்துகொள்ள ஆரம்பிக்கிறான்.

எத்தனை பேருக்கு நடுவிலிருந்தாலும் தனது அன்னையை அவனால் சரியாக அடையாளம் கண்டுபிடித்துவிட முடிகிறது. மற்றவர்களின் முகத்தைத் தொட்டு அவர்கள் யார் என்று அடையாளம் கண்டுகொள்கிறான். புதியவர்களாக இருந்தால் அவன் விரல்கள் மெல்ல முகத்தில் ஊர்ந்து அந்த ஆளைக் கொஞ்சம் கொஞ்சமாக அடையாளம் வைத்துக் கொள்ளும். கொஞ்சம் கொஞ்சமாக அவன் வீட்டிலிருந்த எல்லாப் பொருட்களையும் ஆட்களையும் அடையாளம்

கண்டுகொள்ள ஆரம்பிக்கிறான். பருவகால மாற்றத்தை அவன் ஒலியின் வழியாகவே அறிந்து கொள்கிறான். ஒருநாள் முதன்முறையாக அவன் வீட்டை விட்டு வெளியே வருகிறான். அவனது முகத்தில் சூரிய ஒளி படுகிறது. அவன் அந்த உணர்வில் சிலிர்ப்படைகிறான்.

கொரலன்கோ அந்த நிகழ்வை மிக அற்புதமாக எழுதியிருக்கிறார். இயற்கையின் பல்வேறு ஒலிகளை அவனால் ஒரே நேரத்தில் உள்வாங்கிக் கொள்ள முடியவில்லை. ஆனால் அது வித்தியாசமான அனுபவமாக இருக்கிறது.

ஒரு நாள் முதன்முறையாகப் புல்லாங்குழல் ஓசையைக் கேட்கிறான். அந்த இனிமை அவன் மனதைக் கவர்ந்துவிடுகிறது. இசையில் ஆர்வம் கொள்ளத்துவங்குகிறான்.

அவனது தாய் பியோதருக்கு ப்யானோ கற்றுத்தருகிறாள். அவன் எப்படிக் கண் தெரியாத இசைஞனாக உருக் கொள்கிறான் என்பதை கொரலன்கோ மிக அழகாக எழுதியிருக்கிறார்.

பியோதர் வளரத்துவங்கியதும் கண்தெரியாமலே குதிரை ஒட்டப்பழகுகிறான். தன் வயதை ஒத்த சிறார்களுடன் விளையாடுகிறான். மகிழ்ச்சி அடைகிறான். பியோதரை உருவாக்குவது இசை. ஒரு மனிதனின் ஆளுமையை இசையால் எவ்வாறு உருவாக்க முடியும் என்பதற்கு இந்த நாவல் ஒரு சான்று.

தேனீ சீருடையான், நிறங்களின் உலகம் என்றொரு நாவலை எழுதியிருக்கிறார். அது பார்வையற்ற அவரது இளவயது அனுபவங்களைப் பற்றிய நாவல். அதில் பார்வையற்றோர் பள்ளியில் தான் படித்தபோது நடந்த நிகழ்வுகளை மிக அழகாக எழுதியிருக்கிறார். அதில் சினிமா பார்ப்பதற்காகப் பார்வையற்றவர்கள் எப்படிச் செல்வார்கள். சினிமாவை எப்படிக் கேட்டு அறிந்து கொள்வார்கள் என்று விரிவாக பதிவு செய்திருக்கிறார். இவரைப் போலவே மதுரையைச் சேர்ந்த ஓவியர் மனோகர் தேவதாஸ் பார்வையில்லாத நிலையில் அற்புதமான ஓவியங்களை வரைந்து வருகிறார். தனது அனுபவங்களை ஆங்கிலத்தில் நூலாகவும் எழுதியிருக்கிறார்.

லத்தீன் அமெரிக்காவின் ஒப்பற்ற எழுத்தாளர் ஜோர்ஜ் லூயி போர்ஹெஸ் பார்வையற்றவர். ஹெலன் ஹெல்லர், ஹோமர், மில்டன் போன்ற படைப்பாளிகளும் பார்வையற்றவர்களே. Stevie Wonder, பார்வையற்ற பாடகர். Ray Charles பார்வையற்ற இசையமைப்பாளர். Nobuyuki Tsujii பார்வையற்ற ப்யானோ இசைக்கலைஞர்.

கொரலன்கோ உக்ரேனைச் சேர்ந்தவர். தனது பதினேழு வயதில் தந்தையை இழந்தார். தந்தையற்றவர், பீட்டர்ஸ்பர்க்கிற்குச் சென்று தொழில்நுட்ப பள்ளியில் மூன்று ஆண்டுகள் படித்த பிறகு, மாஸ்கோ சென்று உயர்கல்வி பயின்றார். பல்கலைக்கழகத்தில் படித்த நாட்களில் தீவிரமாக அரசியல் செயல்பாடுகளில் ஈடுபட்டார். மாணவர்களைக் கொண்டு ஆர்ப்பாட்டம் நடத்தினார். இதன் காரணமாக அவர் பல்கலைக்கழகத்திலிருந்து வெளியேற்றப்பட்டார். பின்பு அரசியல் காரணங்களுக்காக நாடு கடத்தப்பட்ட கொரலன்கோ, க்ரோன்ஸ்டாட்டில் வசிக்க வேண்டிய கட்டாயம் ஏற்பட்டது. பல வருடங்கள் கழித்து அவர் பீட்டர்ஸ்பர்க்கிற்குத் திரும்பினார்.

1879ஆம் ஆண்டில் அவர் மீண்டும் கைது செய்யப்பட்டு வடகிழக்குப் பிராந்தியத்தில் வசிக்கும்படி அனுப்பி வைக்கப்பட்டார். அந்த நாட்களில் செருப்பு தைக்கும் தொழிலைக் கற்றுக் கொண்டு அதைக் கொண்டு வாழ்க்கை நடத்தினார். அங்கிருந்து விடுவிக்கப்பட்ட பிறகு புதிய அரசாங்கத்திற்குச் சத்தியப்பிரமாணம் செய்ய மறுத்ததற்காக, கொரலென்கோ மீண்டும் நான்கு ஆண்டுகள் சைபீரியாவில் வசிக்கும்படி நாடுகடத்தப்பட்டார்.

இத்தனை நெருக்கடிகளை, துயரங்களை அனுபவித்த போதும் அவரது எழுத்தில் புலம்பலோ, சுயபச்சாதாபமோ கிடையாது. கவித்துவமாகவே எழுதினார். மெல்லிய நகைச்சுவையும் காதலும் கலந்த கதைகளை எழுதி வந்தார்.

சைபீரியாவிலிருந்து திரும்பி வந்த அவரைச் சந்தித்துப் பேசிய மாக்சிம் கார்க்கி அதைப் பற்றி ஒரு நினைவுக்குறிப்பு எழுதியிருக்கிறார். பெரிய போராளியாகக் கருதப்பட்ட கொரலன்கோ நேரில் காணும்போது சாது போல அமைதியாக இருந்தார். அவரிடம் கோபமில்லை.

வெறுப்பில்லை. ஞானியைப் போலக் கனிவுடன் இருந்தார் என்றே குறிப்பிடுகிறார்.

ரஷ்யாவில் காலரா பாதித்தபோது அந்த இடங்களுக்கு நேரில் சென்று நடந்த நிகழ்வுகளைத் துல்லியமாகப் பதிவு செய்ததோடு தேவையான உதவிகளைத் தொடர்ந்து செய்திருக்கிறார் கொரலன்கோ .

காலரா குறித்த அவரது அனுபவங்களை The Cholera Quarantine என எழுதிவெளியிட்டிருக்கிறார்.

கொரலன்கோவின் சிறுகதைகள் மிகச்சிறப்பானவை. The River plays என்ற அவரது பயணக் குறிப்புகள் மிகவும் கவித்துவமாக எழுதப்பட்டிருக்கிறது.

24
தஸ்தாயெவ்ஸ்கியின் தந்தை

தஸ்தாயெவ்ஸ்கியின் தி பிரதர்ஸ் கரமசோவ் நாவல் ஐந்து முறை திரைப்படமாக்கப்பட்டிருக்கிறது. ஹாலிவுட்டில் யூல் பிரைனர் (Yul Brynner) நடித்த The Brothers Karamazov *1958*இல் வெளியானது. Richard Brooks இயக்கியிருப்பார். நாவலின் மையக்கருவை மட்டுமே எடுத்துக் கொண்டு உருவாக்கப்பட்ட படமிது. இப்படம் பெரிய வெற்றியைப் பெறவில்லை.

Bratya Karamazovy *(1969)* என்ற ரஷ்யத் திரைப்படம் *1969*இல் வெளியானது. அதுவும் முழுமையாக நாவலைச் சித்தரிக்கவில்லை. செக் மொழியிலும் பிரெஞ்சிலும் இந்நாவல் படமாக்கப்பட்டிருக்கிறது. ஆனால் இதுவரை எந்தத் திரைப்படமும் நாவலின் மொத்த உலகையும் சித்தரிக்கவில்லை. மூன்று ஆண்டுகளுக்கு முன்பாக ஜப்பானில் The Brothers Karamazov தொலைக்காட்சி தொடராக வெளியானது. ஆனால் பெரிய வரவேற்பைப் பெறவில்லை.

Bratya Karamazovy என்ற ரஷ்யத் தொலைக்காட்சி தொடர் ஒன்பது மணி நேர அளவிற்கு கரமசோவ் சகோதரர்கள் நாவலை விரிவாகக் காட்சிப்படுத்தியிருக்கிறது. இதுவரை பார்த்த கரமசோவ் படங்களில் இதுவே மிகச்சிறந்த ஒன்று. முந்தைய கரமசோவ் படங்களை விடவும் இதில் கதாபாத்திரங்கள் மிகப்பொருத்தமாகத் தேர்வு செய்யப்பட்டிருக்கிறார்கள். ரஷ்யாவிலே படமாக்கப்பட்டிருப்பதால் நிலக்காட்சிகளும் பழைய தேவாலயங்களும் ரஷ்ய கிராமப்புறங்களும் அழகாகச் சித்தரிக்கப்பட்டுள்ளன.

இந்த நாவலின் மையமான ஃபியோதர் பாவ்லோவிச் கரமசோவ் மறக்கமுடியாத கதாபாத்திரம். கீழ்மையின்

மொத்த உருவம் போலவே இவரை தஸ்தாயெவ்ஸ்கி உருவாக்கியிருக்கிறார். இவரது பிள்ளைகளான அல்யோஷா, இவான் மற்றும் டிமிட்ரி கரமசோவ் ஆகியோருக்குள் இவரது ஆளுமையின் பாதிப்பு வேறுவேறு விதமாகப் படிந்திருப்பதை உணர முடிகிறது. கோகலின் தாரஸ் புல்பாவில் வரும் தந்தையும் இவரும் நேர் எதிரான இரண்டு மனிதர்கள். ஆனால் சில விஷயங்களில் ஒன்று போலவே செயல்படுகிறவர்கள்.

ஃபியோதர் பாவ்லோவிச் கரமசோவ் கொல்லப்படுவதும் அதற்குத் தாங்களும் காரணம் எனப் பிள்ளைகள் சுயவிசாரணை செய்து கொள்வதும் நாவலின் முக்கிய அம்சம். ஏன் தந்தை கொல்லப்படுகிறார். தஸ்தாயெவ்ஸ்கியின் குற்றமும் தண்டனையும் நாவலில் அடகுக்கடை நடத்தும் பெண் கொல்லப்படுகிறாள். அவள் மீது ரஸ்கோல்நிகோ விற்கு முன்பகை கிடையாது. ஆனால் அவளைக் கொலை செய்கிறான். அக்கொலையின் வழியாகவே அவன் தனது சுயவிசாரணையைத் துவக்குகிறான். தன்னைப் பற்றிய மதிப்பீடுகளை ஆராய்கிறான். உலகம் குற்றத்தின் விளைநிலமாக இருப்பதைக் காணுகிறான்.

ரஸ்கோல்நிகோவ் செய்த கொலை கண்ணுக்குத் தெரிகிறது. ஆனால் கண்ணுக்குத் தெரியாத ஏராளமான குற்றங்கள் நாவலில் நிகழ்ந்து கொண்டேயிருக்கின்றன. அவை குற்றம் என்றுகூட உலகம் கண்டுகொள்ளவில்லை. குறிப்பாக, பெண்கள், குழந்தைகள் நடத்தப்படும் விதம். குதிரை பாரம் சுமக்கமுடியாமல் விழுவது போன்றவை உலகின் பார்வையில் சாதாரண விஷயங்கள். ஆனால் தஸ்தாயெவ்ஸ்கி அவற்றை அப்படி விட்டுவிட மறுக்கிறார்.

தந்தை கரமசோவ் ஏராளமான பகையைச் சம்பாதித்துக் கொண்டவர். ஆனால் அவரது கொலை வெளியாட்களால் நிகழ்வதில்லை. தந்தை கொல்வது என்பது வெறும் நிகழ்வில்லை. அது ஒரு அடையாளம். வரலாற்றில் திரும்பத் திரும்ப நடந்து வரும் குற்றம்.

மிருகங்கள் தனது வளர்ந்த குட்டிகளைப் போட்டியாளராகவே கருதுகின்றன. தந்தை கரமசோவ் அப்படித்தான் நடந்து கொள்கிறார். திருமணமோ, மனைவியோ, பிள்ளைகளோ ஏன் அவருக்கு எந்த

நெருக்கத்தையும் தரவில்லை. இவருக்கு நேர் எதிராக பாதர் ஜோசிமா துறவியாக வாழுகிறார். திருமணம் செய்து கொள்ளவில்லை. ஆனால் அவர் ஒரு தந்தையைப் போல நேசம் கொண்டிருக்கிறார். அன்பு காட்டுகிறார். தந்தை என்பது நடந்து கொள்ளும் முறை. ஆளுமை வெளிப்பாடுதான் போலும். உதிர உறவால் மட்டும் ஒருவர் தந்தையாகிவிட முடியாது என்றுதான் தஸ்தாயெவ்ஸ்கி சொல்கிறார் போலும்.

சோபாக்ளிசின் ஒடிபஸ் நாடகத்தில் . ஒடிபஸ் பிறந்தவுடனே அவன் தனது தந்தையைக் கொன்று தாயை மணம் முடிப்பான் என்று தெய்வவாக்குச் சொல்கிறது. ஒடிபஸ் தனது தந்தை யாரென அறியாமலே அவரைக் கொல்கிறான். தாயைத் திருமணம் செய்து கொள்கிறான். இந்தப் பாவத்திற்காக அவனது தேசம் பாதிக்கப்படும் போது யார் குற்றவாளி என அவனே தேடுகிறான். தன் குற்றங்களை அறிந்து கொள்ளாமல் குற்றவாளியைத் தேடும் ஒடிபஸ் முடிவில் உண்மையை அறிந்து கொள்கிறான். தனது தவறுகளுக்குத் தண்டனையாகத் தானே கண்களைப் பறித்துக் கொண்டுவிடுகிறான்.

கரமசோவ் சகோதர்கள் நாவிலில் ஒடிபஸின் சாயலைக் காணமுடிகிறது.. குற்றத்திற்கும் தனக்குமான உறவை அறியாமல் குற்றவாளியைத் தேடும் உண்மை இதிலும் வெளிப்படத்தானே செய்கிறது.

அல்யோஷாவின் வழியாகவே தஸ்தாயெவ்ஸ்கி தன்னை வெளிப்படுத்திக் கொள்கிறார். துறவி ஜொசிமா இந்தத் தொடரில் மிகச் சரியாகச் சித்தரிக்கப்பட்டிருக்கிறார். அவர் பேசும் பாணியும் நடத்தையும் நாவலின் வரிகள் உயிர்பெற்று வருவதைப் போலவே உள்ளது.

இந்த நாவலைப் பற்றிய விமர்சனக் கட்டுரை ஒன்றில் கவிஞர் ஷங்கர ராம சுப்ரமணியன் இவ்வாறு குறிப்பிடுகிறார்:

மனித மேன்மைகளும் கீழ்மைகள் என்று சொல்லப்படும் குணங்களும் எதிரெதிர் நிலைகளில் அல்லாமல் ஒன்றாக ஒரு நபரிடமே பயணிக்க முடியும். இருட்டிலிருந்தே ஒளி பரிணமிக்க முடியும். அந்த இரண்டு நிலைகளையும் மனிதன் பாகுபாடு இல்லாமல் அங்கீகரிப்பதின் மூலமே, அதைப் புரிந்து தழுவிக்கொள்வதின் வழியாகவே மீட்சி சாத்தியம்

என்பதையே தஸ்தாயெவ்ஸ்கியின் எழுத்து காட்டுகிறது. அதனால் தான் தீமையின் சகல தீற்றல்களைக் கொண்ட தந்தை கரமசோவை இன்னும் பரிணமிக்காத குழந்தையாக, நம்மை ஏற்றுக் கொள்ள வைக்க முடிகிறது.

தந்தை கரமசோவிலிருந்து தான் சைபீரியாவுக்குச் சென்று சித்தார்த்தனாக மாற வாய்ப்புள்ள திமித்ரியும், செய்யாத குற்றத்திலும் தன் பொறுப்பைக் காணும் இவானும், களங்கமேயற்ற அல்யோஷாவும் பிறக்க முடியும். அதனால்தான் நாவலின் முடிவில் நாவலாசிரியர், 'வாழ்க கரமசோவ்' என்று சொல்லும்போது நாமும் வாழ்க என்று சொல்ல முடிகிறது.

அல்யோஷா குழந்தைகளுக்குச் சொல்லும் உபதேசத்தில், குழந்தைப்பருவத்தில் நமக்கு நிகழ்கிற ஒரேயொரு நல்ல நிகழ்ச்சியின் நினைவு நமக்கு இருந்தால் போதும், அது நாம் எத்தனை தீயவராக வருங்காலத்தில் மாறினாலும் நம்மைக் கடைத்தேற்றி விடும் என்கிறான். அது தஸ்தாயெவ்ஸ்கியின் நம்பிக்கையாக இருக்கக்கூடும். குழந்தைகளின் மரணங்களும் அவர்கள் படும் துயரங்களும் கடவுளுக்குத் தெரியுமா என்ற சந்தேகம் தஸ்தாயெவ்ஸ்கிக்கு வலுவாக இருக்கிறது.

சிறுவன் இல்யூஷாவின் இறுதி ஊர்வலத்தில் அவன் மீது இடப்பட்ட ஒரு மலர் உதிரும்போது, "அந்த மலருக்கு அந்த கதி ஏன் நேர்ந்ததென்று கடவுளுக்கே வெளிச்சம்!" என்ற ஆசிரியக் கூற்று வருகிறது. இதை தஸ்தாயெவ்ஸ்கியின் கேள்வியாகவும் நிச்சயம் எடுத்துக் கொள்ளலாம்

இந்தப் புரிதல் தஸ்தாயெவ்ஸ்கியையும் கரமசோவையும் சரியாக உள்வாங்கிக் கொண்டதன் அடையாளம்.

தி பிரதர்ஸ் கரமசோவ் தொலைக்காட்சி தொடர் இணையத்தில் ஆங்கிலச் சப்–டைட்டில் உடன் காணக்கிடைக்கிறது.

25
இரண்டு நகரங்கள்

டால்ஸ்டாயின் அன்னா கரீனினா நாவலை விவாதிப்பதற்கென நிறையக் குழுமங்கள் இணையத்தில் இருக்கின்றன. அப்படி ஒரு குழுமத்தில் பகிரப்பட்ட கட்டுரை ஒன்றை சமீபத்தில் வாசித்தேன். அது அன்னா கரீனினா மாஸ்கோவில் வாழ்ந்திருந்தால் இப்படி நடந்து கொண்டிருக்க மாட்டாள், அவள் வாழ்க்கை வேறுவிதமாக அமைந்திருக்கும் என்று கூறி மாஸ்கோ, பீட்டர்ஸ்பெர்க் இரண்டு நகரங்களுக்குமான வேறுபாட்டை, அதன் வாழ்க்கை முறையைக் கொண்டு நாவலின் மையத்தைப் புதிய கோணத்தில் அணுகுகிறது.

அன்னா கரீனினா நாவல் 1878இல் வெளியான நாள் முதல் இன்று வரை தொடர்ந்து விவாதிக்கப்பட்டு வருகிறது. இந்நாவலுக்கு ஆங்கிலத்தில் மட்டுமே பத்துக்கும் மேற்பட்ட மொழிபெயர்ப்புகள் கிடைக்கின்றன. முப்பதுக்கும் மேற்பட்ட மொழிகளில் இந்நாவல் வெளியாகியுள்ளது. 18 முறை அன்னா கரீனினா நாவல் படமாக்கப்பட்டுள்ளது. அது மட்டுமின்றி ரேடியோ நாடகம், நாடகம் மற்றும் இசை நாடகமாகவும் நிகழ்த்தப்பட்டுள்ளது.

1873 முதல் 1877 வரை The Russian Messenger இதழில் அன்னா கரீனினா தொடர்கதையாக வெளிவந்தது. நாவல் வெளிவந்து கொண்டிருக்கும்போதே அதன் பிரெஞ்சு மொழியாக்கம் பிரெஞ்சு நாளிதழ் ஒன்றில் தொடராக வெளியானது.

ரஷ்ய இலக்கியத்தில் உருவாக்கப்பட்ட சிறந்த பெண் கதாபாத்திரங்களில் ஒன்றாக அன்னாவைக் குறிப்பிடுகிறார்கள். டால்ஸ்டாய் தனது ஐம்பதாவது வயதில் இந்நாவலை எழுதினார். இதன் முன்னதாக அவரது புகழ்பெற்ற நாவலான War and Peace வெளியாகி பெரும்வெற்றியைப் பெற்றிருந்தது.

அன்ன கரீனினா நாவலில் அவளது பால்யகாலம் சித்தரிக்கப்படவில்லை. அவள் எப்படி வளர்க்கப்பட்டாள், அவளது ஈடுபாடுகள் எப்படியிருந்தன, எங்கே கல்வி பயின்றாள் என்பது போன்ற விஷயங்கள் நாவலில் இல்லை. அவளது சொந்த ஊர் மாஸ்கோ. அவளது சகோதரன் அங்கே வசிக்கிறான் என்பது மட்டுமே நாவலில் உள்ளது. அவள் கணவனுடன் பீட்டர்ஸ்பெர்க்கில் வசிக்கிறாள்.

மாஸ்கோ மரபான நகரம். செயின்ட் பீட்டர்ஸ்பெர்க்கோ புதிதாக உருவாக்கபட்ட நகரம். பீட்டர் தி கிரேட் மன்னனின் விருப்பத்தால் நகரம் உண்டாக்கப்பட்டது. 1703இல் நேவா ஆற்றின் கரையில் செயின்ட் பீட்டர்ஸ்பெர்க் உருவாக்கப்பட்டது 1924இல் இந்நகரம் லெனின்கிராடு என பெயர் மாற்றம் கொண்டது. 1991இல் மீண்டும் பீட்டர்ஸ்பெர்க்காக உருமாற்றம் கொண்டது. 1918 வரை தலைநகராக விளங்கியது. ஜார் மன்னர் அங்கேதான் வசித்தார்.

பிரபுக்களும் உயர்தட்டு மக்களும் மாஸ்கோவில் வசிப்பதை விரும்பினார்கள். இசை, நடனம், உயர்கல்வி, விருந்துகள் என்று மாஸ்கோ பண்பாட்டுச் சிறப்பால் பெயர்பெற்றிருந்தது. மாஸ்கோவாசிகள் விருந்தில் ரஷ்யமொழியில் பேசிக் கொள்ளமாட்டார்கள். ஜெர்மன் மற்றும் பிரெஞ்சுதான் விருப்பமான மொழி. வீட்டில் தனி ஆசிரியர் வைத்து ஜெர்மன் கற்றுக் கொண்டார்கள். டால்ஸ்டாய் கூட வீட்டில் தனி ஆசிரியர் மூலமே ஜெர்மனி கற்றுக் கொண்டார். மிகச்சிறந்த நாடக அரங்குகளும் இசைக்கூடங்களும் மாஸ்கோவில் இருந்தன.

செயின்ட் பீட்டர்ஸ்பெர்க்கோ நடுத்தரவர்க்க மற்றும் வறியவர்களின் வசிப்பிடமாகக் கருதப்பட்டது. வேலைபார்க்க பீட்டர்ஸ்பெர்க், வாழ்வதற்கு மாஸ்கோ என்ற கருத்து புரட்சிக்கு முன்பு வரை ரஷ்ய மக்களிடம் பரவலாக இருந்தது.

அன்னாவின் கணவன் பீட்டர்ஸ்பெர்க்வாசி. உயர்வகுப்பைச் சேர்ந்தவன். அவனுக்கு அதிகாரத்தைக் கைப்பற்றுவதே குறிக்கோள். வேலை வேலை என அதிலே மூழ்கிக்கிடக்கிறான். அது பீட்டர்ஸ்பெர்க நகரவாசிகளின் இயல்பு.

திருமணத்தின் பிறகு மாஸ்கோவைப் பிரிந்து பீட்டர்ஸ்பெர்க்கில் வாழ்ந்து வந்த அன்னா தனது சகோதரன் வீட்டுப்பிரச்சனையைத் தீர்க்கவே மாஸ்கோ வருகிறாள். நடன விருந்தில் கலந்து கொள்கிறாள். உண்மையில் மாஸ்கோ நகரத்தின் இரவு வாழ்க்கையும் அதன் நினைவுகளுமே அவளைத் தன்னிலை மறக்க வைக்கின்றன. இளமைக்காலத்தின் ஏக்கங்கள் அவளுக்குள் தன்னை மீறி எழுகின்றன. நடனத்தின்போது தான் இளமையானவள் என்பதை உணருகிறாள்.

பீட்டர்ஸ்பெர்க்கில் எல்லா வசதிகளுடன் வாழ்ந்தாலும் அது மாஸ்கோ வாழ்க்கை போன்றதாகயில்லை என்று உணருகிறாள். அன்னாவிற்குள் புதிய காதலை உருவாக்குவது மாஸ்கோ நகர நினைவுகளே. அதை வெளிப்படையாக அவள் உணருவதில்லை. ஆனால் அது ஒரு வலிமையான காரணம்.

அவள் காதலிக்கும் விரான்ஸ்கியும் மாஸ்கோவாசி. ஆனால் பீட்டர்ஸ்பெர்க்கில் வசிக்கிறான். ராணுவ அதிகாரியான அவனையும் அன்னாவையும் ஒன்று சேர்ப்பது மாஸ்கோ நகரப்பண்பாடும் உல்லாச நடனமும் தான். ஒப்லான்ஸ்கி மற்றும் கரீனின் இருவரும் முறையே மாஸ்கோ மற்றும் பீட்டர்ஸ்பெர்க்கின் பிரதிநிதிகளாக இருக்கிறார்கள். கரீனின் கடும் உழைப்பாளி. அதிகாரத்தின் உச்சத்தை நோக்கிச் செல்பவன். ஆனால் ஒப்லான்ஸ்கியோ சோம்பேறி. உல்லாசமாக வாழ்க்கையைக் கழிக்க மட்டுமே விரும்புகிறான். இது வசதியான மாஸ்கோவாசிகளின் இயல்பு.

மாஸ்கோ நகரை வியந்து டால்ஸ்டாய் நிறைய எழுதியிருக்கிறார். தஸ்தாயெவ்ஸ்கியோ பீட்டர்ஸ்பெர்க்கைக் கொண்டாடுகிறார். குறிப்பாக, வெண்ணிற இரவுகளில் பீட்டர்ஸ்பெர்க் நகரின் சூரியனின் முகம் காணாத வீதிகள் குறிப்பிடப்படுகின்றன. இரவிலும் சூரியன் ஒளிரும் நாட்கள் பதிவு செய்யப்படுகின்றன.

எந்த ஊரில் உங்களின் பால்ய காலம் செலவிடப்படுகிறதோ அந்த ஊரின் நினைவுகள் அழுத்தமாக மனதிற்குள் பதிவாகியிருக்கும். வேலை காரணமாகவோ அல்லது குடும்பச் சூழல் காரணமாகவோ வேறு ஊர்களுக்கு அதிலும்

மாநகரங்களுக்குச் செல்லும் பலர் தங்கள் மனதில் சொந்த ஊரின் ஏக்கத்தையே எப்போதும் கொண்டிருக்கிறார்கள். அது வெறும் ஏக்கமில்லை. ஒருவகை இழப்புணர்வு.

தமிழில் பெருநகர வாழ்க்கை மிகக் குறைவாகவே எழுதப்பட்டிருக்கிறது. பெரும்பான்மை எழுத்தாளர்கள் நகரில் வசித்தபோதும் மனதில் அவர்களின் சொந்த ஊரே மையம் கொண்டுள்ளது.

மாநகரை எழுதுவது எளிதானதில்லை. கிராமத்தைப் போல அதை ஒரு குவிமையத்தினுள் அடக்கிவிடமுடியாது. கிராமம் VS நகரம் என்ற எதிர்நிலை நம்மிடம் எப்போதும் உள்ளது. கிராமங்கள் பண்பாட்டின் விளைநிலம் போலவும் நகரங்கள் பண்பாட்டினை அழிக்கக்கூடியது என்றும் ஒரு கருத்து தொடர்ந்து இருந்து வருகிறது. அது உண்மையானதில்லை.

இவ்வளவிற்கும் தமிழகத்தில் மதுரை, காஞ்சி, பூம்புகார் எனப் பெருமை மிக்க நகரங்கள் ஆயிரம் ஆண்டுகளுக்கு முன்னதாகவே இருந்திருக்கின்றன. நகரவாழ்க்கை பண்பாட்டுச் சிறப்புக் கொண்டதாகவே கருதப்பட்டு வந்திருக்கிறது. நகரம் குறித்த பயம்தான் அன்றிருந்தது.

ஆனால் பிரிட்டிஷ் ஆட்சியின் பிறகு நகரம் பற்றிய எண்ணம் மாறத்துவங்கியது. நகரம் குறித்த எதிர்க் கருத்துகள் தீவிரமாகப் பரவத்துவங்கின. மறுபுறம் நகரை நோக்கி வருவது அதிகரித்துக் கொண்டேயிருந்தது. நகரப்பண்பாடு என்பது ஒற்றைத் தன்மை கொண்டதில்லை. பண்பாட்டுக் கலப்பும் பல்வகைப் பண்பாட்டு நிகழ்வுகளும் ஒன்று சேர்ந்த பொதுவெளியது. நகரமக்கள் எது நடந்தாலும் கண்டுகொள்ளமாட்டார்கள் என்ற எண்ணமும் இப்படி உருவாக்கப்பட்டதே. தன்னைச் சுற்றி எது நடந்தாலும் கண்டுகொள்ளாதவர்கள் நகரம், கிராமம் எனப் பேதமின்றி எங்கும்தானே இருக்கிறார்கள்.

மாஸ்கோவில் வசிப்பவர்களின் மனநிலை மதுரையில் வசிப்பவர்களின் மனநிலையைப் போன்றதே. இரண்டும் மரபான நகரங்கள். பண்பாடுதான் அந்த நகரங்களின் சிறப்பு. பல்வகைக் கலையும் விதவிதமான உணவு வகைகளும் வழிபாடும் கொண்டாட்டமும் கலந்த வாழ்க்கை. பீட்டர்ஸ்பெர்க் வாழ்க்கை சென்னையைப் போன்றது. இங்கே பல்வகைப் பண்பாடுகள் ஒன்று கலந்துள்ளன.

அன்னகரீனினா ஒரு வேளை மாஸ்கோவில் வாழ்ந்திருந்தால் அவள் விரான்ஸ்கியை காதலித்திருக்க மாட்டாள். அவள் வாழ்க்கை முற்றிலும் வேறாக இருந்திருக்கும். அவள் தற்கொலை செய்து கொண்டிருக்க மாட்டாள் என்கிறது அக்கட்டுரை.

ஒரு நாவலை வாசிப்பவர்கள் எத்தனை புதிய தளங்களில், கோணங்களில் நாவலை வாசிக்கிறார்கள், புதிய விளக்கங்களைத் தருகிறார்கள் என்பது மகிழ்ச்சி அளிக்கிறது.

தமிழ் நாவல்கள் இப்படிப் பல்முனைகளில் அணுகப்படவில்லை. ரசனை சார்ந்த மதிப்பீடுகளுக்கு வெளியே தமிழ் நாவல்கள் இன்னமும் விரிவாக ஆராயப்படவில்லை.

அந்த வகையில் தஸ்தாயெவ்ஸ்கியும் டால்ஸ்டாயும் கொடுத்து வைத்தவர்கள். உலகின் ஏதோ ஒரு மூலையில் தினமும் யாரோ ஒருவர் அவர்களின் நாவலைப் பற்றி ஏதாவது எழுதிக் கொண்டேதானிருக்கிறார்கள்.

ரஷ்யாவின் அடையாளமாக அதன் எழுத்தாளர்களே கருதப்படுகிறார்கள். அவர்களின் எழுத்தின் வழியாகவே ரஷ்யா தொடர்ந்து பேசப்பட்டு வருகிறது. இப்படி வேறு தேசம் எதுவும் எழுத்தால் அடையாளப்படுத்தப் பட்டிருக்கிறதா என்று தெரியவில்லை.

26
டால்ஸ்டாயின் கேமிரா

டால்ஸ்டாயின் உருவச்சிலையை முதன்முறையாக வடித்தவர் அவரது மனைவி சோபியா. அவர் தான் மார்பளவு சிலை ஒன்றை செய்து கொடுத்தார். Ilya Repin என்ற புகழ்பெற்ற ஓவியர் டால்ஸ்டாயை சிறப்பான ஓவியம் தீட்டியிருக்கிறார்.

1856ஆம் ஆண்டில், ரஷ்ய புகைப்பட உலகின் தந்தையாகக் கருதப்படும் செர்ஜி லெவிட்ஸ்கி, டால்ஸ்டாயின் முதல் புகைப்படங்களை எடுத்தார். அவை நாளிதழில் அச்சிடப்பட்டன.

அன்று பிரபல எழுத்தாளர்களாக இருந்த இவான் துர்கனேவ், ஆஸ்ட்ரோவ்ஸ்கி மற்றும் பலரையும் செர்ஜி புகைப்படம் எடுத்திருக்கிறார்.

பின்னர், டால்ஸ்டாய் புகைப்பட ஸ்டுடியோக்களுக்குச் சென்று முறையான உருவப்படங்களை எடுத்திருக்கிறார்., அலெக்சாண்டர் ஹெர்சன் போன்ற தனது நண்பர்களுடன் புகைப்படங்களைப் பரிமாறிக் கொள்ளும்போது தனது புகைப்படங்களை அனுப்பி வைத்திருக்கிறார்.

1862 இல், டால்ஸ்டாய் தனது முதல் சுய உருவப்படத்தை எடுத்தார். இதற்காக இரண்டு குதிரைகளைப் பயன்படுத்தி கேமிராவை இழுக்க வேண்டியிருந்தது. புகைப்படம் எடுப்பது டால்ஸ்டாய்க்கு விருப்பமான கலையாக மாறியது. சோபியாவும் நிறைய புகைப்படங்களை எடுத்திருக்கிறார்.

20 ஆண்டுகளுக்கும் மேலாக சோபியா எடுத்த புகைப்படங்கள் தற்போது தொகுக்கப்பட்டு தனியே கண்காட்சியாக வைக்கப்பட்டிருக்கின்றன

வண்ணப் புகைப்படத்தின் ரஷ்ய முன்னோடியான செர்ஜி புரோகுடின்கோர்ஸ்கி, நாடு முழுவதும் பயணம் செய்து,

புகழ்பெற்ற கட்டிடங்கள், தேவாலயங்கள் மற்றும் மக்களைப் படம் பிடித்தார். அவர் டால்ஸ்டாயையும் சந்தித்தார். அவரே டால்ஸ்டாயின் முதல் வண்ணப்புகைப்படத்தை எடுத்தவர். அந்த நாட்களிலே டால்ஸ்டாய் வீட்டில் டெலிபோன் இருந்தது. அதில் அவர் ஆன்டன் செகாவோடு பேசியது குறித்து செகாவ் எழுதியிருக்கிறார்.

1896 இல் சினிமா ரஷ்யாவிற்கு அறிமுகமானது. டால்ஸ்டாய் 1903 வாக்கில் மௌனப்படங்கள் பற்றி அறிந்திருந்தார். அவரது நண்பர் வி.வி. ஸ்டாசோவ்க்கு எழுதிய கடிதம் மூலம் இதனை அறிந்துகொள்ள முடிகிறது. டால்ஸ்டாயின் எண்பதாவது பிறந்தநாள் கொண்டாட்டத்தைப் படம்பிடித்திருக்கிறார்கள். அன்று கால் சுளுக்கு காரணமாக டால்ஸ்டாயால் எழுந்து நடக்க முடியவில்லை. பிரம்பு நாற்காலியில் அமர்ந்து வேடிக்கை பார்க்கிறார். படத்தில் டால்ஸ்டாயின் மகள் கோச் வண்டியில் வருவது, நண்பர்கள் பரிசளிப்பது, வீட்டில் நடக்கும் விருந்து போன்றவை படம்பிடிக்கபட்டன. இந்த நிகழ்வைப் படம்பிடித்தவர் ஒளிப்பதிவாளர் ஜோசப் முண்ட்வில்லர். அதன் சிறுபகுதி இணையத்தில் இப்போது காணக்கிடைக்கிறது.

கேமிராவின் வருகை மற்றும் புகைப்படக்கலையில் மக்களிடம் ஆர்வம் ஏற்பட்ட காலகட்டத்தில் டால்ஸ்டாயின் மனைவி சோபியா ஆண்ட்ரேவ்னா கேமிரா ஒன்றை வாங்கி நிறையப் புகைப்படங்கள் எடுத்திருக்கிறார். டால்ஸ்டாய் எடுத்த புகைப்படங்களும் உள்ளன. டால்ஸ்டாய் குடும்ப நண்பர்களுடன் வனப்பகுதிக்குச் செல்வது, பண்ணையில் மனைவியுடன் நடந்து செல்வது மற்றும் மாஸ்கோ பயணம் போன்றவற்றைப் படம்பிடித்து ஆவணப்படுத்தியிருக்கிறார்கள். இது பற்றிச் சோபியா டயரியிலும் காணமுடிகிறது

ரஷ்யா சினிமாவின் தந்தையாகக் கருதப்படும் அலெக்ஸாண்டர் ஒசிபோவிச் டிரான்கோவ் 1908இல் திரைப்பட நிறுவனத்தை உருவாக்கினார். அவர் நடனப் பள்ளியினை நடத்தியவர். வெற்றிகரமான புகைப்படக் கலைஞராகவும் இருந்தார். 1907ஆம் ஆண்டில் அவர் பல்வேறு இடங்களுக்குப் பயணம் செய்து ஆளுமைகளையும் நிலக்காட்சிகளையும் ஒளிப்பதிவு செய்திருக்கிறார். அவரது

நட்பின் காரணமாக டால்ஸ்டாய் சினிமா பற்றி நிறையத் தெரிந்து கொண்டார். எதிர்காலத்தில் சினிமாவின் தாக்கம் மிக அதிகமாக இருக்கும் என்று அன்றே கணித்திருக்கிறார் டால்ஸ்டாய்.

டால்ஸ்டாய் தனது மனைவி சோபியாவை விவாகரத்து செய்துவிட்டார் என்றொரு வதந்தி நாடு முழுவதும் பரவியது. அதைப் பொய் என்று நிரூபிக்க சோபியா தங்கள் பண்ணை வீட்டில் டால்ஸ்டாயுடன் நெருக்கமாக நிற்கும் புகைப்படங்களை எடுத்து வெளியிட்டார். இதற்கான படப்பிடிப்பு நடந்தபோது டால்ஸ்டாய் தன் மனைவியை பார்ப்பது போல நடிக்க மறுத்துவிட்டார். இயல்பாக அருகில் நின்றால் போதும் என்று மனைவியைக் கண்டித்தார். சோபியாவின் விருப்பப்படி அந்தப் புகைப்படங்கள் பத்திரிகைகளுக்குத் தரப்பட்டன. அவளைப் பற்றி எழுந்த வதந்திக்கு முற்றுப்புள்ளி வைக்கப்பட்டது.

அஸ்தபோவ் ரயில் நிலையத்தில் மரணப்படுக்கையில் டால்ஸ்டாய் இருப்பதை அறிந்து புகைப்படக்கலைஞர்கள் விரைந்து வந்தார்கள். அங்கே சோபியா காத்திருப்பதை, டால்ஸ்டாயின் மரணப்படுக்கை காட்சிகளைப் படம் பிடித்தார்கள். டால்ஸ்டாயின் கடைநிமிஷங்கள் பற்றிய புகைப்படங்கள் செய்திதாள்களில் பெரிய அளவில் இடம்பிடித்தன.

டால்ஸ்டாயோடு ஏற்பட்ட சண்டையின் காரணமாக சோபியா தனது பண்ணையிலிருந்த குளத்தில் மூழ்கி தற்கொலைக்கு முயன்றதைக்கூடப் படம்பிடித்திருக்கிறார்கள். அந்தக் காட்சிகள் கொண்ட ஆவணப்படம் ரஷ்யாவில் தடை செய்யப்பட்டது என்கிறார்கள்.

27
கோகோலின் மனைவி

இத்தாலிய எழுத்தாளரான தொம்மோஸொ லேண்டோல்ஃபி கோகோலின் மனைவி என்றொரு சிறுகதையை எழுதியிருக்கிறார். உலகின் சிறந்த மாய யதார்த்த வகைக் கதைகளில் ஒன்றாக இக்கதை கருதப்படுகிறது. Gogol's Wife and Other Stories என்ற தொகுப்பில் இக்கதை உள்ளது. இத்தாலியின் காப்கா என்றே லேண்டோல்ஃபியை அழைக்கிறார்கள்.

தொம்மோஸொ லேண்டோல்ஃபி புளோரன்ஸ் பல்கலைக்கழகத்தில் ரஷ்ய மொழி மற்றும் இலக்கியம் பயின்றார், 1932 இல் கவிஞர் அன்னா அக்மதோவாவின் கவிதை பற்றி ஆய்வு செய்து முனைவர் பட்டம் பெற்றார். சர்ரியலிசம்மீது அதிக விருப்பம் கொண்டிருந்தார். அதன் பாதிப்பை இந்தக் கதையில் காண முடிகிறது. இத்தாலிய இலக்கிய உலகினை விட்டு ஒதுங்கியே வாழ்ந்த லேண்டோல்ஃபி அதிகம் எழுதவில்லை.

நிகோலாய் கோகோல், தஸ்தாயெவ்ஸ்கி மற்றும் புஷ்கின் மீது பெரும் விருப்பம் கொண்டிருந்த லேண்டோல்ஃபி தஸ்தாயெவ்ஸ்கி போலவே சூதாட்டத்தில் தீவிர ஈடுபாடு கொண்டிருந்தார். பல பெண்களுடன் நெருக்கமான உறவு கொண்டிருந்தபோதும் கோகோல் திருமணம் செய்து கொள்ளவில்லை. ஓரினச்சேர்க்கையாளர் என்று கருதப்பட்ட கோகோல் அதை மறைத்துக் கொண்டே வாழ்ந்து வந்தார் என்கிறார்கள். The Sexual Labyrinth of Nikolai Gogol என்றொரு புத்தகம் வெளியாகியிருக்கிறது.

நாற்பத்திரெண்டே வருஷங்கள் வாழ்ந்த கோகோல் இது போல மூக்கு மட்டுமே தனியே பயணம் செய்வதாக ஒரு வியப்பூட்டும் கதையை எழுதியிருக்கிறார். கோகோலின் பேய்க்கதைகளும் பிரபலமானவை.

இந்தக் கதையில் கோகோல் ஒரு பெண்ணைத் திருமணம் செய்து கொண்டிருக்கிறார். உண்மையில் அவள் ஒரு ரப்பர் பலூன். தேவையான அளவுக்கு அவள் உடலை ஊதிப் பெருக்க வைத்துக் கொள்ள முடியும். பலூன் என்பதால் அவள் எடையற்றவளாக இருக்கிறாள். அவளை வெளியாட்கள் எவரும் பார்த்தது கிடையாது. எப்போதும் நிர்வாணமாக இருக்கக்கூடிய அந்தப் பலூன் உடல் கொண்டவள் உடலின்பத்திற்காக மட்டுமே பயன்படுத்தப்படுகிறாள்.

பலூன் என்றபோதும் நிஜப்பெண்ணின் உடல் நிறமும் வாளிப்பும் அவளிடமிருந்தது. அவளது தலைமயிர் அவ்வப்போது மாறிக் கொண்டேயிருக்கிறது. தனக்கு எவ்விதமாகக் காண விருப்பமோ அப்படி அவளைத் தயார் செய்து கொள்வார் நிகோலாய். அவளுக்கு ஒரு பெயரும் இருந்தது. பம்ப் மூலம் காற்றடித்து அவள் உடலைப் பெரிதாக்கிக் கொள்வார்.

அவளுடன் நடைபெற்ற இரண்டு நிகழ்வுகளைக் கதை விவரிக்கிறது. முதல் நிகழ்வில் அவள் மலஜலம் கழிக்க அவர் உதவி செய்ய வேண்டும் என்று அவள் அழைப்பதைப் பற்றியது. இரண்டாவது, அவள்மீது சலிப்புற்று இனி தேவையில்லை என அழிக்க முற்படுவது பற்றியது.

காற்றடைக்கப்பட்ட பலூனாக ஒரு பெண்ணைச் சித்தரிப்பதன் மூலம் அதை ஒரு குறியீடாக மாற்றுகிறார் லேண்டோல்ஃபி. ஒரு பக்கம் கோகோலை விமர்சனம் செய்வதற்காக இப்படி ஒரு குறியீட்டினை உருவாக்கியிருக்கிறார். இன்னொரு பக்கம் பண்பாடு ஒரு பெண்ணை எப்படி ஒடுக்கியுள்ளது என்பதை அடையாளப்படுத்தவும் இப்படி ரப்பர் பலூனாக உருவாக்கியிருக்கிறார்.

இந்தக் கதையைப் படிக்கும்போது விலா சாரங்கின் ஒரு சிறுகதை நினைவில் வந்து போனது. அதில் பாதி உடல் கொண்ட பெண் வருகிறாள். கற்பனையான தீவு ஒன்றில் மாட்டிக் கொண்ட ஒருவனின் அனுபவத்தை விவரிக்கும் கதையது.

Lars and the Real Girl என்ற திரைப்படம் 2007இல் வெளியானது. அது இந்தக் கதையின் பாதிப்பில்தான் உருவாக்கப்பட்டிருக்கிறது.

பகடியான எழுத்தின் மூலம் அறியப்பட்ட கோகோலைப் பற்றி இப்படி ஒரு விசித்திரக் கதையை எழுதியிருக்கிறார் தொம்மோஸொ. இதிலும் நையாண்டி கூடுதலாகவே வெளிப்படுகிறது.

28
ரஷ்ய கவிதையின் புதிய தேவதை

ரஷ்ய மொழியின் மிகச்சிறந்த பெண் கவிஞர் மரினா ஸ்வேதெவா [Marina Tsvetaeva]. ரஷ்ய இலக்கியத்தில் பெண் எழுத்தாளர்களுக்கு உரிய இடம் அளிக்கப்படவில்லை. அவர்கள் இரண்டாம் தரப் படைப்பாளிகள் போலவே நடத்தப்பட்டார்கள் என்ற குற்றசாட்டினை முன்வைக்கிறார் கவிஞர் ஜோசப் பிராட்ஸ்கி. அது மரினா விஷயத்தில் உண்மையாகயிருந்தது. ரஷ்ய அரசின் கெடுபிடிகளால் சிறைப்பட்டும் மகளை இழந்தும் துயருற்ற மரினா தொடர்ந்த அதிகாரத்தின் துன்புறுத்தல் காரணமாக தூக்கிலிட்டு தற்கொலை செய்து இறந்து போனார். அத்தோடு அவரது கவிதைகள் பொதுவெளியில் இருந்து மறைந்து போயின.

இருபது ஆண்டுகளுக்குப் பிறகே மரினாவின் கவிதைகள் மீது வெளிச்சம் பட ஆரம்பித்தது. பின்பு அந்த வெளிச்சம் நீண்டு உலகெங்கும் பரவத்துவங்கியது. இன்று வரை 23 மொழிகளில் அவரது கவிதைகள் மொழியாக்கம் செய்யப்பட்டிருக்கின்றன. தன் வாழ்நாளில் அவர் அடையாத அங்கீகாரமும் கௌரவமும் இப்போது வழங்கப்பட்டிருக்கின்றன.

தனிமையில் குரலிடும் குயிலினைப் போல தன் இருப்பின் வலியை, மகிழ்ச்சியைக் கவிதையில் வெளிப்படுத்திய மரினா ஸ்வேதெவா ரஷ்யக் கவிதையின் புதிய தேவதையாக கருதப்படுகிறார்.

மரினாவின் அப்பா இவான் ஒரு பேராசிரியர். மிகுந்த இலக்கிய ஈடுபாடு கொண்டவர். புஷ்கின்மீது அதிக பற்று கொண்டவர். இதன் காரணமாக புஷ்கினுக்காக அருங்காட்சியகம் ஒன்றை மாஸ்கோவில் உருவாக்கினார்.

மரினாவின் தாய் மரியா இசைக்குடும்பத்தைச் சேர்ந்தவர். ப்யானோ வாசிப்பதில் தேர்ந்தவர். அவருக்கு மகளும் இசைக்கலைஞராக வர வேண்டும் என்று ஆசை. ஆனால் மரினா கவிஞராகவே விரும்பினார். அதை அம்மா ஆதரிக்கவில்லை.

வீட்டில் தனது தங்கை படம் வரைய காகிதம் தருவார்கள். ஆனால் தான் எழுதுவதற்கு வெள்ளைக் காகிதம் தர மாட்டார்கள். சிறுவயது முழுவதும் வெள்ளைக் காகிதம் கிடைக்காதா என ஏங்கியிருக்கிறேன் என்று மரினா தனது நாட்குறிப்பில் பதிவு செய்திருக்கிறார்.

மரினாவின் தந்தைக்கும் தாயிற்கும் இருபது வருஷங்கள் இடைவெளி. தாய் மரியா இரண்டாம் தாரமாகத் திருமணம் செய்து கொள்ளப்பட்டவள். மரியாவிற்குத் தனக்கு ஆண்பிள்ளைகள் பிறக்க வேண்டும் என்ற ஆசை. அதன் காரணமாகப் பிறக்கப் போகும் பிள்ளைகளுக்குப் பெயர்கள் கூட தேர்வு செய்து வைத்திருந்தார். ஆனால் பிறந்த இரண்டும் பெண்கள். இந்த ஏமாற்றம் மரியா வாழ்க்கை முழுவதும் நீடித்தது. முதல்மகளான மரினாவிற்கு அவள் தேர்வு செய்திருந்த பெயர் அலெக்சாண்டர்.

மரினா அவளது சகோதரி ஆஸ்யா இருவரும் வசதியான வாழ்க்கையை வாழ்ந்தனர். 1905இல் ரஷ்யாவில் உழைக்கும் வர்க்கம் போராடத்துவங்கியது. ஜார் மன்னருக்கு எதிராகப் பொதுவெளியில் போராட்டங்கள் துவங்கின. அந்த நாட்களில் மாஸ்கோ நகரில் மத்திய தர வாழ்க்கை விரிவடைய ஆரம்பித்தது. ஆடம்பர வீடு. வேலைக்காரர்கள். சாரட் வண்டி. தனி ஆசிரியர்கள். இசை நிகழ்ச்சிகள். விருந்து என தங்கக்கூண்டில் அடைத்து வளர்க்கப்படும் பறவைகளைப் போலவே தானும் தங்கையும் வளர்க்கப்பட்டோம் என்கிறார் மரினா.

மரினாவின் அம்மா நாவல்கள் படிக்கக் கூடியவர். படித்த கதைகளைப் பிள்ளைகளிடம் சொல்வார். ஆனாலும் கவிஞராகப் போகிறேன் என்று மரினா விரும்புவதை அவர் ஏற்றுக் கொள்ளவில்லை. அம்மாவின் காசநோய் காரணமாக சிகிச்சை பெற வேண்டி அவர்கள் குடும்பம் ஐரோப்பாவிற்குக் குடிபோனது. சுகவாசஸ்தலத்தில் தங்கி மரியா சிகிச்சை பெற்றார். மரினாவின் பதினான்காம்

வயதில் அவரது அம்மா இறந்து போனார். அதன்பிறகு தான் விரும்பியபடி கவிதைகள் எழுதவும் இலக்கியம் கற்கவும் துவங்கினார் மரினா.

1912இல் செர்ஜி எப்ரோன் என்ற இளம் ராணுவ அதிகாரியைத் திருமணம் செய்துகொண்டார். இரண்டு மகளும் ஒரு மகனும் பிறந்தனர்.

ரஷ்யப் புரட்சியின்போது மரினாவின் குடும்பம் மிகுந்த நெருக்கடிகளைச் சந்தித்து. அவரது வீடு அபகரிக்கபட்டது. அடிப்படை வசதிகளுக்கே போராட வேண்டிய நிலை. மறுபுறம் அவர் புரட்சிக்கு எதிரானவர் என்று அரசாங்கம் கருதி கண்காணிப்பு செய்தது. அவர் செல்லும் நிகழ்வுகளில் ரகசிய காவலர்கள் கலந்து கொண்டார்கள். மரினா எதற்கும் பயப்படவில்லை.

மாஸ்கோவை வாட்டிய பஞ்சத்தின்போது சாப்பிட உணவு கிடைக்காமல் ஒருவேளை உணவு மட்டுமே சாப்பிட்டு சிகரெட் புகைத்தபடி நாட்களைக் கடத்தியிருக்கிறார். பசியால் அவதியுற்ற மகளைக் காப்பாற்ற வேண்டி அநாதைக் காப்பகம் ஒன்றில் சேர்த்துவிட்டார், அங்கு பசிக் கொடுமையால் வாடி மகள் ஐரீன் இறந்து போனாள். இன்னொரு மகள் தீவிர காய்ச்சல் கண்டு நோயாளியானாள். இந்த நாட்களில் மரினா அடைந்த துயரத்தை அவளது கடிதத்தில் காண முடிகிறது.

ஐந்து ஆண்டுகளுக்குப் பிறகு 1922இல் குடும்பத்தோடு பிராகுவே சென்றார். அங்கிருந்தே அவரது முக்கிய கவிதைகள் பிறந்தன. 1922 முதல் 25 வரையிலான காலம் அவரது படைப்பின் உச்சம். மரினாவின் முக்கிய கவிதைகள் யாவும் இந்த நாட்களிலே எழுதப்பட்டன.

1939இல் மீண்டும் குடும்பத்துடன் ரஷ்யா திரும்பினார். அது பெரும் துரதிருஷ்டமாக மாறியது. யாரும் அவரை வரவேற்கவில்லை. ஸ்டாலின் அரசு அவளைத் துரோகியாகக் கருதியது. சந்தேகப் பார்வையுடன் நடத்தியது. மரினாவின் தங்கை ராஜதுரோக வழக்கில் கைது செய்யப்பட்டார். மரினாவின் உறவினர் பலரும் சிறையில் அடைக்கப்பட்டனர். தன்னையும் கொன்றுவிடுவார்கள் என்றே மரினா பயந்தார். ஸ்டாலின் அரசில் எழுத்தாளர்கள், கவிஞர்கள் எனப் பலரும் கொல்லப்பட்டார்கள். பலர் உயிர்தப்பி அந்நிய தேசங்களில்

குடியேறினார்கள். மரினாவை வெளிப்படையாக ஆதரிக்க ஒரு படைப்பாளியும் முன்வரவில்லை.

காதலும் கவிதையுமே மரினா வாழ்க்கையின் இரண்டு மையப்புள்ளிகள். 25 வயதில் சோபியா என்ற இளம்பெண்ணுடன் அவளுக்கு லெஸ்பியன் உறவு ஏற்பட்டது. இருவரும் இணைபிரியாமல் சேர்ந்து வாழ்ந்தார்கள். அதன் பிறகு எல்லீஸ் என்ற இளம் கவியுடன் நெருக்கம் ஏற்பட்டது. அதன்பிறகு கவிஞர் ஒசிப் மெண்டல்ஷ்டாம் அவளைக் காதலித்தார். பாஸ்டர்நாக்கிற்கும் மரினாவிற்கும் நீண்டகால கடிதத் தொடர்பு இருந்தது. ஆனாலும் அவர்கள் ஒருவரையொருவர் சந்திக்கவேயில்லை. தான் பாஸ்டர்நாக்கோடு உறவுகொண்டு அவர் வழியாக ஒரு ஆண்குழந்தையைப் பெற ஆசைப்பட்டேன் என்று மரினா தனது நாட்குறிப்பில் பதிவு செய்திருக்கிறார்.

இளங்கவி, ஓவியக்கலைஞர். நாடகக்கலைஞர், நடிகர், பத்திரிகை ஆசிரியர், இளவரசர் என அவளது காதலர்களின் பட்டியல் நீண்டது. ஆனால் எவருடனும் அவளது வாழ்க்கை தொடரவில்லை. ஏமாற்றமும் துயரமும் வருத்தமும் கொண்ட பெண்ணாகவே அவள் கடைசிவரை வாழ்ந்தாள். அரசியல் நெருக்கடியில் இருந்து தப்பித்துக் கொள்ளவே அவள் புதிய காதலை உருவாக்கிக் கொண்டாள். அந்தக் காதலின் வழியே அவள் அடைந்த ஏமாற்றம் உறவைத் துண்டிக்க வைத்தது. கவிதை எழுதுவதை மட்டுமே செய்வேன் என வாழ மரினாவை உலகம் அனுமதிக்கவில்லை. ஆகவே அவள் யாரையாவது சார்ந்து வாழ வேண்டிய கட்டாயம் உருவானது.

மரினாவின் மகள் தனது அம்மாவைப் பற்றி நினைவுகூரும் போது என் அம்மா ஒரு கவிஞர். வீட்டில் எப்போதும் எதையாவது படித்தபடியோ, எழுதிக் கொண்டோதான் இருப்பார். மற்ற அம்மாக்களைப் போல பிள்ளைகளை அவள் கொஞ்சுவதில்லை. அன்றாடக் காரியங்களில் ஈடுபடுவதில்லை. தன்னை அலங்கரித்துக் கொண்டது கூடயில்லை. பல நேரங்களில் முறையான குளிராடைகள் கூட அணியாமல் அவர் வெளியே சென்று விடுவார். அவரைத் தேடி வருபவர்களிடம் மணிக்கணக்கில் கவிதை பற்றியும் மரணம் பற்றியும் பேசிக் கொண்டிருப்பார். அம்மாவிற்குக் கவிதை மட்டுமே உலகம். வேறு எதுவுமில்லை என்கிறார்.

1912இல் மரினாவின் முதல் கவிதைத் தொகுப்பு ஈவினிங் ஆல்பம், அத்தொகுப்பு அவரது பதினெட்டாவது வயதில் வெளியானது. அந்த நாட்களில் மரினாவிற்கு ஆதர்சமாக இருந்தவர் கவிஞர் அலெக்சாண்டர் பிளாக். அவரது கவிதை வாசிப்பிற்குச் சென்று கவிதைகள் கேட்ட மரினா தயக்கத்தின் காரணமாக நேரில் சந்திக்கவில்லை. ஆனால் அவருக்காகத் தான் எழுதிய பாராட்டுக் கவிதையைக் கொடுத்து அனுப்பினார்

பிளாக் அக்கவிதையை வாசித்து வியந்து, எழுதியவர் யார் எனக் கேட்டபோது அதில் எந்தப் பெயருமில்லை. மரினாவும் பிளாக்கும் கடைசி வரை சந்தித்துக் கொள்ளவேயில்லை. ஆனால் மரினா தனது நாட்குறிப்பில் "அலெக்சாண்டர் பிளாக் என்ற தேவனே தன்னை வழிநடத்தியவன். பிளாக்கின் குரலே தன் அகத்தைத் திறந்தது. பிளாக்கை நேரில் சந்திக்கும் தைரியம் எனக்கில்லை. அவரைக் கவிதையின் கடவுளாகவே கருதினேன்" என்று எழுதுகிறார்.

மரினாவின் முதற்கவிதைத் தொகுப்பு மிகுந்த பாராட்டுகளைப் பெற்றது. பிரபல ரஷ்யக்கவி குமுலேவ் இந்தக் கவிதைகள் இளம் பெண்ணின் அகவுணர்வுகளைத் துல்லியமாக வெளிப்படுத்துகின்றன. கொந்தளிப்பு மிக்க தனிமையைக் காண முடிகிறது என்று பாராட்டினார்.

கவிஞர் ரெய்னர் மரியா ரில்கே இளங்கவிஞனுக்கான கடிதம் ஒன்றில் இப்படிக் குறிப்பிடுகிறார்.

கவிஞனாக நீ செய்யவேண்டியது ஒன்று மட்டுமே, அது உனக்குள்ளாக நீ நுழைய வேண்டும். உன்னை எழுதச் சொல்லும் காரணத்தைக் கண்டறிய வேண்டும்; அந்த வேட்கை உன் இதயத்தின் ஆழத்திற்குள் வேர்விட்டிருக்கிறதா என ஆராய வேண்டும். இரவின் நிசப்த தருணங்களில் உன்னை நீயே கேட்டுக்கொள். நான் எழுதி ஆகவேண்டுமா? ஆம் என்று தோன்றினால் அதற்கேற்ப உன் வாழ்வைக் கட்டமைத்துக் கொள்; நீ செய்ய வேண்டியதெல்லாம் இயற்கையுடன் நெருங்கிப் போகவேண்டும் என்பதே. உன் வாழ்வில் நீ உணர்ந்தவற்றையும், நேசித்தவற்றையும் இழந்தவற்றையும் உண்மையாகச் சொல்ல முயற்சி செய். அதுவே உன் கவிதைக்கான திறவுகோல்.

ரில்கே இளம் கவிஞனுக்குச் சொன்ன அறிவுரை போல தான் மரினாவும் நடந்து கொண்டார். அவர்

ஒரு பெண்ணாகத் தனது கட்டுப்பாடுகள், நெருக்கடிகள், துயரங்களில் இருந்து விடுபடுவதற்கு கவிதைகளே வடிகால் என்பதை உணர்ந்தார். தான் ஒரு கவிஞர், பெண் எனும் அடையாளம் வழியாக உலகைக் காணுபவர் என்று தன்னைப் பற்றிக் கூறிக் கொண்டார். பெண்ணாக இருப்பதால் அவருக்கு மறுக்கப்பட்ட உரிமைகளையும் ஒரு விளையாட்டு பொம்மையைப் போல ஆண்கள் நடத்தும் விதம் பற்றியும் தனது கவிதைகளில் தொடர்ந்து மரினா வெளிப்படுத்தினார்.

இவரது இரண்டாவது கவிதைத் தொகுப்பு மேஜிக் லாண்டர்ன். அதில் பதட்டம், அமைதியின்மை, நிராகரிப்பு ஆகிய உணர்வுகள் கொண்ட கவிதைகள் அதிகமாக இடம்பெற்றன.

அதன்பிறகு 1930களில் அவர் உரைநடையில் அதிக கவனம் செலுத்தினார். நாடகங்களை எழுதினார். அதன் தொடர்ச்சியாக கவிதைகள் பற்றிய கட்டுரைகளும் எழுதியிருக்கிறார். தனது சமகால கவிஞர்களுடன் நட்புறவு கொண்டிருந்தார் மரினா. குறிப்பாக, ரில்கே மற்றும் பாஸ்டர்நாக்குடன் அவர் கொண்டிருந்த நட்பு தனித்துவமிக்கது.

ரஷ்யக் கவிஞர் அன்னா அக்மதோவாவின்மீது மிகுந்த பற்று கொண்டிருந்தார் மரினா. காதலின் மகிழ்வற்ற நிலையை வெளிப்படையாகச் சொல்லும் அன்னாவின் கவிதைகளை மரினா கொண்டாடினார். அன்னா அக்மதோவாவிற்கு என்று இரண்டு கவிதைகளை மரினா சமர்ப்பணம் செய்து எழுதியிருக்கிறார். அந்தக் கவிதைகள் அன்னா அக்மதோவாமீது அவர் கொண்டிருந்த நேசத்தின் அடையாளமாகவே காணப்படுகின்றன.

இந்த இரண்டு பெண்கவிஞர்களின் வாழ்க்கையும் அரசியல் நெருக்கடி காரணமாகத் துயருற்றன. அன்னா அக்மதோவாவின் மகன் சிறையில் அடைக்கப்பட்டான். மரினாவின் மகள் பசியின் காரணமாக இறந்து போனாள். அதிகார வெறிக்குப் பிள்ளைகளைப் பறிகொடுத்த இரண்டு தாய்களும் தனது கவிதைகளின் வழியாகவே மீட்சியைத் தேடிக் கொண்டார்கள். அவர்கள் சந்தித்துப் பழகிய நாட்களில் சகோதரிகளைப் போலவே நடந்து

கொண்டார்கள். சமையல் அறையில் அமர்ந்து கவிதை வாசித்தார்கள்.

மரினாவின் கவிதை ஒன்றில் நெற்றியில் இடப்படும் முத்தம் நினைவுகளை அழிக்கக்கூடியது என்ற வரி இடம்பெற்றுள்ளது. அபூர்வமான வெளிப்பாடது.

கண்களில் தரும் முத்தம்- தூக்கமின்மையை அகற்றும்
உன் கண்களில் நான் முத்தமிடுகிறேன்
இதழில் தரும் முத்தம்- தாகம் நீக்கும்
நான் உன் இதழ்களை முத்தமிடுகிறேன்
நெற்றியில் தரும் முத்தம்-நினைவுகளை அழிக்கும்
உன் நெற்றியில் நான் முத்தமிடுகிறேன்

இயேசுவைக் காட்டிக் கொடுக்கும்போது யூதாஸ் அவரை முத்தமிடுகிறான். அந்த முத்தம் இது போல அவனது நினைவுகளை அழிக்கும் முத்தமாகத்தான் இருந்திருக்க வேண்டும். ஒரு முத்தத்தின் மூலம் நினைவுகளை அழிக்க முயலும் மரினாவின் உணர்ச்சி வேகம் துயரத்தின் உச்சநிலை என்றே சொல்வேன். தாயின் பரிவை வெளிப்படுத்தும் கவிதையாகவும் இதைக் காணலாம். மறதிக்கென ஒரு தேவதையிருக்கிறது. அந்த தேவதை நெற்றியில் முத்தமிட்டால் கடந்த காலம் முழுமையாக மறந்து போய்விடும் என்றொரு பழைய நம்பிக்கையிருக்கிறது. அந்த நம்பிக்கையின் வெளிப்பாடுதான் இக்கவிதையா. நெற்றியில் இடப்படும் முத்தம் நட்பின் அடையாளம். கன்னத்தில் இடப்படும் முத்தம் அன்பின் வெளிப்பாடு. காதலின் வெளிப்பாடாக அமைவதே இதழில் தரப்படும் முத்தம். மரினா இந்த மூன்றையும் கடந்து கண்களில் முத்தமிடுகிறாள். அந்த முத்தம் உறங்கமின்மையைப் போக்கிவிடும் என்கிறார். அது கவியின் முத்தம். கவிதையின் வழியாகவே மனம் சாந்தம் கொள்ளமுடியும். மீளாத் துயரமே ஒருவனை உறக்கமற்றுச் செய்கிறது. கடந்தகாலத்தின் நினைவுகள் கனன்று கொண்டிருக்கும்வரை உறக்கம் கூடாது. அந்த இரண்டினையும் மரினா துடைத்தெறிகிறார். நினைவுகள் அற்ற மனதுடன் ஆழ்ந்து உறங்கச் செய்கிறார். கவி உலகிற்குத் தரும் கொடை இதுவே.

இன்னொரு கவிதையில் மரங்கள் மூப்படைந்துவிட்டன. வீடும்தான் என்றொரு வரி இடம்பெற்றுள்ளது. மரங்களை

இளமையின் அடையாளமாகவே நாம் காணுகிறோம். மரினா மரங்களும் மூப்படைகின்றன என்று சுட்டிக்காட்டுகிறார். அந்த மூப்பு முணுமுணுப்பில்லாத, புகார்கள் சொல்லாத மூப்பு. மூப்படைந்த மரங்கள் உறுதியாகின்றன. மனிதர்களைப் போல அவை மூப்பில் தளர்ந்து போவதில்லை. வீடுகளும் மூப்பு அடைகின்றன. வீட்டின் மூப்பு அதற்கு ஒரு கம்பீரத்தை வழங்குகிறது. நினைவுகளின் வெளிச்சத்தால் நிரம்பியதாக உருமாற்றுகிறது.

இரண்டு சூரியன் இருக்கின்றன
ஒன்று சொர்க்கத்தில்
மற்றொன்று மனதில்

என மரினாவின் கவிதையொன்றில் குறிப்பிடப்படுகிறது. மரினாவின் மனதில் உள்ள சூரியன் உதிப்பதில்லை. மறைவதுமில்லை. அது ஒளிர்ந்து கொண்டேயிருக்கிறது. அந்த வெம்மையில்தான் அவர் கவிஞராக வாழ்கிறார். கவிதைகள் எழுதுகிறார்.

ஒரு வார்த்தையை மொழிபெயர்க்க முடியும். அதன் சப்தத்தை மொழிபெயர்க்க முடியாது என்றொரு மரியாவின் வரி அவர் சொற்களை விடவும் அதன் இசைத்தன்மை கொண்ட சப்தம்மீது மிகுந்த ஈடுபாடு கொண்டிருப்பதைக் காட்டுகிறது.

மரினா தனக்கு நிகரான கவிஞர்களாக பாஸ்டர் நாக்கையும் ரில்கேயையும் மட்டுமே கருதினார். அவர்களுடன் கடிதத் தொடர்பு கொண்டிருந்தார். தனது புதிய கவிதைகளை அவர்கள் வாசிக்க அனுப்பி வைத்தார்.

அந்த நாட்களில் ரில்கே ஸ்விட்சர்லாந்தில் வசித்தார். ரஷ்யாவிற்கும் ஸ்விட்சர்லாந்திற்கும் இடையில் தபால் போக்குவரத்து கிடையாது. காரணம், ஸ்விட்சர்லாந்து ரஷ்யாவோடு ராஜாங்க உறவு கொண்டிருக்கவில்லை. ஆகவே ஜெர்மனிக்கு எழுதி அங்கிருந்து வேறு வழியாக கடிதம் ஸ்விட்சர்லாந்திற்கு அனுப்பபட்டன. ரில்கேயின் அம்மா தனக்குப் பெண் குழந்தை வேண்டும் என்று கனவு கண்டவள். ஆனால் ஆண் பிறந்த காரணத்தால் அவரை ஒரு பெண் போல வளர்த்தாள். இதன் எதிர்நிலையே மரினாவிற்கு நடந்த விஷயம். ஆகவே அம்மாவின் கனவுகளை நிறைவேற்றாதவர்களாக அவர்கள் இருவருக்குள்ளும்

ஒரு நெருக்கம் உருவானது. இது போலவே பாஸ்டர் நாக்கிற்கும் மரினாவிற்கும் உள்ள நெருக்கம் இருவரது அம்மாக்களும் இசையில் மிகுந்த ஈடுபாடு கொண்டவர்கள். இசையைத் தங்கள் பிள்ளைகள் தொடர வேண்டும் என்று விரும்பியவர்கள். மரினாவும் அதைத் தொடரவில்லை. பாஸ்டர்நாக்கும் தொடரவில்லை.

ரில்கே ரத்தப்புற்றுநோயால் உடல்நலமற்றிருந்தார். கசந்த உறவுகள். தனிமையான வாழ்க்கை. அந்த சூழலில் மரினாவின் கடிதங்கள் ரில்கேயிற்கு ஆறுதல் அளித்தன. தனது கவிதைத் தொகுதிகளை மரினாவிற்குக் கையெழுத்திட்டு அனுப்பித் தந்தார் ரில்கே. பாஸ்டர்நாக் தனக்கு ரில்கே எழுதிய கடிதம் ஒன்றை வாழ்நாள் முழுவதும் பாக்கெட்டிலே வைத்துக்கொண்டிருந்தார். மரினா தனக்கு பாஸ்டர்நாக் மற்றும் ரில்கேயிடம் இருந்த வந்த கடிதங்கள் யாவையும் மாஸ்கோவை விட்டு விலகிப்போகையில் தனியே ஒரு உறையிலிட்டு அலெக்சாண்ட்ரா ரபினினா என்ற எடிட்டர் வசம் ஒப்படைத்துவிட்டார். ரில்கே எழுதிய கடிதங்கள் தற்போது அவரது காப்பகத்தில் காட்சிக்குக் கிடைக்கின்றன. பாஸ்டர்நாக் எழுதிய கடிதங்கள் காணாமல் போய்விட்டன. ஒன்றிரண்டே கண்டுபிடிக்கப்பட்டுள்ளன.

1926இல் ரில்கே இறந்த சில நாட்களின் பின்பு மரினாவிற்கு அந்தத் தகவல் கிடைத்தது. நான் ரில்கேயை ஒருமுறையாவது காண விரும்பினேன். ஆனால் அது நடக்கவேயில்லை. இனி அந்த சாத்தியமே கிடையாது என்று வருந்தினார். ரில்கே நினைவாக New Year's Greeting என்ற நீள்கவிதையை எழுதினார். அதில் ரில்கேயின் உடல்தான் மறைந்துவிட்டது. அவரது ஆன்மா தன்னோடு தொடர்பு கொண்டுதானிருக்கும் என்று தெரியப்படுத்துகிறார்.

நாட்டுப்புறக்கதைகளை மையமாகக் கொண்டு கவிதைகள் எழுத முயன்றார் மரினா. அது புதுவகையான கவிதையாக உருவானது. கவித்துவமொழியிலும் படிமங்களிலும் முற்றிலும் புதிய சாத்தியங்களை உருவாக்கினார் மரினா. இதனால் அவரது கவிதை தனித்துவமிக்கதாக மாறியது.

1941 ஆகஸ்ட் 31 அன்று துரத்தியடிக்கப்பட்டு வீடு இழந்து போக்கிடம் தெரியாத மரினா ஸ்வேதெவா யேலாபுகா என்ற இடத்தில் தூக்கிலிட்டு இறந்து போனார். அவரது

இறுதிக்கடிதம் மகனிடம் மன்னிப்புக் கேட்பதாக இருந்தது. அடையாளம் தெரியாத புதைமேடாக அவரது வாழ்க்கை முடிவுற்றது.

இரண்டு மாதங்களின் பின்பு அவரது கணவரும் கொல்லப்பட்டார். 1944இல் மகனும் கொல்லப்பட்டு இறந்து போனான். மரினா ஸ்வேதெவாவின் கவிதைகளும் அத்துடன் இலக்கியவெளியில் இருந்து மறைந்து போயின. அடுத்த பதினைந்து ஆண்டுகளுக்கு அவரை யாரும் நினைவு வைத்திருக்கவேயில்லை.

ஸ்டாலின் மறைவிற்குப் பிறகு மரினாவின் மகள் சிறையில் இருந்து விடுவிக்கப்பட்டார். அவளே தனது தாயின் கவிதைகளைத் தேடிச் சேகரித்து ஆவணப்படுத்தியவர். 1956இல் எலியா ஹிரன்பெர்க் தொகுத்த ரஷ்யக் கவிதை தொகுப்பில் மரினாவின் கவிதைகளும் அவரைப்பற்றிய குறிப்பும் இடம்பெற்றன. அதன்பிறகே ரஷ்ய இலக்கியத்தில் அவளது கவிதைகளின்மீது வெளிச்சம்பட ஆரம்பித்தது.

இன்று இந்த நூற்றாண்டின் மிகச்சிறந்த கவிஞர் வரிசையில் மரினா ஸ்வேதெவா கொண்டாடப்படுகிறார். காலம் அவள் பெயரை உயர்த்திப் பிடித்துவிட்டது. அது தான் அவளது கவிதையின் வலிமை.

29
கவிதை எனும் வெளிச்சம்

ரஷ்யக் கவிஞர் ஒசிப் மெண்டல்ஷ்டாம். அக்மேயிசம் (Acmeism) என்ற கவிதைக்கோட்பாட்டினை உருவாக்கியவர். ஸ்டாலினைக் கிண்டல் செய்து கவிதை எழுதினார் என்று கைது செய்யப்பட்டுச் சிறையில் அடைக்கப்பட்ட மெண்டல்ஷ்டாம் கடுமையான சித்ரவதைகளை அனுபவித்து மனச்சிதைவிற்கு உள்ளானார்.

பத்திரிகையில் அவரது கவிதைகளை வெளியிட முடியாமல் தடையிருந்தது. மெண்டல்ஷ்டாம் கவிதைகள் அத்தனையும் நினைவில் வைத்திருந்து நடமாடும் புத்தகமாகத் திகழ்ந்தவர் அவரது மனைவி நடாஷ்டா.

அவரது நினைவுகளில் இருந்த கவிதைகளே பின்னாளில் மீள்உருவாக்கம் செய்யப்பட்டு நூலாக வெளிவந்தன. மெண்டல்ஷ்டாமின் சிறை அனுபவங்களைப் பற்றி வாசிக்கும்போது மனம் நெகிழ்ந்து போய்விடுகிறது.

∴

ஒசிப் மெண்டல்ஷ்டாம் சிறையிலே கொல்லப்படக்கூடும் என அறிந்த நடாஷ்டா அவரை மீட்பதற்காகப் போராடினார். ஒசிப்பின் நண்பரான பாஸ்டர்நாக்கைத் தொடர்பு கொண்டு ஸ்டாலினுக்குக் கடிதம் எழுதச் செய்தார். மனச்சிதைவு முற்றிய நிலையில் இருந்த ஒசிப்பிற்கு முறையான சிகிச்சை அளிக்கப்படவில்லை. அவர் குளிராடைகள் கூட இல்லாமல் வருந்தினார். தன்னைக் கொன்றுவிடும்படி அதிகாரத்திடம் மன்றாடினார். இந்நிலையில் கணவரை மீட்க நடாஷ்டா உறுதியாகப் போராடினார்.

தனது காதல் வாழ்க்கையையும். மெண்டல்ஷ்டாமின் ஆளுமையையும். அரசியல் காரணங்களுக்காகக் கைது செய்யப்பட்ட அவரை மீட்பதற்காகத் தான் மேற்கொண்ட இடைவிடாத போராட்டம் குறித்தும் நடாஷ்டா எழுதிய புத்தகம் Hope Against Hope. இது ஒரு இலக்கிய சாட்சியம்.

∴

நடாஷ்டாவின் அம்மா ஒரு மருத்துவர். யூதக் குடும்பத்தைச் சேர்ந்தவர். மதக்கட்டுபாடுகளை மீறி புரட்சிகரமான சிந்தனைகளைக் கொண்டவர். நடாஷ்டாவின் அப்பா ஒரு வணிகர். அவர்கள் பிரான்ஸ், ஸ்வீடன், ஸ்விட்சர்லாந்து, இத்தாலி எனப் பல்வேறு தேசங்களில் வாழ்ந்துவிட்டுக் கடைசியாக ரஷ்யாவந்து சேர்ந்தார்கள்.

நடாஷ்டா கலைகளில் மிகுந்த ஈடுபாடு கொண்டவர். ஆங்கிலம், ஜெர்மன், இத்தாலி, பிரெஞ்சு மொழிகளைக் கற்றறிருந்தவர். சட்டம் படிப்பதற்காக மாஸ்கோ பல்கலைக்கழகம் சென்றார். அங்கே அவரது தோழியாக இருந்தவர் கவிஞர் அன்னா அக்மதோவா. நாடகக் குழுவினர்களுடன் இணைந்து செயல்பட்ட நடாஷ்டா ஒரு காபி ஷாப்பில்தான் ஒசிப்பை முதன்முறையாகச் சந்தித்தார்.

அப்போது ஒசிப் இளம்கவி. அவரது முதல் கவிதைத்தொகுப்பு ஸ்டோன் வெளியாகியிருந்தது. அதைத் தானே *600* பிரதிகள் அச்சிட்டு வெளியிட்டிருந்தார். அந்தக் கவிதைகள் ஒசிப்பிற்குத் தனி வாசகவட்டத்தை உருவாக்கியிருந்தது.

அன்னா அக்மதோவாவின் கணவரான குமிலேவ் குறியீட்டுக் கவிதைகளுக்கு எதிராக அக்மேயிசம் என்ற புதிய கவிதைக்கோட்பாட்டினை அறிமுகம் செய்தார். அது ஒசிப்பிற்கு ஏற்புடையதாக இருந்தது. அவர்கள் இருவரும் ஒன்று சேர்ந்து இயக்கமாகச் செயல்பட்டு புதிய வகைக் கவிதைகளை எழுதினார்கள்.

ஒசிப்பின் அம்மா இசை ஆசிரியர் என்பதால் சிறுவயது முதலே அவருக்கு இசையில் அதிக ஈடுபாடு இருந்தது. ஆகவே கவிதைகளைப் பாடக்கூடியவராக இருந்தார். பிரெஞ்சு இலக்கியம் படித்த ஒசிப் ஆரம்ப நாட்களில் பிரெஞ்சுக் கவிஞரான மல்லார்மேயின் சாயலில் கவிதைகள் எழுதினார். ஆனால் குமிலேவின் பாதிப்பில் அவரது கவிதைகள் உருமாறத்துவங்கியது.

புரட்சிக்கு எதிராகச் செயல்படுகிறார் எனப் பொய் குற்றம்சாட்டப்பட்டு ஒசிப் முதலில் கைது செய்யப்பட்டார். புக்காரின் உதவியால் வெளிவந்த போதும் அவர் தொடர்ந்து கண்காணிக்கில் வைக்கபட்டிருந்தார். இதில் ஆத்திரமான ஒசிப் ஒருநாள் நேரடியாகக் காவல்துறை உயரதிகாரியை

சந்தித்து என் கவிதைகள்மீது சந்தேகம் கொள்வதை நிறுத்துங்கள். இல்லாவிட்டால் இனிமேல் கவிதைகளை எழுதி நேரடியாக உங்களுக்கு அனுப்பி வைக்கிறேன். இதில் எவை வெளியிடப்படலாம் என நினைக்கிறீர்களோ அதைப் பத்திரிகைக்கு நீங்களே அனுப்பி வையுங்கள் என்று சண்டையிட்டுத் திரும்பினார்.

குமிலேவ் தனது 35 வயதில் சுட்டுக் கொல்லப்பட்டது ஒசிப்பைக் கலங்க செய்தது. இனிமேல் கவிதைகள் எழுதக்கூடாது என்று முடிவு செய்தார். ஆனால் அவரை ஆறுதல்படுத்தி மீண்டும் கவிதைகள் எழுத வைத்தவர் நடாஷ்டா. பொருளாதார நெருக்கடியும் மன அழுத்தமும் கொண்ட நாட்களாக அவையிருந்தன. வீட்டில் எந்தப் பொருளுமில்லை. சமையல்செய்யக்கூட எரிபொருள் இல்லை. ஆனால் நாங்கள் இருவரும் கவிதைகளை பரிமாறிக் கொண்டபடியே நாட்களைக் கழித்தோம் என்று தனது குறிப்பில் நடாஷ்டா பதிவு செய்திருக்கிறார்.

நடாஷ்டாவை காசநோய் தாக்கியது. சிகிச்சைக்காக சானிடோரியம் ஒன்றுக்குச் சென்ற போது அங்கே தன்னைப் போலவே காசநோய் சிகிச்சைக்காக அனுமதிக்கபட்டிருந்த தோழி அன்னா அக்மதோவாவை சந்தித்தார். இருவரும் ஒன்றாக சிகிச்சை எடுத்துக் கொண்டார்கள். ஆனால் நடாஷ்டா உடல் நலம் தேறவில்லை. ஆகவே யால்டாவிற்கு இடம்மாற்றம் செய்ய வேண்டும் என்று டாக்டர்கள் முடிவு செய்தார்கள். மருத்துவமனையில் இருந்த நாட்களில் நடாஷ்டாவிற்கு ஒசிப் எழுதிய கடிதங்களில் அவரது பிரிவுத்துயர் பீறிடுகிறது. அவள் இல்லாமல் தன்னால் ஒரு வரி எழுத இயலாது எனப் புலம்பியிருக்கிறார்.

ஸ்டாலினை விமர்சித்துக் கவிதை எழுதி அதை நண்பர்கள் மத்தியில் ஒசிப் வாசித்தபோது அது ஒரு தற்கொலை முயற்சி, தயவுசெய்து இக்கவிதையை வெளியிட வேண்டாம் என நண்பர்கள் கேட்டுக் கொண்டார்கள். ஆனால் ஒசிப் வெளியிட்டே தீருவேன் எனப் பிடிவாதமாக இருந்தார்.

போலீஸ் உளவாளிகளில் ஒருவன் இலக்கிய ரசிகன் போல அந்தக் கூட்டத்திற்கு வந்திருந்தான். அவன் அப்படியே முழுக்கவிதையையும் மனப்பாடம் செய்து காவல்துறை உயர்அதிகாரியிடம் போய் ஒப்புவித்தான். ஒசிப் மீதான முதல்குற்றமாக அது பதிவு செய்யப்பட்டது.

இதற்கிடையில் ஸ்டாலினுக்கு ஆதரவாக நடந்து கொள்கிறார் என அலெக்சி டால்ஸ்டாய் என்ற எழுத்தாளர் மீது கோபம் கொண்ட ஒசிப் பொது இடத்தில் அவர் கன்னத்தில் அறைந்ததோடு கடுமையான வார்த்தைகளால் திட்டி அவமானப்படுத்தினார்.

இந்த இரு நிகழ்ச்சியின் விளைவாக அவர் கைதுசெய்யப்படக்கூடும் என்ற வதந்தி பரவியது. தான் கைது செய்யப்படுவதற்குள் ஒருமுறை அன்னா அக்மதோவாவை சந்திக்க வேண்டும் என ஒசிப் விரும்பினார். இதற்காகவே பயணம் செய்து அன்னா அவரைச் சந்திக்க வந்திருந்தார்.

தான் செய்தது மனசாட்சி உரியவன் செய்கிற வேலை என்று உறுதியாகச் சொன்னார் ஒசிப். அவர்கள் எதிர்பார்த்தது போல ஒசிப் கைது செய்யப்பட்டார். சிறையில் கடுமையான முறையில் நடத்தப்பட்டார். சித்ரவதை தாங்கமுடியாமல் அவர் கை நரம்புகளைத் துண்டித்துக் கொண்டு தற்கொலை செய்ய முயன்றார். ஆனால் சாகவில்லை. இன்னொரு முறை தப்பியோட முயன்று தாவிக்குதித்து வலது தோள்பட்டையில் சரியான அடி.. வாழ்நாள் முழுவதும் இதனால் அவரால் வலது கையை முழுமையாகப் பயன்படுத்தமுடியவில்லை.

பாஸ்டர்நாக் தலையீட்டினால் வெளியே வந்த அவர் தற்காலிகமாக இடமாற்றம் வேண்டும் என்று சில காலம் ஆர்மீனியப்பகுதியில் வசித்தார். குழந்தைகள் அற்ற தம்பதிகளாக இருந்த அவர்கள் ஆர்மீனியச்சிறுவர்களை மிகவும் நேசித்தார்கள். ஒசிப்பின் கவிதைகளில் சிறுவர்கள் அதிகம் இடம்பெற்றுள்ளார்கள்.

மலைப்பிரதேசம் ஒன்றில் சில காலம் வாழ்ந்த ஒசிப் மீண்டும் கவிதைகள் எழுதத்துவங்கினார். மாஸ்கோ திரும்பிய அவர் மறுமுறை கைது செய்யப்பட்டார். இந்த முறை நடாஷ்டாவும் விசாரணைக்கு அழைக்கப்பட்டார். மிகமோசமான துன்பவியல் நாடகமாக அமைந்தது அந்த விசாரணை. முடிவில் பல்லாயிரம் அரசியல் கைதிகளில் ஒருவரைப் போல ஒசிப்பும் நாடுகடத்தப்பட்டார். குலக் எனப்படும் சைபீரிய கொடுஞ்சிறைக்கு அனுப்பி வைக்கப்பட்டார்.

அந்த நாட்களில் ஒரு மில்லில் இரவு பணி செய்த நடாஷ்டா எங்கே தன் மனதில் இருந்த ஒசிப்பின் கவிதைகள்

மறந்து போய்விடுமோ எனப் பயந்து இரவெல்லாம் தனக்குத் தானே கவிதைகளை முணுமுணுத்தபடியே இருந்தார். ஒருநாள் இயந்திரங்கள் திடீரென நிறுத்தப்பட்டதும் அவர் கவிதைபாடிக் கொண்டிருப்பது அனைவருக்கும் கேட்டது.

நிச்சயம் அதை யாராவது ஒரு உளவாளி அரசிற்குத் தெரியப்படுத்திவிடுவான் எனப் பயந்து அவர் இரவோடு இரவாக ஊரை விட்டுத் தப்பியோடினார்.

ஒசிப் சைபீரியாவில் மிக மோசமாக நடத்தப்பட்டார். தனது எதிர்ப்பைத் தெரிவிக்க அவர் பட்டினியாகக் கிடந்தார். குளிர்தாங்கமுடியாமல் அவதிப்பட்டார். ஒசிப்பிற்கு என்ன ஆனது என அவர்களால் தெரிந்துகொள்ளவே முடியவில்லை. பின்பு ஒருநாள் ஒசிப்பின் சகோதருக்கு அவர் மாரடைப்பால் இறந்து போய்விட்டதாக ஒரு சான்றிதழை அரசு அனுப்பி வைத்திருந்தது. அது உண்மையில்லை என அவர்கள் உணர்ந்தபோது வெளிக்காட்டிக் கொள்ள முடியவில்லை.

தனது மனதிலிருந்த ஒசிப்பின் கவிதைகளைக் காகிதத்தில் பதிவு செய்து அதை ஒரு சூட்கேஸில் அடைத்து அன்னா அக்மதோவாவின் நண்பர் ஒருவரிடம் ரகசியமாக ஒப்படைத்து நாடுகடத்திவிட்டார் நடாஷ்டா. பின்னாளில் அதன் வழியாகவே அவரது கவிதைகள் புத்தகமாக அச்சிடப்பட்டன.

தன் கணவருக்கு என்ன நடந்தது, அவர் கொல்லப்பட்டாரா என அறிந்து கொள்வதற்காக நடாஷ்டா காத்துக் கொண்டிருந்தார். ஸ்டாலின் மரணத்திற்குப் பிறகு நாடு திரும்பி அவர் சைபீரியச்சிறையில் அடைபட்ட கைதிகளிடம் தன் கணவர் குறித்து முழுமையான விசாரணைகள் மேற்கொண்டார். அப்படி அவர் சேகரித்த செய்திகளை ஒழுங்குபடுத்தித் தனி நூலாக வெளியிட்டார். அரசும் ஒசிப்பின் கவிதைகள்மீது இருந்த தடையை விலக்கி அவரை முக்கியக் கவிஞராக அங்கீகாரம் செய்தது.

தன் கணவருக்கு முறையான இறுதிச் சடங்கு கூட நடக்கவில்லை. அவர் கொல்லப்பட்ட மனிதர்களில் ஒருவரைப் போலப் புதைகுழியில் தூக்கி எறியப்பட்டு மண் மூடப்பட்டுப் போனார் என்பதை அவரால் தாங்கிக் கொள்ள முடியவில்லை.

தன் வாழ்க்கையை ஒசிப்பின் பெருமைகளை உலகிற்குச் சொல்வதற்காக முழுமையாக அர்ப்பணித்துச் செய்து கொண்டார் நடாஷ்டா. ஆகவே தங்கள்மீதான விசாரணை எப்படி நடந்தது, ஒசிப் எப்படித் துன்புறுத்தப்பட்டார் என்பதைப் பற்றி விரிவாக Hope Against Hope நூலில் விவரித்துள்ளார்.

அன்னா அக்மதோவாவிற்கும் ஒசிப்பிற்குமான நட்பைப் பற்றி அவர் விவரித்துள்ள பகுதிகள் அற்புதமானவை. இரண்டு பள்ளிசிறார்களைப் போலவே அவர்கள் காரணமேயில்லாமல் கோவித்துக் கொள்வதும், சிறிய விஷயங்களுக்குக்கூடப் பாராட்டிக் கொள்வதும் வேடிக்கை செய்வதுமாக வாழ்ந்திருக்கிறார்கள். கவிதை தான் அவர்களின் மையம். கவிதையைப் பற்றிப் பேசித்தீர்த்திருக்கிறார்கள். கவிதையின் வழியே உலகை வெல்லமுடியும் என நம்பியிருக்கிறார்கள். கவிதை மட்டுமே உலகிற்குப் போதுமானது என நம்பியிருக்கிறார்கள். கவிதையின் தேவதையைத் தோழமை கொண்டுவிட்ட நமக்கு மரணமில்லை என்று ஆர்ப்பரித்திருக்கிறார்கள்.

அக்மதோவா ஒசிப்பின் வீட்டிலுள்ள சமையல் அறைக்குள் போய் உட்கார்ந்து கொண்டு நடாஷ்டா இதுதான் எனது சரணாலாயம் என்று சொல்லுவாராம். இருவரும் ஒன்றாகச் சமைத்தபடியே கவிதையின் எதிர்காலம் குறித்துப் பேசிக்கொண்டிருப்பார்களாம்.

ஒசிப் தனது கவிதை குறித்துப் பேசும்போது நாங்கள் கவிதை எழுதிக் கொண்டிருக்கிறோம் என்று மனைவியை உட்படுத்தித்தான் எப்போதும் பேசுவாராம்.

ஒசிப்பின் கவிதைகளையும் குறிப்புகளையும் முழுமையாகத் தொகுக்கும் பணியில் ஈடுபட்ட நடாஷ்டா அதைப் பல்வேறு மொழிகளில் மொழியாக்கம் செய்வதற்கும் முக்கியக் காரணமாகயிருந்தார். நடாஷ்டா போலவே அக்மதோவாவும் தனது மகனைக் கைது செய்து அடைத்துவிட்டதை எதிர்த்து அவனை மீட்பதற்காகப் போராடியிருக்கிறார்.

கவிஞனின் நிழலைப் போல வாழ்ந்த நடாஷ்டா கடைசிமுறையாக ஒசிப்பைக் காண முடியாமல் போய்விட்ட

துயரத்தைத தாங்க முடியாதவராகவே இறுதிநாள் வரை வாழ்ந்திருக்கிறார்.

இந்தநூல் அரசியல் காரணங்களுக்காக இலக்கியவாதிகளை ஸ்டாலின் அரசு எவ்வாறு ஒடுக்கியது என்பதன் வரலாற்று சாட்சியம். இன்னொரு பக்கம் கவிதையை நேசித்த ஒரு பெண் ஒரு கவிஞனின் மனைவியாகி அவனையும் அவனது கவிதைகளையும் பாதுகாக்க மேற்கொண்ட முடிவற்ற போராட்டத்தின் துயரசாட்சியம். இரண்டு விதங்களிலும் இந்தப் புத்தகம் முக்கியமானதே.

30
ஐசக் பேபலின் மாப்பசான்

A well-thought-out story doesn't need to resemble real life. Life itself tries with all its might to resemble a well-crafted story.
- Isaac Babel

ஆன்டன் செகாவைப் போலவே சிறுகதைகளில் தனித்துவமும் மொழிநுட்பமும் கொண்ட படைப்பாளி ஐசக் பேபல். சிறந்த ரஷ்ய எழுத்தாளர்களில் ஒருவரான ஐசக் பேபல் பிரெஞ்சு எழுத்தாளரான மாப்பசானின் வாழ்க்கையை மையமாகக் கொண்டு ஒரு சிறுகதை எழுதியிருக்கிறார்.

Guy De Maupassant கதை 1932இல் வெளியானது. இக்கதையைத் தமிழில் செங்கதிர் மொழியாக்கம் செய்திருக்கிறார். இந்தப் பிரபஞ்சத்தின் பெயர் கதை தொகுப்பில் இடம் பெற்றுள்ளது.

ஐசக் பேபலின் அன்றைய மனநிலை இக்கதையில் வரும் மாப்பசானின் மனநிலையைப் போன்றிருந்திருக்கிறது. 1916இல் நடக்கும் இக்கதை எழுத்தின்மீது விருப்பம் கொண்ட, வருவாய் எதுவுமில்லாத இளைஞன் ஒருவன் விவரிப்பது போலவே துவங்குகிறது.

அவன் மொழியியல் அறிஞரான அலெக்ஸி கசான்ட்சேவ்வின் நண்பன். அலெக்ஸி அன்று ரஷ்யாவில் புகழ்பெற்றிருந்த பிளாஸ்கோ இபானிஸின் ஸ்பானிஷ் நாவல்களை மொழிபெயர்த்து வந்தார். கசான்ட்சேவ் ஸ்பெயினுக்கு ஒருமுறை கூடச் சென்றதில்லை. ஆனால் அவரது முழு உள்ளமும் ஸ்பெயின்மீதான அன்பால் நிரம்பி வழிந்தது. அவர் ஸ்பானிஷ் கோட்டைகள், பூங்காக்கள் மற்றும் நதிகள் அனைத்தையும் அறிந்திருந்தார்.

வழக்கறிஞர் பெண்டர்ஸ்கி பதிப்பகம் ஒன்றை நடத்துகிறார். அவரது மனைவி ரைசா மாப்பசானின்

படைப்புகளை ரஷ்யனில் மொழிபெயர்க்க முயலுகிறார். ரைசாவிற்கு உதவி செய்வதற்காக இளைஞனைச் சிபாரிசு செய்கிறார் அலெக்ஸி.

இளைஞன் ரைசாவின் மோசமான மொழிபெயர்ப்பைத் திருத்தி சரி செய்கிறான். அவனது மொழிவளம் மற்றும் எழுத்துநடையைக் கண்டு வியக்கும் ரைசா நெருங்கிப் பழகுகிறாள்.

மாப்பசானை மொழிபெயர்க்கும்போது இளைஞன் அவரது வாழ்க்கை வரலாற்றைப் படிக்கிறான். அவரது வாழ்க்கை வரலாறு அதிர்ச்சி அளிக்கிறது. உலகையே தனது கதைகளால் மகிழ்ச்சிப்படுத்திய மாப்பசான் மனநலம் பாதிக்கப்பட்டு விலங்கினைப் போல மிக மோசமான நிலையில் மனநலக் காப்பகத்தில் இருந்த உண்மையை அறிந்து கொள்ளும்போது திடுக்கிட்டுப் போகிறான்.

பேபலின் இக்கதை மாப்பசானை சுற்றிப்பின்னப்பட்டதில்லை. அது இளைஞன் மற்றும் ரைசாவின் உறவு பற்றியதே. ஆனால் கதையின் இறுதியில் மாப்பசானின் வாழ்க்கை குறியீடு போலவே விவரிக்கப்படுகிறது.

சிறுவயது முதலே நோயுற்றவர் மாப்பசான் என்பதும் அவர் பிரெஞ்சு எழுத்தாளர் பிளாபெரின் உறவினர் என்பதும், பார்வை இழப்பின் ஊடாகவும் தனது மீட்சிக்கான வழியாக அவர் கதைகளை எழுதினார் என்பதையும் அறிந்து கொள்ளும்போது இளைஞனைப் போலவே நாமும் திகைத்துப் போகிறோம்

பேபல் ஏன் இது போன்ற கனன்று எரியும் கலைஞனின் அகத்தைப் பற்றிய கதையை எழுதினார். காரணம், அவரது சொந்த வாழ்க்கைச் சூழல் நிராகரிப்பு மற்றும் அடக்குமுறைக்கு உள்ளாகியிருந்தது.

கதையில் வரும் இளைஞன் தனது அறைக்குத் திரும்பிய பிறகு கனவு காணத்துவங்குகிறது. அந்தக் கனவு பாலுறவிற்காக ஏங்கும் அவனது ஆழ்மனதின் ஆசை. அதுவும் பேபலின் சொந்தவாழ்க்கையின் சாட்சியம் போலவே எழுதப்பட்டிருக்கிறது.

ரைசா ஏன் மாப்பசான் கதைகளில் ஆர்வம் கொண்டிருக்கிறாள். அவளுக்கு உயர்குடி வாழ்க்கை சலிப்பூட்டுகிறது. மாப்பசானின் கதாபாத்திரங்களின் விசித்திரம் மற்றும் மீறல்கள் அவளைக் கவருகிறது. ஒரு வகையில் உயர்குடி மக்களின் ஆன்மீக வறுமையைப் பற்றிப் பேசுகிறது இக்கதை.

தனது வாழ்நாளில் மாப்பசான் எழுதிக் குவித்திருக்கிறார். அவை 29 தொகுதிகளாக வெளியாகியுள்ளன. அந்தத் தொகுதிகளை ரைசா தனது வீட்டில் வைத்திருக்கிறாள். பீட்டர்ஸ்பர்க் சூரியனின் உருகும் விரல்கள் பைண்ட் செய்யப்பட்ட மாப்பசான் தொகுதிகளின் முதுகெலும்புகளைத் தொட்டன என்று கவித்துவமாக எழுதுகிறார் பேபல்.

கதையின் துவக்கத்திலே மாப்பசான்தான் எனது வாழ்வின் ஒரே கனவு என்று ரைசா சொல்கிறாள். அவளது மொழிபெயர்ப்பில் கதை உயிரற்றுக் கிடக்கிறது. அதைச் சரிசெய்யும்போது மாப்பசான் எழுத்தின் அழகியலை இளைஞன் முழுவதுமாக உணருகிறான்.

அந்தக் கதையின் ஒரு இடத்தில் இளைஞன் குடித்துவிட்டு டால்ஸ்டாயைக் கேலி செய்கிறான். அது உண்மையிலே பேபல் வாழ்வில் நடந்த சம்பவம். அவர் நடனத்திற்குப் பிறகு கதையைப் படித்துவிட்டு இது போல டால்ஸ்டாயைக் கேலி செய்திருக்கிறார்.

மாப்பசான் பிறக்கும்போதே சிபிலிஸ் நோயால் பாதிக்கப்பட்டிருந்தார். அவரது தாயிற்கு இருந்த நோயது. அந்தக் காலத்தில் சிபிலிஸ் மோசமான பால்வினை நோய். தலைவலியும் நரம்புக் கோளாறும் கொண்ட அவர் தீவிரமாக எழுதினார். கொஞ்சம் கொஞ்சமாக அவருக்குப் பார்வைக் குறைவு ஏற்பட்டது. நலிவடையும் தனது உடலுக்கு எதிராக வெறித்தனமாகச் செயல்பட்டார். மனப்பிறழ்விற்கு ஆளாகி, தனது நாற்பதாவது வயதில் தொண்டையை அறுத்துக் கொண்டு தற்கொலைக்கு முயன்றார். ரத்தவெள்ளத்தில் கிடந்தவரைக் காப்பாற்றினார்கள். உயிர்பிழைத்த அவரை மனநல விடுதியில் சேர்த்தனர். அங்கு அவர் நான்கு கால்களிலும் தவழ்ந்து விலங்காக மாறிப்போனார்.

மீளமுடியாத மனப்பிறழ்வால் நாற்பத்திரண்டு வயதில் மாப்பசான் இறந்து போனார்.

பேபலின் சிறுகதை மூன்று தளங்கள் கொண்டிருக்கிறது. ஒன்று, அந்தக் காலத்தில் மொழிபெயர்ப்பு நூல்களுக்கு இருந்த வரவேற்பு. இதன் அடையாளமாகவே ஸ்பானிய நாவலை கசான்ட்சேவ் ஆசையாக மொழிபெயர்ப்பு செய்கிறார். ரைசா மாப்பசானை மொழியாக்கம் செய்ய முயலுகிறார்.

இரண்டாவது தளம், வேலையற்ற இளைஞன் பணக்கார பெண்ணிற்கு உதவி செய்வதன் வழியே தனது கனவுகளை நனவாக்கிக் கொள்வது. அது கதையில் அழகாக வெளிப்படுகிறது.

மூன்றாவது, மாப்பசானின் வாழ்வும் இந்தக் கதையில் நடைபெறும் நிகழ்வும் சந்திக்கும் புள்ளி. ரைசாவும் இளைஞனும் போதையில் ஒன்று சேருகிறார்கள். அந்த நிகழ்வே மாப்பசானின் கதை போல மாறுகிறது. கற்பனையிலிருந்து பிறக்கும் நிஜம் என்று அதைச் சொல்லலாம்.

பணக்கார வீட்டின் சூழல், அங்கே நடக்கும் இரவு உணவு. அதில் எழும் கேலிப்பேச்சுகள், விலை உயர்ந்த மதுவை பற்றி ரைசா பெருமை பேசும் இடம் என பேபலின் எழுத்து மினுமினுக்கிறது.

15 மே 1939இல், ஐசக் பேபல் பொய்யான குற்றச்சாட்டின் பேரில் கைது செய்யப்பட்டு மாஸ்கோவின் லுபியாங்கா சிறைக்கு அழைத்துச் செல்லப்பட்டபோது, அவரது கையெழுத்துப் பிரதி கொண்ட கோப்புகள், 11 குறிப்பேடுகள் மற்றும் ஏழு டயரிகள் பறிமுதல் செய்யப்பட்டன. அதில் நிறையக் கதைகளும் இரண்டு நாடகங்கள், திரைப்பட ஸ்கிரிப்டுகள் இருந்தன.

பேபல் சோவியத் எதிர்ப்புக் குற்றச்சாட்டில் கைதியாகி எட்டு மாத சிறைவாசத்தின் பின்பு அதே சிறைச்சாலையில் கொல்லப்பட்டார். "பயங்கரவாத சதியில் உறுப்பினராக இருந்ததற்காகவும், பிரெஞ்சு மற்றும் ஆஸ்திரிய அரசாங்கங்களுக்கு உளவு பார்த்ததற்காகவும்

தண்டிக்கப்பட்டார்” என அரசு பொய்யான குற்றச்சாட்டுகளை முன்வைத்தது.

1894இல் ஒடேசாவிலுள்ள யூத குடும்பத்தில் பிறந்த பேபல், புரட்சிக்கு முந்தைய ரஷ்யாவில் வளர்ந்தார், அந்த நாட்களில் “ரஷ்யன்” என்ற சொல் யூதர்களை விலக்கியது, மேலும் நாடு முழுவதும் யூதவெறுப்பு மேலோங்கியிருந்தது. யூதர்கள் அதிகம் வசித்த ஒடேசா பகுதியில் வளர்ந்த பேபல் இளவயதிலே இலக்கியத்தில் தீவிர ஈடுபாடு கொண்டிருந்தார். அவர் தனது முதல் கதையை 1913இல் வெளியிட்டார். மாக்சிம் கார்க்கியால் பாராட்டு பெற்ற பேபல் பின்னாளில் அவரது நெருக்கமான நண்பர்களில் ஒருவராக இருந்தார்.

1920இல் போர் செய்தியாளராகப் பணியாற்றினார். சோவியத்–போலந்து போரின் அனுபவங்களின் அடிப்படையில் பேபல் எழுதிய கதைகள் ரெட் கேவல்ரி எனத் தனித்தொகுப்பாக வெளியாகியுள்ளது.

ஆங்கிலம், ஜெர்மன், பிரெஞ்சு உள்ளிட்ட எட்டு மொழிகள் அறிந்தவர் பேபல். ஆகவே அந்நாளில் வெளியான சர்வதேச படைப்புகள் யாவையும் விரும்பி வாசித்திருக்கிறார்.

பேபலின் மொழிநடை கவித்துவமானது. தேர்ந்த ஓவியரைப் போலக் காட்சிகளைக் கண்முன்னே சித்தரிக்கக்கூடியவர். செகாவின் பாணியைச் சேர்ந்த கதைகளை அதிகம் எழுதியிருக்கிறார். ஆனால் செகாவிடம் காணமுடியாத இருண்மையை பேபலிடம் காணமுடிகிறது. கதை தன்னைத்தானே சொல்ல வேண்டும் என விரும்பியவர் பேபல். அவரது கதைகளில் குழந்தைகளின் சிறிய உலகம் பிரபஞ்சத்தின் பெரிய உணர்ச்சி நிலையுடன் இணைவு கொள்கிறது.

மிக நுணுக்கமான விவரங்களை ஒன்றாக இணைப்பதன் மூலம் பேபல் தனது சொந்த அனுபவத்தினை ஆழமானதாக வெளிப்படுத்த முயலுகிறார். அவரது கதைகளில் வரும் கதாபாத்திரங்கள், சொந்த யதார்த்தத்திற்கும் மனதில் உருவாகும் கற்பனைக்கும் இடையே ஊசலாடுகிறார்கள்.

அவரது விருப்பத்திற்குரிய படைப்பாளி கைய் டே மாப்பசான். அவரது சிறுகதைகளை ஆதர்சமாகக்

கொண்டே தனது படைப்புகளை பேபல் எழுதிவந்தார். மனிதர்களின் இழிநிலை, ஊழல் மற்றும் யுத்த கால வன்முறையை மாப்பசான் போல எழுதியவரில்லை என்கிறார் பேபல்.

பேபல் இரண்டே சிறுகதைத் தொகுப்புகளையும் சில நாடகங்களையும் திரைக்கதைகளையும் மட்டுமே தனது வாழ்நாளில் வெளியிட்டுள்ளார். அவரது வெளிவராத படைப்புகள் தற்போது தொகுக்கப்பட்டு முழுத்தொகுப்பாக வெளியாகியுள்ளன. ஒடேசாவில் பேபலிற்கு தற்போது நினைவுச்சின்னம் உருவாக்கியிருக்கிறார்கள். இன்றும் உலகெங்கும் அதிகம் வாசிக்கப்படும் ரஷ்ய எழுத்தாளர்களில் ஒருவராக ஐசக் பேபல் இருக்கிறார்.

தேசாந்திரி பதிப்பகம்

உபபாண்டவம்	ரூ.375
நெடுங்குருதி	525
யாமம்	400
துயில்	525
சஞ்சாரம்	360
இடக்கை	375
பதின்	250
கடவுளின் நாக்கு	380
உலக இலக்கியப் பேருரைகள்	325
எழுத்தே வாழ்க்கை	175
பதினெட்டாம் நூற்றாண்டின் மழை	230
தாவரங்களின் உரையாடல்	150
வெயிலைக் கொண்டு வாருங்கள்	140
விழித்திருப்பவனின் இரவு	225
காற்றில் யாரோ நடக்கிறார்கள்	325
கோடுகள் இல்லாத வரைபடம்	75
மலைகள் சப்தமிடுவதில்லை	250
வாசகபர்வம்	210
காண் என்றது இயற்கை	115
செகாவின் மீது பனி பெய்கிறது	150
கூழாங்கற்கள் பாடுகின்றன	75
எனதருமை டால்ஸ்டாய்	100

ரயிலேறிய கிராமம்	150
உலகை வாசிப்போம்	200
நாவலெனும் சிம்பொனி	140
இலக்கற்ற பயணி	175
செகா வா கிறார்	150
தனிமையின் வீட்டிற்கு நூறு ஜன்னல்கள்	150
காட்சிகளுக்கு அப்பால்	75
கால் முளைத்த கதைகள்	100
எலியின் பாஸ்வேர்டு	35
சிரிக்கும் வகுப்பறை	110
விலங்குகள் பொய் சொல்வதில்லை	225
கதாவிலாசம்	380
தேசாந்திரி	275
துணையெழுத்து	380
எனது இந்தியா	650
மறைக்கபட்ட இந்தியா	375
நிமித்தம்	450
நம் காலத்து நாவல்கள்	350
எஸ்.ராமகிருஷ்ணன் நேர்காணல்கள்	250
நகுலன் வீட்டில் யாருமில்லை	150
புத்தனாவது சுலபம்	200
காந்தியோடு பேசுவேன்	175
உறுபசி	175
ஆதலினால்	175
சிறிது வெளிச்சம்	450
இந்தியவானம்	240
வீடில்லா புத்தகங்கள்	250
நூறு சிறந்த சிறுகதைகள்	1100

அப்போதும் கடல் பார்த்துக்கொண்டிருந்தது	150
சைக்கிள் கமலத்தின் தங்கை	160
ஏழு தலைநகரம்	200
அயல் சினிமா	150
ஆயிரம் வண்ணங்கள்	140
பேசத்தெ ந்த நிழல்கள்	180
இருள் இனிது ஒளி இனிது	180
பறவைக் கோணம்	180
சாமுராய்கள் காத்திருக்கிறார்கள்	270
பெயரற்ற நட்சத்திரங்கள்	200
அரூபத்தின் நடனம்	350
திரையெங்கும் முகங்கள்	450
கிறுகிறு வானம்	80
அக்கடா	130
சித்திரங்களின் விசித்திரங்கள்	110
மழைமான்	160
குறத்திமுடுக்கின் கனவுகள்	160
கலிலியோ மண்டியிடவில்லை	125
பிகாசோவின் கோடுகள்	150
நிறங்களை இசைத்தல்	130
மோனேயின் மலர்கள்	130
மண்டியிடுங்கள் தந்தையே	350
ஐந்து வரு மௌனம்	400
பகலின் சிறகுகள்	160
வான் கேட்கிறது	260
நீலச்சக்கரம் கொண்ட மஞ்சள் பேருந்து	70
டான் டூனின் கேமரா	150
ஒரு சிறிய விடுமுறைக்கால காதல் கதை	230